ഗ്രീൻ ബുക്സ്

നിശ്ശബ്ദനായിരിക്കാൻ അവകാശമുണ്ട്

വി.ജി. തമ്പി

കവി, നിരൂപകൻ, പത്രാധിപർ, അധ്യാപകൻ.
1955 ഓഗസ്റ്റ് 12ന് തൃശൂരിൽ ജനനം.
തൃശൂർ ശ്രീകേരളവർമ്മ കോളേജിൽ മുപ്പത്തിമൂന്നു വർഷം
മലയാളം അധ്യാപകനായിരുന്നു.
രസന, കനൽ, പാഠഭേദം എന്നീ സമാന്തര
പ്രസിദ്ധീകരണങ്ങളുടെ പത്രാധിപ ചുമതല വഹിച്ചു.
പതിനഞ്ചോളം ഹ്രസ്വചലച്ചിത്രങ്ങൾ സംവിധാനം ചെയ്തു.
ഇപ്പോൾ ശ്രദ്ധ ഓൺലൈൻ മാസികയുടെ എഡിറ്റർ. (sradha.net)
ജീവൻ ടിവിയിൽ 'വാഗർത്ഥം' എന്ന ശീർഷകത്തിൽ
സാഹിത്യദൃശ്യപരമ്പര നിർവ്വഹിച്ചു.

കൃതികൾ: *തച്ചനറിയാത്ത മരം, ഹവ്വ മുലപ്പാൽ കുടിക്കുന്നു, നഗ്നൻ (കവിതാസമാഹാരം). ആത്മവിദ്യാലയം, സൗഹൃദങ്ങളുടെ ഒറ്റമരക്കാട് (ഓർമ്മ), ക്ലാസിക്കുകളും നവഭാവുകത്വവും (എഡിറ്റർ), സക്ലിങ് ഈവ് എന്ന പേരിൽ കവിതകളുടെ ഇംഗ്ലീഷ് പരിഭാഷാഗ്രന്ഥം.*

പുരസ്കാരങ്ങൾ: *മൾബറി അവാർഡ്, കാവ്യരത്ന പുരസ്കാരം,* മലയാള മനോരമയുടെ മികച്ച കാവ്യഗ്രന്ഥ പുരസ്കാരം, അഴീക്കൽ കെ. കൃഷ്ണൻകുട്ടി കാവ്യപുരസ്കാരം.

മേൽവിലാസം: *'ജേതവനം', വെസ്റ്റ് പാലസ് റോഡ്, തൃശൂർ - 680 020*
ഫോൺ: *0487 2338820, 9020769923.* e-mail: *vgthampy@gmail.com*

ലേഖനം

നിശ്ശബ്ദനായിരിക്കാൻ അവകാശമുണ്ട്

വി.ജി. തമ്പി

ഗ്രീൻ ബുക്സ്

green books private limited
little road, ayyanthole, thrissur- 680 003
ph: 0487-2361038
website: www.greenbooksindia.com
e-mail: info@greenbooksindia.com

(malayalam)
nishabdanayirikkan avakasamundu
(articles)
by
v.g. thampy

first published november 2012
reprinted january 2014

cover design : rajesh chalode

branches:
thrissur 0487-2422515
palakkad 0491-2546162
kannur 0497-2763038

isbn : 978-81-8423-211-0

GBPL/458/2012/X001

മുഖക്കുറി

മൗനം ധ്യാനമാകുന്നു. ധ്യാനം ഊർജ്ജമാകുന്നു. ഈ ഊർജ്ജം പ്രപഞ്ചത്തെയാകെ ഗ്രസിക്കുന്നു. മൗനത്തിന്റെ ഉണർത്തുപാട്ടുകാരനാണ് ഇവിടെ എഴുത്തുകാരൻ. കാവ്യാത്മകമായ ആശയങ്ങളെ പിന്തുടരുന്ന വി.ജി. തമ്പിക്ക് സ്വയം നവീകരണത്തിനുള്ള കുമ്പസാരങ്ങളാണ് എഴുത്ത് എന്നു പറയാം. എഴുത്തിനെ ആന്തരികമായ കലാപമാക്കി മാറ്റിയ തമ്പിയുടെ രചനകളിൽ ആത്മീയതയുടെ മുഴക്കങ്ങൾ കേൾക്കാം. അതു ശരീരത്തിനും മനസ്സിനും അപ്പുറത്തുള്ള തേടലുകളല്ല, അതിൽത്തന്നെയുള്ള മുങ്ങിനിവരലുകളാണ്. അവ ഭൂമിയിൽ തൊട്ടു നിൽക്കുന്ന പച്ചപ്പുകളാണ്. തമ്പിയുടെ ഈ ലേഖനസമാഹാരത്തിൽ സിനിമയും നാടകവും കവിതയും ചില പ്രക്ഷോഭങ്ങൾ പോലും ഇടംപിടിക്കുന്നുണ്ട്. അതുകൊണ്ടുതന്നെ യേശുവിനെക്കുറിച്ചും സ്ത്രീയെക്കുറിച്ചും എഴുതുമ്പോൾ തമ്പിയുടെ സർഗ്ഗാത്മകത അത്യന്തം മൗലികവും സൗന്ദര്യാത്മകവുമായ ആത്മീയദീപ്തി പ്രസരിപ്പിക്കുന്നു.

കൃഷ്ണദാസ്
മാനേജിങ് എഡിറ്റർ

ആമുഖം

പല കാലങ്ങളിൽ പല നേരങ്ങളിൽ പല വിഷയങ്ങളിൽ എന്നിലൂടെ എഴുതപ്പെട്ടവയാണ് ഈ ലേഖനങ്ങൾ. സിനിമയും നാടകവും നൃത്തവും സാഹിത്യവും മാധ്യമവും പെണ്ണും മരണത്തിലൂടെ അനശ്വരമായ കുറേ വ്യക്തികളും ഈ ലേഖനങ്ങളിലെ വിചാരധാരകളാണ്. ചില ആത്മീയാഭിമുഖ്യങ്ങളുടെ ചരടായിരിക്കണം ഈ ഗദ്യാഖ്യാനങ്ങളെ തമ്മിൽ കോർത്തിണക്കുവാൻ എനിക്ക് പ്രേരണയായിട്ടുണ്ടാവുക.

കവിത എനിക്ക് അനിശ്ചിതമായ ഒരു ആനന്ദലഹരിയായി മാറുമ്പോൾ വലിയ ഇടവേളകൾ ഉണ്ടാകാറുണ്ട്. അത്തരം ഇടവേളകളെ പൂരിപ്പിക്കുവാൻ ഗദ്യത്തിലും ചിലതെല്ലാം കുറിച്ചുവെച്ചു. ഈ ഗദ്യം ഇഷ്ടപ്പെടുന്ന സുഹൃത്തുക്കളുടെ നിർബന്ധവും പ്രേരണയുമാണ് അതിൽ ചിലതെല്ലാം സമാഹരിച്ച് ഒരു ചെറിയ പുസ്തകമാക്കുവാൻ സന്ദർഭമായത്.

നമ്മുടെ കാലത്ത് നിശ്ശബ്ദരായിരിക്കാൻ ആർക്കും അവകാശമില്ല എന്ന നിശിതമായ നീതിബോധത്തോടെ വാദിക്കുന്ന മനുഷ്യാവകാശ ശബ്ദം ശക്തമാണ്. എന്നാൽ നമ്മുടെ ശബ്ദങ്ങൾ കാലത്തിന്റെ നാണക്കേടുകളായി മാറുന്നുണ്ടോ, ആത്മനിന്ദയുണ്ടാക്കുന്നുണ്ടോ എന്നും എനിക്കൊരു തോന്നൽ ഉണ്ടായി തുടങ്ങിയിട്ടുണ്ട്. ശബ്ദത്തേക്കാൾ നിശ്ശബ്ദതയ്ക്കാണ് സത്യം പറയാൻ ഇന്നേറെ കഴിയുക എന്നും തോന്നി. നിശ്ശബ്ദതയ്ക്കുള്ളിലെ ആഴമുള്ള ശബ്ദങ്ങളെ ഉണർത്തിയെടുക്കേണ്ട കാലമല്ലേ നമ്മുടേത്? നിശ്ശബ്ദതയെക്കുറിച്ചെഴുതിയ ചില കുറിപ്പുകളും ഇതിലുണ്ട്. പുസ്തകത്തിന്റെ ശീർഷകം എന്നോട് ഇപ്പോഴും കലഹിച്ചുകൊണ്ടിരിക്കുകയാണ്.

ജേതവനം, തൃശൂർ
12-10-2012

വി.ജി. തമ്പി

The present state of the world and the whole of life is diseased.
If I were a doctor and were asked for my advice, I should reply:
Create silence! Bring men to silence!

- SOREN KIERKEGAARD

ഉള്ളടക്കം

നിശ്ശബ്ദനായിരിക്കാൻ അവകാശമുണ്ട് 11

നാടകം

താവളമില്ലാത്തവരുടെ ജലധ്യാനം 19

ഭ്രൂണഹത്യചെയ്യപ്പെട്ട ഒരു തെരുവുനാടകം 26

സിനിമ

ആത്മാവുണ്ടെന്നറിയാൻ
കിസ്‌ലോവ്സ്കിയുടെ പത്ത് കല്പനകൾ 33

നിയോറിയലിസ്റ്റ് ചലച്ചിത്രാനുഭവങ്ങൾക്കു
ചില അപൂർണ്ണവാക്യങ്ങൾ 36

ബയോസ്കോപ്പ് : സിനിമയുടെ പിറവിക്കരച്ചിൽ 40

ഇരുട്ടിൽ, നിലാവിന്റെ കൺപോളകൾ 45

വെളി: നദിയെ പ്രണയിച്ച ക്യാമറ 51

മാധ്യമം

മാധ്യമപരിസ്ഥിതി:
പുതിയ ആകാശവും പുതിയ ഭൂമിയും 55

സൗന്ദര്യദർശനം

യേശുഭാവനയുടെ ലാവണ്യം 63

സ്ത്രൈണം

അവളെ തൊടുമ്പോൾ
ആകാശത്തെയാണ് തൊടുന്നത് 71

ഒറ്റച്ചിലങ്കയിൽ ഞാന്നുകിടന്നാടാതെ
ഉടൽ ചുഴറ്റി മിന്നലിന്റെ വാളുമായി... 76

ഓർമ്മ

അസ്ഥിക്കുള്ളിലെ മജ്ജയിൽ തൊടുംപോലെ 85

ആധുനികതയുടെ മുറിവേറ്റ മുരൾച്ചകൾ 91

നാട്ടുമുല്ലയുടെ വാസന 96

പോരാട്ടങ്ങളുടെ ഓർമ്മച്ചിത്രങ്ങൾ 104

ഇതാ രംഗവേദിയുടെ രക്തം 112

ആത്മീയം

അമ്മ അറിയാൻ 121

എഴുത്ത്

വഴുക്കുന്ന വാക്കുകളിൽ
അഴുകുന്ന മലയാളിജീവിതം 129

നൃത്തം

മോഷ്ടിക്കപ്പെട്ട അഗ്നിയാണവൾ 135

നിശ്ശബ്ദനായിരിക്കാൻ അവകാശമുണ്ട്

രണ്ട് മഹാനിശ്ശബ്ദതകൾക്കിടയിലെ
അനന്തമായ സൊല്ലയല്ലാതെ മറ്റെന്താണ് ജീവിതം?
- ഷോപ്പനോവർ

നിശ്ശബ്ദതയെ ഭയപ്പെടുന്ന കാലമാണിത്. ശബ്ദാസുരന്മാരുടെ കശാപ്പുകളാണെങ്ങും. ആരെയും മൗനിയായിരിക്കാൻ സമ്മതിക്കാത്ത കാലം. മനുഷ്യനിന്നൊരു ശബ്ദമൃഗമായി മാറിക്കഴിഞ്ഞിരിക്കുന്നു. തേറ്റയും കൊമ്പും മുളച്ച ശബ്ദത്തിന്റെ ഹിംസാവതാരങ്ങൾ തെരുവിൽ മാത്രമല്ല വീടിന്റെ അകത്തളങ്ങളിലും ദേവാലയങ്ങളിലും ധ്യാനകേന്ദ്രങ്ങളിലും പകർന്നാടുകയാണ്. ശബ്ദത്തിന്റെ ഈ രക്തദാഹത്തിൽ ഒരു സംസ്കൃതി തന്നെ മുങ്ങിപ്പോകുമോ എന്നാണ് ആകുലപ്പെടേണ്ടിവരുന്നത്. *നിശ്ശബ്ദനായിരിക്കാൻ നിനക്കെന്തവകാശം?* എന്നാണ് ബിഷപ്പ് പൗലോസ് മാർ പൗലോസ് അടക്കമുള്ളവർ ഒരു മനുഷ്യാവകാശപ്രശ്നമായി അവതരിപ്പിച്ചത്. മറ്റൊരുരീതിയിൽ ശബ്ദത്തിന്റെ ആർപ്പുവിളികളിൽ നഷ്ടപ്പെടുന്ന ആന്തരികസംഗീതം തിരികെപിടിക്കേണ്ട കാലം കൂടിയാണ് നമ്മുടേതെന്ന് എനിക്കു തോന്നുന്നു. *നിശ്ശബ്ദനായിരിക്കാൻ എനിക്കവകാശമുണ്ട്* എന്ന പ്രസ്താവനയ്ക്ക് അടിവരയിട്ടുകൊണ്ട് ഈയിടെ ഞാനൊരു കവിത എഴുതിയിട്ടുണ്ട്. നിശ്ശബ്ദം എന്നാണ് ആ കവിതയുടെ ശീർഷകം. ആ കവിത അവസാനിക്കുന്നത് ഇങ്ങനെയാണ്:

കവലകൾ തോറും
ശബ്ദങ്ങളുടെ രക്തദാഹത്തിൽ വിളർത്ത്
സന്ധ്യയ്ക്ക്
ഉടലൊരു ചെവി മാത്രമായി
ഞാൻ തിരിച്ചെത്തി.

തുറക്കില്ല, ഞാനെന്റെ വാതിൽ.
നിശ്ശബ്ദതയുടെ എന്റെ ഇളംനാവ്
വെട്ടിനുറുക്കിയിട്ട ശബ്ദകുമ്പാരത്തിൽ

ഇരുണ്ട തുളകളുള്ള ഏകാന്തതയിൽ
രക്തത്തിന്റെ ഒരു ചുവന്ന കണ്ണുനീർത്തുള്ളി.

നിശ്ശബ്ദതയേക്കാൾ
വലിയ ശബ്ദമെന്ത്?
ശബ്ദം വാർന്നുപോയ പുഴയുടെ
മണൽത്തരിയാണ് ഞാൻ.

നിശ്ശബ്ദനായിരിക്കാൻ
എനിക്കവകാശമുണ്ട്.

നിദ്രയ്ക്ക് സ്വപ്നം തിരിച്ചുകിട്ടട്ടെ,
ഭാഷയ്ക്ക് ധ്യാനവും.

നിശ്ശബ്ദതയ്ക്കുള്ളിലാണ് ഏറ്റവും അർത്ഥവത്തായ ശബ്ദങ്ങൾ നാം കേൾക്കുന്നത്. ഒരു മനുഷ്യൻ മൗനത്തിലാണ് ശ്രദ്ധയും ജാഗ്രതയും സൂക്ഷ്മതയും ആഴവും അതിരറ്റരീതിയിൽ അനുഭവിക്കുന്നത്. ജീവിതത്തിന് നിഗൂഢതയുടെ ആന്തരികസാദ്ധ്യതതകൾ വെളിപ്പെടുത്തികൊടുക്കുന്നത് അയാൾക്കുള്ളിലെ നിശ്ശബ്ദതയാണ്. ഈശ്വരൻ നമുക്കുള്ളിലിരുന്ന് സംസാരിച്ചുതുടങ്ങുമ്പോൾ ജനിക്കുന്നതാണ് നിശ്ശബ്ദത.

നിശ്ശബ്ദത ഒരു മനുഷ്യന്റെ ജീവിതത്തിലേക്ക് എങ്ങനെയാണ് പ്രവേശിക്കുന്നത്? നിരപ്പായ വഴികളിലൂടെ നടക്കുന്ന ഒരാൾ ആഴങ്ങളറിയുന്നതപ്പോഴാണ്. ഉച്ചരിച്ച വാക്കുകളുടെ പൊള്ളത്തരങ്ങളിൽ നിന്ന് ഒരിക്കലും ഉച്ചരിക്കാതെപോയ തനിക്കുള്ളിലെ പ്രണയസ്വരം കേൾക്കുന്നതപ്പോഴാണ്. ഏറ്റവും കനിവാർന്ന പുഴയുടെ ഒഴുക്കിലാണയാൾ. നിശ്ശബ്ദതയാണ് ഒരാൾക്ക് വായിക്കാൻ കൊടുക്കാവുന്ന ഏറ്റവും നല്ല പുസ്തകം. നിശ്ശബ്ദതയെ വായിക്കട്ടെ. അയാൾക്കുള്ളിലെ ആകാശങ്ങൾ സംസാരിക്കുന്നത്, ആളിക്കത്തുന്നത്, മഴവില്ലുകൾ വിരിയുന്നത് എല്ലാമയാൾ നിശ്ശബ്ദതയിൽ വായിക്കട്ടെ.

എന്റെ ജീവിതത്തിലെ ഏറ്റവും മുന്തിയ നിമിഷങ്ങളെല്ലാം നിശ്ശബ്ദതയുടെ ഈറക്കുഴലിൽ നിന്നും ഞാൻ കേട്ട വിഷാദഗാനങ്ങളാണ് *sometimes I feel like a motherless child...* എന്ന ആ പഴയ ഇംഗ്ലീഷ് ഗാനം മഴ ചാറുന്ന ഒരു മങ്ങൂഴത്തിൽ കേട്ടുനോക്കൂ. വിശുദ്ധമായ ഒരു വിഷാദത്തിന്റെ കണ്ണീർച്ചോലയിലായാകും നാമപ്പോൾ. ഏകാന്തത ഒരു നദി പോലെ നമുക്കിടയിലൂടെ ഒഴുകിക്കൊണ്ടിരിക്കും. അമ്മയില്ലാത്ത ലോകത്തിലെ എല്ലാ അനാഥകുഞ്ഞുങ്ങളുടെയും പിടച്ചിൽ പ്രാണനോടൊപ്പം വിങ്ങിവിങ്ങി നിൽക്കും. നിശ്ശബ്ദത പതുക്കെ പതുക്കെ നമ്മുടെ ആത്മാവിനെ കരളാൻ തുടങ്ങും. ആ പാട്ടുതീരുന്നതോടെ നിശ്ശബ്ദത നമ്മുടെ ശരീരത്തെയും ഭക്ഷിച്ചു കഴിഞ്ഞിട്ടുണ്ടാകും. മനുഷ്യർ മുഴുവനും മാതൃത്വത്തിനായി ദാഹിക്കുന്ന അനാഥത്വത്തിന്റെ വിഷാദത്തിലാണെന്ന

സത്യത്തിൽ നാം സ്നാനപ്പെടും. നിശ്ശബ്ദതയുടെ ഇത്തരം വിഷാദസന്ധ്യകളാണ് എന്റെ ജീവിതത്തിന്റെ ഏറ്റവും മുന്തിയ ഉന്മത്ത നിമിഷങ്ങൾ.

മൗനം ഒരു ആത്മശുശ്രൂഷയായി നമ്മുടെ ഉള്ളകങ്ങളെ വെടുപ്പാക്കിക്കൊണ്ടിരിക്കും. ലോകത്തിന്റെ മഹാപണ്ഡിതന്മാർക്കൊന്നും തങ്ങളുടെ സൈദ്ധാന്തിക വൈഭവങ്ങൾക്കൊണ്ട് ഒരാളുടെ പോലും ആന്തരികതയിലേക്ക് പ്രവേശിക്കാൻ കഴിയുമെന്ന് തോന്നുന്നില്ല. ബുദ്ധിപരമായ വ്യായാമങ്ങളും അഭ്യാസങ്ങളും വാക്കുകളിൽ ഹിംസയാണ് നിറയ്ക്കുക. എന്നാൽ മഹാകാരുണികന്മാരായ ഗുരുക്കന്മാർ നിശ്ശബ്ദതയിൽ നിന്നാണ് ഒരു അരുവിയെ പുറപ്പെടുവിപ്പിക്കുന്നത്. മൗനമുദ്രിതം ബുദ്ധമന്ദഹാസം എന്ന് ഒരു കവിതയിൽ ഞാനെഴുതിയിട്ടുണ്ട്. മൗനമാണ് ബുദ്ധന്റെ ശിക്ഷണരീതി. ദാഹജലം ശേഖരിക്കാൻ പോയ ശിഷ്യൻ പുഴ കലങ്ങിയിരിക്കുന്നതുകണ്ട് തിരിച്ചുപോന്നു. പുഴയിലെ ചെളിവെള്ളം തെളിയുംവരെ അല്പനേരം കാത്തിരിക്കാൻ ഗുരു പറഞ്ഞു. പ്രശാന്തമായ ആ കാത്തിരിപ്പാണ് നിശ്ശബ്ദത. കലങ്ങിമറിഞ്ഞ ഏതൊരു പുഴയുടെയും മാലിന്യം നിശ്ശബ്ദതകൊണ്ട് ശുദ്ധീകരിക്കാൻ കഴിയും.

ക്രിസ്തുവും നിശ്ശബ്ദതയ്ക്ക് തന്റെ കഠിനമായ പീഡാസഹനങ്ങളെ മുഴുവൻ വിട്ടുകൊടുക്കുകയായിരുന്നല്ലോ. പുരുഷാരങ്ങളോട് സംസാരിക്കുവാനുള്ള ഊർജ്ജം നിശാവേളകളിൽ ഏകാന്തമായ നിശ്ശബ്ദപ്രാർത്ഥനകളിൽ നിന്നുമാണ് ക്രിസ്തു സംഭരിക്കുന്നത്. വിചാരണവേളയിൽ പ്രകോപനങ്ങളുടെ കത്തിയേറുകളെ ക്രിസ്തു നേരിട്ട രീതിയിൽ നിന്നും നിശ്ശബ്ദതയുടെ ശക്തി നമുക്കറിയാൻ കഴിയും. ആന്തരികതയിൽ നിശ്ശബ്ദത ഇല്ലാത്തവന് അർത്ഥമുള്ള വാക്കുകൾ പണിതെടുക്കുവാൻ കഴിയില്ല.

പലതരം നിശ്ശബ്ദതകളുണ്ട്. ചിലരുടെ നിശ്ശബ്ദത ജീവിതത്തിന്റെ മുമ്പിൽ എല്ലാ വാതിലുകളും കൊട്ടിയടയ്ക്കും. ഒരു മറുവാക്കിനായി ഒരാൾക്കു മുന്നിൽ കൈകൂപ്പി മുട്ടുകുത്തി നിൽക്കുമ്പോൾ അയാൾ മറുപടിയൊന്നും പറയാതെ ചുണ്ടുപൂട്ടി ഹൃദയം പൂട്ടി നിന്നാൽ ഹൃദയം സ്തംഭിച്ചുപോവില്ലെ. ജീവിതത്തിൽ പലർക്കുമെന്നതുപോലെ കഠിനമായ നിശ്ശബ്ദതയുടെ സ്തംഭനാവസ്ഥയിൽ എനിക്കും കഴിയേണ്ടി വന്നിട്ടുണ്ട്. തുറക്കാത്ത വാതിലുകളായി സാക്ഷയിട്ട നിശ്ശബ്ദതകളെ എനിക്ക് പേടിയാണ്.

എന്നാൽ ചില നിശ്ശബ്ദതകൾ ജീവിതത്തിലേക്ക് എല്ലാ വാതിലുകളും തുറന്നിട്ടു തരും. പ്രകാശം നിറയ്ക്കും. എത്രയോ കാലങ്ങളിലെ ചോദ്യങ്ങൾക്കും കണ്ണീരിനും ഉത്തരമാകുന്ന വിശുദ്ധമായ ചില നിശ്ശബ്ദതകൾ എന്നെ അനുഗ്രഹിച്ചിട്ടുണ്ട്. അപരിഹാര്യമെന്നു തോന്നുന്ന ചില കഠിന നിമിഷങ്ങളിൽ നിശ്ശബ്ദരായിരിക്കാനാണ് ഗുരുക്കന്മാർ പറയുക. തർക്കിച്ചും വാക്കുകളിൽ വാൾപ്പയറ്റു നടത്തിയും മനസ്സുകളെ പരിക്ഷേല്പിച്ചും

നമ്മൾ നടത്തുന്ന സംവാദമെന്ന പേരിലുള്ള കലമ്പലുകൾക്ക് ഒന്നിനും ഉത്തരം നൽകാൻ കഴിയില്ല. ശിഷ്യന്മാർക്കിടയിൽ വാദകോലാഹലങ്ങൾ തുടരുമ്പോൾ രമണമഹർഷി പറയും, ഇനി നമുക്ക് കുറച്ചുനേരം മിണ്ടാതിരിക്കാം. ആർക്കുമത് ഇഷ്ടമാവില്ല. എന്നാൽ മൗനത്തിന്റെ കുറേ നിമിഷങ്ങൾ കടന്നുപോകവേ തർക്കിച്ചിരുന്നവരുടെ മുഖങ്ങളിൽ ഒരു ചെറിയ പുഞ്ചിരി വിടരും. ഒരദ്ഭുതം സംഭവിക്കുന്നതാണ്. നിശ്ശബ്ദത അവർക്കുള്ളിൽ ഒരദ്ഭുതം വിടർത്തും. അന്വേഷിച്ചുകൊണ്ടിരുന്നതെല്ലാം പൊടുന്നനെ ഉത്തരങ്ങളായി അവരുടെ ഹൃദയങ്ങളെ പ്രകാശിപ്പിക്കും.

വിദ്യാലയത്തിൽ നമ്മുടെ ക്ലാസ്സ് മുറികൾ വാചാലതകൊണ്ട് എന്തുമാത്രം അരോചകമായിരിക്കുന്നു. ഒരു വാക്ക് പറയേണ്ടിടത്ത് ജഡിലോക്തികളുടെ പെരുമഴയാണ് പെയ്യിക്കുക. അതിനിടയിൽ നിശ്ശബ്ദതയുടെ ചില ഇടവേളകൾ സൃഷ്ടിച്ചു നോക്കൂ. അദ്ഭുതമായിരിക്കും ഫലം. വിദ്യാർത്ഥികളും, അദ്ധ്യാപകരും ഒരേമട്ടിൽ ജ്ഞാനികളാകും. മനസ്സുകൾ വൈദ്യുതീകരിക്കപ്പെടും.

ഒരു ഓർമ്മ പങ്കുവെയ്ക്കട്ടെ. ഞങ്ങളുടെ പ്രിയപ്പെട്ട ഒരു വിദ്യാർത്ഥി പെട്ടെന്നൊരു ദിവസം പനിപിടിച്ച് മരിച്ചു. അവൻ അന്ധൻ കൂടിയായിരുന്നു. ആ ക്ലാസ്സിന്റെ മുഴുവൻ പ്രകാശവും അവനായിരുന്നു. എല്ലാവരുടേയും വേദനകളിലെ തോഴൻ. നന്മയുടെ സൗന്ദര്യമുള്ള പ്രസാദം. അവന്റെ മരണമുണ്ടാക്കിയ നടുക്കം ഞങ്ങൾ ക്ലാസ്സിനകത്ത് നിശ്ശബ്ദത നിറച്ചാണ് അലിയിച്ചുകളഞ്ഞത്. ക്ലാസ്സിൽ വന്നാൽ പുസ്തകം തുറക്കില്ല. ഒന്നും മിണ്ടില്ല. പരസ്പരം കണ്ണുകളിലേയ്ക്ക് നോക്കി മൗനികളായിരിക്കും. അവൻ ഞങ്ങളിലുണ്ടാക്കിയ ശൂന്യതയുടെ വേദന മൗനമാണ് ശുശ്രൂഷിച്ച് ഭേദമാക്കിതന്നത്.

തർക്കിച്ചു ക്ഷീണിച്ചാൽ നമുക്ക് കുറേനേരം പരസ്പരം കണ്ണുകളിൽ നോക്കി മൗനവ്രതത്തിലിരിക്കാമെന്ന് കുട്ടികളോട് പറയാറുണ്ട്. അതൊരു ഔഷധലേപനം പോലെ ഫലിക്കാറുമുണ്ട്.

വ്യക്തിപരമായ നിശ്ശബ്ദതകൾ മാത്രമല്ല സമൂഹവും ചിലപ്പോൾ നിശ്ശബ്ദതയുടെ സമരമാർഗ്ഗങ്ങൾ സ്വീകരിക്കാറുണ്ട്. യോജിപ്പില്ലാത്ത ദുർനീതികളെ വിമർശിക്കുവാനും വിയോജിക്കുവാനും ജൈനസന്യാസികൾ അധികാരികളുടെ മുന്നിൽ മൗനത്തിന്റെ കോട്ടകൾ കെട്ടുകയാണ് ചെയ്തത്. ഏതൊരു വിയോജനത്തേക്കാളും അധികാരികളുടെ സ്വാസ്ഥ്യം കെടുന്നതപ്പോഴാണ്.

ആത്മാവിന്റെ ഏറ്റവും ശക്തമായ ഒരു കവചം എന്ന നിലയിലാണ് മിസ്റ്റിക്കുകൾ മൗനത്തെ ജീവിതത്തിൽ ആചരിച്ചുകാണിച്ചത്. തങ്ങളെ ചൂഴ്ന്നുനിൽക്കുന്ന ജീർണ്ണരീതികളോടെല്ലാമുള്ള പ്രതിരോധം അവർ മൗനംകൊണ്ട് തീർത്ത ധ്യാനത്തിലേയ്ക്കും നർമ്മങ്ങളിലേയ്ക്കും വ്യാപിപ്പിച്ചു.

ലോകത്തിൽ പ്രധാനപ്പെട്ടതെന്തെങ്കിലും ചെയ്യാൻ തീരുമാനിക്കുന്ന നിമിഷം ഒരാൾ കുറച്ചുനാൾ മൗനത്തെ പരിശീലിക്കണമെന്ന് പറയാറുണ്ട്. ക്രിസ്തുവിന്റെ പരസ്യജീവിതം, നാല്പതുനാൾ നീണ്ട മൗനത്തിന്റെ തപസ്സിൽനിന്നാണ് ഊർജ്ജം സംഭരിച്ചതെന്ന് നമുക്കറിയാമല്ലോ. മഹാത്മാഗാന്ധി തെരുവിലൊരു സമരത്തിനിറങ്ങുംമുമ്പ് ഒരാഴ്ചയെങ്കിലും മൗനവാസത്തിലാകും. ധ്യാനത്തിൽ നിന്നാരംഭിക്കണം ഏതു പ്രവൃത്തിയും. ധ്യാനം നിശ്ശബ്ദതയുടെ ഒരു ഉദ്യാനമാണ്.

ഭക്ഷണത്തിലെ ഉപവാസം മാത്രമല്ല, സംസാരത്തിലുമുണ്ട് ഉപവാസം. പിന്നീട് ഉച്ചരിക്കാൻ പോകുന്ന വാക്കുകൾക്ക് തെളിച്ചമാകുന്നത് ഈ നിശ്ശബ്ദതയാണ്.

നിശ്ശബ്ദതയുടെ സംഗീതമാണ് പ്രാർത്ഥന. ജലത്തേക്കാൾ മൃദുലമായതെന്തുണ്ട്? ഏതു കാഠിന്യത്തെയും അലിയിക്കാൻ ജലത്തോളം കഴിവ് മറ്റൊന്നിനുമില്ലല്ലോ. മൗനം ജലംപോലെ സുന്ദരവും ശക്തവുമാണ്.

ഒമ്പതുമാസത്തെ നിശ്ശബ്ദത അവസാനിപ്പിച്ചിട്ടാണ് രാപ്പാടികൾ മൂന്നുമാസം പാടുന്നതെന്ന് ഒരു കഥയുണ്ട്. രാപ്പാടിയുടെ പാട്ടുകൾക്കിത്ര മധുരം കിട്ടിയത് അതിന്റെ ദീർഘകാലനിശ്ശബ്ദതയാണ്. ബോധിസത്വന്മാരുടെ ജന്മകഥകളിലെല്ലാം മഹാമൗനത്തിന്റെ സ്നേഹങ്ങളെയാണ് വാഴ്ത്തുന്നത്. മൗനത്തിന്റെ മന്ദഹാസമാണ് ബോധോദയത്തിന്റെ പൊരുൾ.

പ്രണയത്തെ പറയാൻ പറ്റിയ വാക്കേത്?

മിണ്ടാതിരിക്കൂ അപ്പോൾ അറിയാനായേക്കും.

എന്നാണ് എന്റെ ഇഷ്ടകവിമിത്രം മൊഴിഞ്ഞത്. വാക്കുകൾക്കുള്ളിലിരുന്ന് വാക്കുകൾക്കപ്പുറത്തുള്ള നിശ്ശബ്ദതയെ എഴുതുന്നവനാണ് കവി. നിശ്ശബ്ദതയിൽ കേട്ട കാര്യങ്ങളാണ് ശബ്ദങ്ങൾക്കവൻ മുറിച്ചുകൊടുക്കുന്നത്.

ആന്തരികതയുമായുള്ള ഒരു മനുഷ്യന്റെ അർത്ഥവത്തായ അനുരഞ്ജനമാണ് അയാളുടെ മൗനം. സമഗ്രതയുടെ സ്വരലയമാണത്.

■

നാടകം

താവളമില്ലാത്തവരുടെ ജലധ്യാനം

കാതില്ലെങ്കിൽ മൗനം കേൾക്കാം
കണ്ണില്ലെങ്കിൽ വെളിച്ചം കാണാം
വാക്കില്ലെങ്കിൽ ആത്മാവിനെ എഴുതാം.

വാക്കുകൾക്കതീതമായ സംവേദനസത്യങ്ങളിലേയ്ക്ക് ഒരു നാടകം നമ്മെ കൊണ്ടുപോകുന്നു. ഇരുൾവെളിച്ചത്തിൽ ലോകത്തെ ആഴത്തിൽ കാണിച്ചുതരുന്നു. ഇരുളിൽ വേണം ലോകത്തെ നോക്കുവാൻ. നിശ്ശബ്ദതയിൽ വേണം ലോകത്തെ വായിക്കുവാൻ. ശബ്ദത്തെയും ചലനത്തെയും വെളിച്ചത്തെയും ചോർത്തിക്കളഞ്ഞ് അനുഭവങ്ങൾക്ക് അതിന്റെ യഥാർത്ഥസത്ത നിറയ്ക്കുകയാണിവിടെ. നിശ്ശബ്ദതയുടെയും ഇരുട്ടിന്റെയും സാവധാനതയുടെയും അരങ്ങനുഭവമാണത്. We can see things better on a cloudy day. ചിത്രകാരനായ സെസാൻ പറഞ്ഞത് നാടകത്തിന്റെ ദൃശ്യപ്പൊരുളായി മാറി. ചെയ്യാതിരിക്കുന്നതിലെ സൗന്ദര്യമാണ് ഈ നാടകം അനുഭവിപ്പിക്കുന്നത്. മേഘാവൃതമായ ഇരുൾവെളിച്ചത്തിലിരുന്ന് ലോകത്തെ നോക്കണം. മൂടിയ വെളിച്ചം ദുർബലമായ വെളിച്ചമല്ല. ഇരുട്ട് കാഴ്ചകളെ മറയ്ക്കുകയല്ല. കാഴ്ചകൾക്കുള്ളിലെ തിരശ്ശീല ഉയർത്തുകയാണ്. നിശ്ശബ്ദതയിൽ ഒരു നാടകമുണ്ടാകുകയല്ല, നാടകം തന്നെ സൂക്ഷ്മതയുടെ ഒരു നിശ്ശബ്ദാനുഭവമാകുകയാണിവിടെ. നിശ്ശബ്ദതയേയും ഇരുട്ടിനേയും നിശ്ചലതയേയും അഭിമുഖീകരിക്കുകയാണ് പ്രേക്ഷകൻ. അരങ്ങിൽ പുതിയൊരു അക്ഷരമാല വായിക്കാൻ തുടങ്ങുന്നു.

ഓരോ നാടകവും അതിനെ കാണുവാനുള്ള കാഴ്ചയുടെ മാനദണ്ഡങ്ങൾ ഒളിപ്പിച്ചു വെച്ചുകൊണ്ടാണ് അരങ്ങിലെത്തുന്നത്. ചലനവും നിശ്ചലതയും തമ്മിൽ, വെളിച്ചവും ഇരുട്ടും തമ്മിൽ, ശബ്ദവും നിശ്ശബ്ദതയും തമ്മിൽ, നടക്കുന്ന വലിയൊരു ഡയലോഗാണ് ഈ നാടകം. അതിലൂടെ സംസ്കൃതിക്കുള്ളിലെ മറഞ്ഞുകിടക്കുന്ന കേവലമനുഷ്യരുടെ ജൈവദാഹങ്ങളാണ് പകർത്തിവെയ്ക്കുന്നത്. വാക്കുകളില്ലാത്ത ഈ നാടകം നിശ്ശബ്ദതയുടെ കാവ്യാത്മകവും ധ്യാനസാന്ദ്രവുമായ അരങ്ങനുഭവമാണ്. ഭാഷയ്ക്കും മതത്തിനും ജാതിയ്ക്കും

വംശത്തിനും വർഗ്ഗത്തിനും ലിംഗഭേദങ്ങൾക്കുമപ്പുറം മനുഷ്യനുള്ളിലെ അനന്തമായ അരക്ഷിതബോധങ്ങളും അലച്ചിലുകളും ശമിക്കാത്ത ദാഹങ്ങളും സ്വാതന്ത്ര്യതൃഷ്ണകളും അന്വേഷിക്കുകയാണിവിടെ. മുറിവേറ്റ ചരിത്രത്തിന്റെ ഒരു ആത്മാന്വേഷണം. ദുരിതാനുഭവങ്ങൾ ഇറക്കിവെയ്ക്കാനിടമില്ലാതെ അകലേയ്ക്കകലേയ്ക്ക് വാഗ്ദത്തദേശം തേടി അലയുന്നവരുടെ ദുരന്താനുഭവങ്ങൾ. മനുഷ്യരാശിയിൽ താവളമില്ലാത്തവരുടെ ഹതാശസ്ഥലകാലങ്ങളിലേയ്ക്കാണ് നാടകം നീങ്ങുന്നത്. പുറപ്പാടിന്റെയും പലായനങ്ങളുടെയും വ്രണിതാനുഭവങ്ങൾ കൂടിയാണല്ലോ മനുഷ്യചരിത്രം.

2012 അന്താരാഷ്ട്രനാടകോത്സവത്തിലെ ഏറ്റവും മികച്ച നാടകാനുഭവം ശങ്കർ വെങ്കിടേശ്വരൻ സംവിധാനം ചെയ്തവതരിപ്പിച്ച 'വാട്ടർസ്റ്റേഷൻ' എന്ന നാടകമായിരിക്കും. തൃശ്ശൂരും കോഴിക്കോടും ഇതിന്റെ അവതരണങ്ങൾ ഉണ്ടായി. ഇന്ത്യയിലെ മഹാനഗരങ്ങളിലും വാട്ടർസ്റ്റേഷൻ ചരിത്രം സൃഷ്ടിച്ചു എന്നാണറിഞ്ഞത്. അത് നിശ്ശബ്ദതയുടെ രണ്ട് മണിക്കൂർ നാടകമാണ്. അരണ്ട ഇരുളിന്റെ കാഴ്ചകൾ. അതിവിളംബിതമായ ചലനങ്ങൾ. ദാഹാർത്തമായ മരുഭൂമിയുടെ സംഗീതം. അഭയാർത്ഥികളുടെ പലായനങ്ങളും അതിനുള്ളിലെ ദാഹവും വിശപ്പും കാമവും അലച്ചിലും കാത്തിരിപ്പും മരണവും. യുദ്ധംകൊണ്ടും വംശീയകലാപങ്ങൾക്കൊണ്ടും ജീവിതത്തിൽ നിന്നു പറിച്ചുമാറ്റപ്പെട്ട മനുഷ്യരുടെ വ്രണിതസഞ്ചാരങ്ങളാണ് നിശ്ശബ്ദതയിലും ഇരുട്ടിലും ഈ നാടകം എഴുതുന്നത്. അതിലൂടെ സംസ്കാരവ്യത്യാസങ്ങൾക്കപ്പുറം മനുഷ്യൻ അവന്റെ നഗ്നതയിൽ കേവലതയിൽ ജൈവികതയിൽ ഒരു സഹനജീവി മാത്രമാണെന്ന് പ്രത്യക്ഷപ്പെടുത്തുകയാണ്. അതിജീവനത്തിന്റെ നിശ്ശബ്ദ നിലവിളി.

ജാപ്പാനീസ് നാടകവേദിയെ സമാന്തരരംഗപ്രയോഗങ്ങൾക്കൊണ്ട് നവീകരിച്ച ഓട്ടോ ഷോഗോയുടെ സ്റ്റേഷൻ ട്രിലജിയിലെ ആദ്യനാടകമാണ് വാട്ടർസ്റ്റേഷൻ. തുടർന്നദ്ദേഹം എർത്ത് സ്റ്റേഷൻ, വിൻഡ്സ്റ്റേഷൻ എന്നീ നാടകങ്ങളും അവതരിപ്പിച്ചു. 1981ലാണ് വാട്ടർസ്റ്റേഷൻ ജപ്പാനിൽ ഷോഗോ ആദ്യമായി അവതരിപ്പിച്ചത്. തന്റെ തന്നെ പറിച്ചുമാറ്റപ്പെട്ട ജീവിതത്തിന്റെ കഠിനമായ പ്രവാസാനുഭവങ്ങളാണ് ഈ നാടകത്രയത്തിൽ പകർത്തിയത്. ജപ്പാന്റെ കോളനിയായിരുന്ന ചൈനയിലാണ് ഷോഗോയുടെ ജനനം. രണ്ടാം ലോകയുദ്ധത്തിൽ ജപ്പാന്റെ പരാജയത്തെ തുടർന്ന് ടോക്കിയോവിലേയ്ക്ക് പലായനം ചെയ്യേണ്ടിവന്നു. ചെറിയ കുട്ടിയായിരിക്കുമ്പോൾ കിട്ടിയ സാധനങ്ങളെല്ലാമെടുത്ത് തിയൻജിയൻ എന്ന തുറമുഖത്തേയ്ക്ക് അഭയാർത്ഥിയായി പോകേണ്ടിവന്ന അനുഭവങ്ങൾ. മൂന്നു മാസം തുടർച്ചയായി അലഞ്ഞ പലായനത്തിന്റെ ദുരിതക്കാഴ്ചകളും നിസ്സഹായരായ മനുഷ്യരുടെ ആയിരം മുഖങ്ങളും ഭാവങ്ങളും അവസ്ഥകളും ആണ് പിൽക്കാലത്ത് ഷോഗോയുടെ

നാടകങ്ങളിൽ ചങ്കുലയ്ക്കുന്ന അനുഭവങ്ങളായി മാറിയത്. വെള്ള ത്തേയും കാറ്റിനേയും മണ്ണിനേയും അഭിസംബോധന ചെയ്ത നാടക ങ്ങൾ താവളമില്ലാത്തവരുടെ യാത്രകളാണ്. ജാപ്പാനീസ് പാരമ്പര്യാനു ഷ്ഠാനങ്ങളെ ആധുനിക മുഹൂർത്തങ്ങളിലേക്ക് പരാവർത്തനം ചെയ്യു കയായിരുന്നു ഷോഗോ. നിശ്ശബ്ദതയുടെയും നിശ്ചലതയുടെയും ശൂന്യ തയുടെയും ദാർശനികസൗന്ദര്യമുള്ള നോ തിയ്യറ്ററും ഹൈക്കുകവിത കളും അദ്ദേഹത്തെ സ്വാധീനിച്ചിട്ടുണ്ട്. ഒസുവിനെപ്പോലുള്ള ജാപ്പാനീസ് ചലച്ചിത്രപ്രതിഭകളും ശൂന്യമാക്കലിന്റെ ഈ കലാസൗന്ദര്യം വികസി പ്പിച്ചെടുത്തിട്ടുണ്ടല്ലോ.

ശങ്കർ വെങ്കിടേശ്വരൻ ഇതിനൊരു പുതിയ രംഗപ്രഭാഷ്യമൊരുക്കി യപ്പോൾ കലാകാരൻ എന്ന നിലയിൽ ഒരു മായ്ച്ചുവരയ്ക്കൽ സംഭ വിച്ചു. തിയ്യറ്റർ റൂട്ട്സ് ആന്റ് വിങ്സിന്റെ ബാനറിൽ 2007 ൽ കിക്ക് ഡെത്ത് എന്ന നാടകവും 2008 ൽ സഹ്യന്റെ മകനും ചെയ്ത ശങ്കറല്ല വാട്ടർസ്റ്റേഷനിൽ എത്തുമ്പോൾ. കഴിഞ്ഞ രണ്ടു നാടകങ്ങളും ചടുലവും ശബ്ദമുഖരിതവുമായ കാഴ്ചാനുഭവങ്ങളായിരുന്നുവെങ്കിൽ വാട്ടർസ്റ്റേഷൻ നിശ്ശബ്ദതയുടെയും നിശ്ചലതയുടെയും ഇരുട്ടിന്റെയും ധ്യാനനാടകമാണ്. ജപ്പാനിലെ പ്രമുഖ അഭിനേത്രി മികാരിയെ കേന്ദ്രകഥാപാത്രമാക്കിക്കൊണ്ട് അവതരിപ്പിച്ച സഹ്യന്റെ മകൻ വലിയൊരു ഉത്സവക്കാഴ്ചയുടെ ലഹരി യാണ് പകർന്നത്. ശങ്കർ പുതിയ നാടകത്തിൽ എല്ലാ ശബ്ദങ്ങളെയും ചടുലതകളെയും പരിപൂർണ്ണമായി ഒഴിവാക്കി. വിസ്മയകരമായ നിയന്ത്ര ണത്തോടെ സ്ഥൂലമായതെല്ലാം സൂക്ഷ്മത്തിലേയ്ക്ക് പിൻവലിച്ചു. നിശ്ശ ബ്ദതയും നിശ്ചലതയും വിളംബിതാവസ്ഥയും രംഗാവതരണസങ്കേത ങ്ങളാക്കി. യൂണിവേഴ്സൽ ഭാഷയിൽ ഒരു തിയ്യറ്റർ പരീക്ഷണം.

നിശ്ശബ്ദത ഒരു ആഗോളഭാഷയാണ്. സഹനവും സ്വാതന്ത്ര്യവും ആഗോളാനുഭവമാണ്. മനുഷ്യൻ അവന്റെ ഏകാന്തതയെ നേരിടുന്നത് എല്ലായ്പോഴും സംസ്കാരവൈരുദ്ധ്യങ്ങൾക്കപ്പുറത്ത് അവരവരുടേതായ ആത്മദേശങ്ങളിൽ നിന്നാണ്. ഈ നാടകം ഒരു പ്രദേശത്തേയും ഭാഷ യേയും സംസ്കാരത്തേയും പ്രതിനിധാനം ചെയ്യാതെ എല്ലാ മനുഷ്യ രിലുമുള്ള അടിസ്ഥാനവാസനകളെ പകർത്തിവെയ്ക്കുകയാണ്. പോളണ്ട്, പാരീസ്, ഡൽഹി, മുംബൈ, ബാംഗ്ലൂർ, ആസാം, കേരളം എന്നിവിടങ്ങളിൽ നിന്നും തെരഞ്ഞെടുക്കപ്പെട്ട അഭിനേതാക്കളുടെ പതി നെട്ടംഗസംഘമാണ് അരങ്ങിലെത്തുന്നത്. പല നാടുകളിലെ കലാകാര ന്മാർ അവരുടെ ശരീരഭാഷയ്ക്കുള്ളിലെ ഊർജ്ജത്തെയാണ് പുറത്തെ ടുക്കുന്നത്. കഥാപാത്രങ്ങളും പ്രേക്ഷകരും ഗാഢമായ ആ നിശ്ശബ്ദത യിൽ പങ്കുവെയ്ക്കുന്നത് ഒരേ ജൈവതാളമാണ്. സ്വന്തം ഹൃദയമിടിപ്പു കളുടെ താളം. അതൊരു പശ്ചാത്തലസംഗീതം പോലെ ഓഡിറ്റോറി യത്തെ വലയംചെയ്തുകൊണ്ടിരുന്നു. ഓരോ മനുഷ്യന്റെയും ഉള്ളിലുള്ള ചലനവും ഉള്ളിലുള്ള ശബ്ദവുമാണ് നാടകം തൊട്ടുണർത്തുന്നത്.

ഇരുളും നിശ്ശബ്ദതയും പരസ്പരം ആശ്ലേഷിച്ചുനിന്ന സൂക്ഷ്മമായ ദീപവിതാനത്തിന്റെ അരങ്ങിലേയ്ക്ക് പതിഞ്ഞ ചലനങ്ങളിൽ പലതരം ജീവിതഭാരങ്ങളുടെ ചുമടുകളുമായി കുറേ മനുഷ്യർ ഊഷരമായ മണൽ പ്പരപ്പിലൂടെ കടന്നുപോവുകയാണ്. ഉള്ളിൽ വേദനകളെ അമർത്തിവെച്ച് വിദൂരതയിലെവിടെയോ കണ്ടതോ കാണാനാഗ്രഹിക്കുന്നതോ ആയ വാഗ്ദത്തദേശത്തിലേയ്ക്ക് അവർ അഭയദാഹത്തോടെ നോക്കുന്നുണ്ട്. ആ നോട്ടങ്ങൾ അവരുടെ ഛേദിക്കപ്പെട്ട സ്വപ്നങ്ങളാണ്. പറിച്ചു മാറ്റപ്പെട്ട വേരുകളാണ്. നഷ്ടപ്പെട്ട പ്രിയപ്പെട്ടവരാണ്. മനുഷ്യചരിത്ര ത്തിലെ അനാഥത്വവും ശൂന്യതയും അവരുടെ ശരീരങ്ങളിൽ അടക്കം ചെയ്യപ്പെട്ടിട്ടുണ്ട്.

പലായനം ചെയ്യുന്ന കുടിയിറക്കപ്പെട്ടവരുടെ പെരുകിപ്പെരുകി വരുന്ന നിരകൾ. അക്കൂട്ടത്തിൽ ഏകാകികളുണ്ട്. സ്വപ്നാടകരുണ്ട്. പ്രണയി കളുണ്ട്. വൃദ്ധരുണ്ട്. രോഗികളുണ്ട്. അമ്മമാരുണ്ട്. ഉല്ലാസികളുണ്ട്. അവർക്കുള്ളിലെ ദാഹം, വിശപ്പ്, കാമം, പ്രണയം, ഭയം, മരണം, വഴക്ക്, വേർപിരിയൽ. ജീവിതഭാരം മുഴുവൻ മുതുകിൽ അടിച്ചേല്പിച്ച് കൂനി കൂനി നടന്നുനീങ്ങുന്നവർക്കിടയിൽ എല്ലാ രാജ്യക്കാരുമുണ്ട്. പല വേഷ ങ്ങളിൽ, പല ചേഷ്ടകളിൽ, പല പെരുമാറ്റങ്ങളിൽ, പല മാറാപ്പുകളിൽ നിശ്ശബ്ദസഹനത്തിന്റെ വ്രണിതസഞ്ചാരം. ഏതൊക്കെയോ ദാഹവും വിശപ്പുമാണ് ഇരുട്ടിന്റെ പാതകീറി അവരെ നടത്തിക്കുന്നത്. സഹജീവി കളോട് കരുണയുള്ളവർ, വെറുപ്പുള്ളവർ, സ്വാർത്ഥർ, സ്വപ്നം നിറച്ച വർ, ഭയംകൊണ്ട് വിറച്ചവർ, ഭാരംകൊണ്ട് ക്ഷീണിതർ. അരങ്ങിലവർ ഓരോരുത്തരായി ജീവന്റെ ഉറവയ്ക്കു സമീപമെത്തിയിരിക്കുന്നു. ദീർഘ ദിനരാത്രങ്ങൾ താണ്ടിയെത്തിയ അവരുടെ വിണ്ടടർന്ന കാലുകൾ ഒരു ജലസങ്കേതത്തിൽ എത്തിച്ചേർന്നിരിക്കുകയാണ്. ഊഷരഭൂമിക്കു നടു വിൽ കേടുവന്ന ഒരു പൈപ്പിൽ നിന്നും വെള്ളത്തിന്റെ ഒരു നേർത്ത ധാര. അല്പമായി വീഴുന്ന ആർക്കും നിയന്ത്രിക്കാൻ കഴിയാത്ത വെള്ള ത്തിന്റെ നേർത്ത ശബ്ദം മാത്രമാണ് അരങ്ങിൽ. ആ നനുത്ത ശബ്ദം നിശ്ശബ്ദതയെ കൂടുതൽ നിശ്ശബ്ദമാക്കി. അപ്പോൾ മരുഭൂമിയുടെ ദാഹത്തെ അനുഭവിപ്പിക്കുന്ന വേദന നിറഞ്ഞ സംഗീതം വിദൂരതയിൽനിന്ന് കേൾക്കാം.

ആദ്യമായൊരു പെൺകുട്ടിയാണ് അരങ്ങിലേയ്ക്ക് വരുന്നത്. ശൂന്യ മായ കണ്ണുകൾ. ചുറ്റുമുള്ള ലോകത്തെ മുഴുവൻ സാവധാനത്തിൽ ഊറ്റി യെടുക്കുകയാണവൾ. ഒരാൾക്ക് എത്രത്തോളം പതുക്കെ ചലിക്കാമോ അത്രയും പതിഞ്ഞ താളമാണവളുടെ ശരീരത്തിന്. വിട്ടുപേക്ഷിച്ച പ്രിയ തരങ്ങളായ ഭൂതകാലസ്മരണകൾ മുഴുവനുമുണ്ട് അവളുടെ നനഞ്ഞു വറ്റിയ കണ്ണുകളിൽ. വരൾച്ചയ്ക്കു നടുവിലും ചില പ്രതീക്ഷകളുടെ തിളക്കങ്ങളും കണ്ണുകളിലുണ്ട്. മിന്നിമറയുന്ന സമ്മിശ്രഭാവങ്ങളോടെ അവൾ ആ ഇരുളിനു നടുവിലൂടെ നടന്ന് പ്രേക്ഷകരെ മുഴുവൻ കൂടെ

കൂട്ടുന്നു. പ്രേക്ഷകർ ഇനി ഇവളുടെ പതിഞ്ഞ ചുവടുകളിലും സന്ദിഗ്ദ്ധതകളിലും നിശ്ശബ്ദതയിലും ആണ് നാടകത്തിലൂടെ സഞ്ചരിക്കുക. മുകളിൽ നിന്ന് ചെരിഞ്ഞ പ്രതലത്തിലൂടെ താഴോട്ടിറങ്ങി അവൾ ഇഴഞ്ഞിഴഞ്ഞാണ് ജലസങ്കേതത്തിലെത്തുന്നത്. മെല്ലിച്ച നീരിലേയ്ക്ക് ഒരു ചുവന്ന മഗ്ഗ് നീട്ടി വെള്ളം ശേഖരിച്ചു. വെള്ളം അവളുടെ അകവും പുറവും നനച്ചു.

വല്ലാത്ത ദാഹത്തോടെ കോരിക്കുടിച്ചുകൊണ്ടിരിയ്ക്കേ കുറച്ചകലെ എല്ലാം നിരീക്ഷിക്കുന്ന ഒരാളെ കണ്ടവൾ ഞെട്ടി. യന്ത്രഭാഗങ്ങൾക്കു മുകളിൽ ഒരു ചെറുകപ്പലിന്റെ കപ്പിത്താനുമാകാം അയാൾ. നാടകം മുഴുവൻ ഇയാളുടെ നിരീക്ഷണവലയത്തിലാണ്. അരങ്ങേറുന്ന ഓരോ സംഭവത്തോടുമയാൾ പ്രതികരിക്കുന്നുണ്ട്. നാടകം ഇയാളുടെ വീക്ഷണകേന്ദ്രത്തിലാണ് ഉറപ്പിക്കപ്പെട്ടിരിക്കുന്നത്. ഒരുപക്ഷേ പ്രേക്ഷകരുടെ കാഴ്ചപ്പാടുകളെയാകാം ഇയാൾ പ്രതിനിധീകരിക്കുന്നത്.

ദാഹജലത്തിനായി കലഹിക്കുന്ന രണ്ട് സുഹൃത്തുക്കൾക്ക് പിന്നാലെ ഭാര്യയും ഭർത്താവും ഒരു തൊട്ടിലും വലിച്ചുകൊണ്ട് ജലസങ്കേതത്തിലേയ്ക്ക് അമർത്തിയ നിലവിളിയുമായി വരുന്നുണ്ട്. കുഞ്ഞില്ലാത്ത തൊട്ടിലാണത്. നഷ്ടത്തിന്റെ ആഴമേറിയ ഓർമ്മകളും വേദനകളുമായി വരുന്ന അമ്മയുടെ കയ്യിൽ ഒഴിഞ്ഞ മുലക്കുപ്പിയുണ്ട്. മുലക്കുപ്പിയിൽ വെള്ളം നിറച്ച് പരസ്പരം സാന്ത്വനിപ്പിച്ചും കെട്ടിപ്പുണർന്നും അവർ ജലസങ്കേതത്തിൽ ദാഹം തീർക്കുന്നു. അവർക്കരികിലേയ്ക്ക് ഒരു വലിയ കൊട്ടയും ചുമന്നുകൊണ്ട് ക്ഷീണിച്ചുതളർന്ന ഒരു വൃദ്ധ. ആരും തുണയില്ലാത്ത അനാഥവാർദ്ധക്യത്തിന്റെ പാരവശ്യം മുഴുവനുമുണ്ട്. താൻ ചുമന്ന കൊട്ടയിൽ സ്വയം കയറിയിരുന്നു. കൊട്ടയിൽ ചുരുണ്ടുകൂടിക്കിടക്കുന്ന ആ വൃദ്ധയ്ക്ക് ചുണ്ടുനനച്ചു കൊടുക്കുന്നത് പിന്നീട് വരുന്ന കമിതാക്കളാണ്. മരിച്ചുപോയ ആ വൃദ്ധയേയും താങ്ങി ചെറുപ്പക്കാരൻ മരുഭൂമിയിൽ കൊട്ടയോടെത്തന്നെ അവരെ സംസ്കരിച്ചു.

ഇങ്ങനയെത്രയോ മനുഷ്യരുടെ ശവശരീരങ്ങളും ഉപേക്ഷിക്കപ്പെട്ട ഭാണ്ഡങ്ങളും ആ മണ്ണിൽ ചേർന്നലിഞ്ഞുപോയിട്ടുണ്ട്. പാതയുടെ ചുറ്റിലും അടിയിലുമെല്ലാം ഉപേക്ഷിക്കപ്പെട്ട വസ്തുക്കളും മാലിന്യങ്ങളും നിറച്ചുവെച്ചുകൊണ്ടാണ് അരങ്ങിലെ രംഗവിതാനം തയ്യാറാക്കിയിരിക്കുന്നത്.

ജലസങ്കേതത്തിലേയ്ക്ക് ചാടിയിറങ്ങി മുങ്ങിക്കുളിക്കുന്ന ആണും പെണ്ണും. വസ്ത്രങ്ങൾ കഴുകുന്നുണ്ട്. ശരീരങ്ങളെ കുളിപ്പിക്കുന്നുണ്ട്. ജലത്തിന്റെ നഗ്നതയിൽ അവരുടെ ലൈംഗികതയും വിശുദ്ധമാകുകയാണ്. പലതരം ദാഹങ്ങളുടെ പൂർത്തീകരണം പോലെ പിന്നീട് വരുന്നവരേയും ആ ജലസംഭരണി ഉൾക്കൊള്ളുന്നു. പൈപ്പിനു ചുറ്റുമിരുന്ന് കലഹിക്കുന്നവരും ഉല്ലസിക്കുന്നവരും എല്ലാമുണ്ട്. അവർക്കുള്ളിലെ

നല്ലതും ചീത്തയുമായവ മുഴുവൻ പുറത്തേയ്ക്ക് കൊണ്ടുവരുന്നതും ജലസാന്നിധ്യമാണ്.

തന്റേതുമാത്രമല്ലാത്ത വലിയ ചുമടുകളുമായി ഒരു മനുഷ്യൻ കൂനിക്കൂനി വരുന്നു. ലോകത്തിന്റെ മുഴുവൻ അഴുക്കും മാലിന്യവും ഭാരവുമെല്ലാം ചുമന്നാണയാൾ വരുന്നത്. അയാളുടെ മുഖത്ത് ലോകത്തോടു മുഴുവനുമുള്ള പകയും അസംതൃപ്തിയുമുണ്ട്. ലോകത്തെ വിരൂപമാക്കുന്നതിനോടെല്ലാമുള്ള വിയോജിപ്പിന്റെ മുഖമാണത്. അയാൾ പൈപ്പിനരികിലിരുന്ന് പല്ല് തേയ്ക്കുകയാണ്. വളരെനേരം വായ വൃത്തിയാക്കുന്നു. അതുവരെയും ഉച്ചരിക്കാൻ കഴിയാതെപോയ വായിലെ കയ്ക്കുന്ന വാക്കുകളെ ആകുമോ അയാൾ കഴുകിവൃത്തിയാക്കുന്നതെന്നറിയില്ല. പുതിയൊരു ശബ്ദത്തിനായുള്ള തയ്യാറെടുപ്പാകുമോ അത്?

ദുരന്തത്തിന്റെ നിശ്ശബ്ദമായ ആ ഘോഷയാത്ര തീരുന്നില്ല. ആരംഭത്തിൽ കണ്ട പെൺകുട്ടി വീണ്ടും വരുന്നു. ദുരന്തചക്രം ആവർത്തിക്കുംപോലെ. ഇരുട്ടിൽ കൂടുതൽ ഇരുട്ട് നിറച്ച്, നിശ്ശബ്ദതയെ കൂടുതൽ നിശ്ശബ്ദമാക്കി ചലനത്തെ കൂടുതൽ സാവധാനമാക്കി നാടകം ഒരിക്കലും പൂർത്തിയാകാത്ത ചാക്രികചലനത്തിൽ യാത്ര തുടരുകയാണ്.

യുദ്ധക്കെടുതികളും വർഗ്ഗീയകലാപങ്ങളും ആഗോളാധിനിവേശവും മൂലം പറിച്ചുമാറ്റപ്പെടുന്ന മനുഷ്യരുടെ ദൈന്യതകൾ വാട്ടർസ്റ്റേഷനിലെ കഥാപാത്രങ്ങളുടെ ആന്തരികഭാവങ്ങളാണ്. ഓരോ അഭിനേതാവിന്റെയും മുഖത്ത് ഓരോ നാടിന്റെയും ചരിത്രവും ദുരന്തകഥയും പതിഞ്ഞിരിക്കുന്നു. പലസ്തീൻ, ഇറാക്ക്, ജാഫ്ന, അഫ്ഗാനിസ്ഥാൻ തുടങ്ങിയ മുറിവേറ്റ രാജ്യങ്ങളുടെ മുമ്പിൽ അവതരിപ്പിക്കപ്പെട്ടാൽ വാട്ടർസ്റ്റേഷൻ തീവ്രമായ മറ്റൊരു അരങ്ങനുഭവമുണ്ടാക്കും.

വാക്കുകളില്ലാത്ത ഈ നാടകത്തിന്റെ നിശ്ശബ്ദതയിൽ, സ്തംഭിച്ചുപോയ ഒരു അടഞ്ഞ ചരിത്രത്തെ നമുക്ക് തുറന്നു വായിക്കാൻ കഴിയും. ഏകാകികളാകാൻ വിധിക്കപ്പെട്ടവരുടെ നിശ്ശബ്ദരോദനങ്ങൾ കേൾക്കാൻ കഴിയും. കുടിയിറക്കപ്പെട്ട നാഗരികതകളുടെ തകർന്ന മുഖങ്ങൾ കാണാം. നിശ്ശബ്ദതകൾക്കുള്ളിലെ ശബ്ദങ്ങളെ, ഇരുണ്ട വെളിച്ചങ്ങളെ, അബോധസ്വപ്നങ്ങളെ, ഈ നാടകം അസാധാരണമായ സംവേദനക്ഷമതയോടെ പകർത്തിവെച്ചിരിക്കുന്നു.

ഈ നാടകത്തെ അരങ്ങിന്റെ ഭാഷകൊണ്ടല്ല ഞാൻ വായിച്ചെടുത്തത്. അതൊരു കുറവ് തന്നെയാണ്. നിശ്ശബ്ദതയുടെ വിഷാദസൗന്ദര്യം എനിക്കത്രമേൽ പ്രിയംകരമായി. മഴയ്ക്കു മുമ്പുള്ള ഇരുണ്ടുവരുന്ന അന്തരീക്ഷം ഭൂപ്രകൃതിയെ കൂടുതൽ അഗാധമാക്കുമല്ലോ. ഒരു ഭൂപ്രകൃതിയെ സുന്ദരമാക്കുന്നത് അതിന്റെ വിഷാദമാണെന്നു പാമുക്കിന്റെ ഓർമ്മപ്പുസ്തകത്തിലെ ആമുഖവാക്യം മനസ്സിൽ തെളിഞ്ഞു.

വാട്ടർസ്റ്റേഷന് പകർന്നുതന്നത് നിശ്ശബ്ദതയുടെ സംഗീതമാണ്. ഒരു ജലധ്യാനം. ജലത്തേക്കാൾ മൃദുലമായതെന്തുണ്ട്? ഏതു കാഠിന്യത്തെയും അലിയിക്കാൻ ജലത്തിന് കഴിയും. മനുഷ്യസഹനങ്ങളെയെല്ലാം കഴുകിവെടുപ്പാക്കുന്ന വിശുദ്ധമായ സ്നാനകർമ്മംപോലെ ഒരു നാടകം. ഹൃദയം അടക്കിപ്പിടിച്ചാണ് ആ നിശ്ശബ്ദരാത്രിയുടെ രണ്ടുമണിക്കൂറിലൂടെ പ്രേക്ഷകർ കടന്നുപോയത്. അവിസ്മരണീയമായ ആത്മീയലാവണ്യമുള്ള അരങ്ങനുഭവം.

■

■

ഭ്രൂണഹത്യ ചെയ്യപ്പെട്ട ഒരു തെരുവുനാടകം

ഉച്ചരിക്കപ്പെടുംമുമ്പേ വാക്കുകൾക്ക് വിലങ്ങുവീഴുന്ന അനുഭവങ്ങൾ കുറവായിരിക്കും. എഴുതപ്പെടാത്ത പുസ്തകത്തെ, ആവിഷ്ക്കരിക്കപ്പെടാത്ത നാടകത്തെ, ചിത്രീകരണം നടക്കാത്ത സിനിമയെ ഭയപ്പെടുന്ന ഭരണകൂടത്തെ നാമെന്ത് വിളിക്കണം? ജനാധിപത്യം അത്രമേൽ അശ്ലീലമാകുന്ന അനുഭവം മറ്റെന്തുണ്ട്? വിത്തുകളെയാണ് ആക്രമിക്കുന്നത്. വിത്തുകൾക്കുള്ളിൽ ജനിതകമാറ്റം വരുത്തുന്ന ഒരു കാലമാണിതെന്നോർക്കണം. വിതയ്ക്കപ്പെട്ട വിത്തുകൾ ഏതെങ്കിലുമൊരു കാലത്ത് അപ്രതീക്ഷിതമായി വിളഞ്ഞുവന്നേക്കാമെന്ന ഭാവിയുടെ അങ്കലാപ്പു കൂടിയാണ് ഇത്തരം ഭ്രൂണഹത്യകൾ എന്നു പറയേണ്ടിവരും.

25 വർഷം മുമ്പ് ഒരു ഗ്രാമത്തിൽ അത്തരമൊരു ഭ്രൂണഹത്യ നടക്കുകയുണ്ടായി. ആവിഷ്ക്കരിക്കാൻ മാസങ്ങളായി തയ്യാറെടുപ്പു നടത്തിയ ഒരു നാടകത്തെയാണ് പോലീസുകാർ വളഞ്ഞ് ചവിട്ടിയമർത്തിയത്. മലയാളനാടകത്തിലെ എക്കാലത്തേയും സ്വപ്നപ്രതീക്ഷയായിരുന്നു അന്നവിടെ കശാപ്പു ചെയ്യപ്പെട്ടത്. ജോസ് ചിറമ്മൽ രൂപപ്പെടുത്തിയ ഒരു നാടകബീജം.

1986. കേരളത്തിന്റെ സാംസ്ക്കാരിക രംഗത്തെയാകെ ഇളക്കിമറിച്ച ആവിഷ്കാരസ്വാതന്ത്ര്യത്തിനായുള്ള പോരാട്ടം നടന്ന വർഷമാണത്. പി.എം. ആന്റണിയുടെ ക്രിസ്തുവിന്റെ ആറാംതിരുമുറിവ് എന്ന നാടകം മതയാഥാസ്ഥിതികരായ ഒരു വിഭാഗം ഭരണകൂടവുമായി ചേർന്ന് നിരോധിക്കുകയായിരുന്നു. ക്രിസ്തു അപമാനിക്കപ്പെടുന്നു എന്ന കള്ള പ്രചരണം വ്യാപകമായി നടന്നു. കസാൻദ്സാക്കിസിന്റെ 'ക്രിസ്തുവിന്റെ അന്ത്യപ്രലോഭനം' എന്ന ലോകോത്തര നോവലിൽ നിന്നും പ്രചോദനം ഉൾക്കൊണ്ടാണ് ആ നാടകമുണ്ടായത്. ക്രിസ്തുവിനെ യാഥാസ്ഥിതിക പൗരോഹിത്യ ചട്ടക്കൂടിൽ നിന്ന് വിടർത്തി കൂടുതൽ മാനുഷികമായ തെളിച്ചം പകർന്ന ആ നോവലിനെ എത്രത്തോളം ആ നാടകം ഭാവനാത്മകമായി പകർത്തുന്നതിൽ വിജയിച്ചുവെന്ന് പറയാനാവില്ല. എന്നാലും അതൊരു ആവിഷ്ക്കാരമായിരുന്നു. അതിനോട് അർത്ഥവത്തായി സംവദിക്കുവാനുള്ള ജനാധിപത്യാവകാശത്തെയാണ് തകർത്തുകളഞ്ഞത്.

വ്യാപകമായി ആ നാടകം ആക്രമിക്കപ്പെട്ടു. പിന്നീട് നിരോധനവുമുണ്ടായി. ആ നിരോധനത്തിനെതിരായ പ്രതികരണങ്ങൾ കേരളത്തിലെ സമീപകാലചരിത്രം വേണ്ടതുപോലെ പഠിച്ചോ ഉൾക്കൊണ്ടോ എന്നു പറയുവാൻ കഴിയില്ല. സാംസ്ക്കാരികപ്രവർത്തകർ പല തട്ടുകളിൽ നിന്ന് അതിനോട് പ്രതിഷേധിച്ചു. ജാഥകളും മുദ്രാവാക്യങ്ങളും ആയിരുന്നു കൂടുതലും. ഓർക്കുന്നുണ്ട്, ആ കാലത്ത് കാറിൽ മൈക്കുകെട്ടി ജി. കുമാരപിള്ളയുടെയും സിവിക്ചന്ദ്രന്റെയും നേതൃത്വത്തിൽ നടന്ന പ്രതിഷേധസംവാദങ്ങൾ. കലാലയങ്ങളിലേയ്ക്കും ഓഫീസുകളിലേയ്ക്കും തെരുവുകളിലേയ്ക്കും സർഗ്ഗാത്മകതയുടെ ഉന്മേഷമാർന്ന പ്രതികരണങ്ങളിൽ കൂട്ടുചേരുവാൻ എനിക്കും അവസരങ്ങളുണ്ടായി. 'പള്ളിമണികൾ മുഴുങ്ങുന്നതാർക്കുവേണ്ടി?' എന്ന ചോദ്യമുയർത്തി കവലകൾതോറും പ്രതിഷേധയാത്രകളും കവിതകൊണ്ടും ചെറുനാടകങ്ങൾകൊണ്ടും ആ പ്രതിഷേധങ്ങൾക്ക് ക്ഷോഭശില്പങ്ങളുണ്ടായ കാലം. 1986 ജനുവരി 4ന് കെ.വി.കെ. വാരിയർ അടക്കം സാംസ്ക്കാരിക രംഗത്തെ വലിയൊരു നീതിബോധം നേതൃത്വം കൊടുത്ത ആവിഷ്ക്കാര സ്വാതന്ത്ര്യത്തെ ധ്വംസിക്കുന്നവർക്കുള്ള താക്കീതും ഓർമ്മപ്പെടുത്തലുമായി ഉജ്ജ്വലമായൊരു റാലി തൃശ്ശൂരിൽ നടന്നു. എത്ര ചവിട്ടിത്താഴ്ത്തിയാലും ഉയിർക്കുന്ന ഓർമ്മകളിലൊന്നായിരുന്നു അത്. മലയാളിയുടെ നീതിബോധത്തിലേക്ക് തീ കോരിയിട്ട ഓർമ്മ.

സത്യത്തിൽ ആവിഷ്ക്കാരസ്വാതന്ത്ര്യത്തിനായുള്ള ആ പോരാട്ടത്തിന്റെ വഴികളിൽ ജോസ് ചിറമ്മൽ എന്ന നാടകകാരനാണ് ഏറ്റവും സർഗ്ഗാത്മകമായ ഒരു ഇടപെടൽ നടത്തിയത്.

കവികളും ചലച്ചിത്രകാരന്മാരും ചിത്രകാരന്മാരും ഗായകരും ജോസ് ചിറമ്മലിനോടൊപ്പം കൂട്ടുചേർന്നു. തൃശ്ശൂരിലെ ആലപ്പാട് ഗ്രാമം കലാകാരന്മാരുടെ അപൂർവ്വമായ ആ സാഹോദര്യത്തെ നെഞ്ചിലണച്ചുപിടിച്ചു. അസാധാരണമായൊരു തെരുവുനാടകത്തിന് ബീജാവാപം നടക്കുകയായിരന്നു. തെരുവിനെ മുഖ്യകഥാപാത്രമാക്കി ഒരു നാടകം സാഹസികമായി ഭാവനചെയ്യുകയായിരുന്നു. കേരളത്തിൽ പ്രൊസീനിയം തിയ്യറ്ററിന്റെ ചട്ടക്കൂട് പൊളിച്ചുമാറ്റി നാടകങ്ങൾ തെരുവിലിറങ്ങി നടന്നുതുടങ്ങുന്ന കാലത്തിന്റെ ഒരു പുതിയ ചുവടുവെയ്പ്.

അടിയന്തരാവസ്ഥ പിൻവലിക്കപ്പെട്ട തൊട്ടടുത്തവർഷങ്ങളിൽ സ്പാർട്ടക്കസ്, അമ്മ, നാടുഗദ്ദിക തുടങ്ങിയ ശ്രദ്ധേയങ്ങളായ തെരുവുരംഗപ്രസാധനങ്ങളുണ്ടായി. കലാകാരന്മാരുടെ ആക്ടിവിസത്തിന് അർത്ഥവത്തായ അരങ്ങൊരുങ്ങി. തുടർന്ന് ജോസ് ചിറമ്മലും, പി.എം. ആന്റണിയും, പി.എം. താജുമെല്ലാം തുറന്ന അരങ്ങുകളിൽ നാടകപ്രയോഗങ്ങൾ നടത്തി. 1989ലായിരുന്നു സഫ്ദർ ഹസ്മിയുടെ തെരുവുനാടകത്തിനുള്ളിലെ രക്തസാക്ഷിത്വം ഇന്ത്യയിലെമ്പാടും പുതിയ ആവേശം പകർന്നത്. എന്നിട്ടും തെരുവിന്റെ സമഗ്രസൗന്ദര്യമുള്ള ഒരു

നാടകവും അരങ്ങേറ്റപ്പെട്ടില്ല എന്നതാണ് സത്യം. ഒരു മുഴുവൻതെരുവിന്റെയും ഊർജ്ജം ഉപയോഗിച്ച് ഒരു നാടകമുണ്ടായിട്ടില്ല. തെരുവിന്റെ ചലനങ്ങൾ, കോലാഹലങ്ങൾ, ഭാഷാശീലങ്ങൾ, പെരുമാറ്റരീതികൾ, പ്രാദേശികസൗന്ദര്യങ്ങൾ എല്ലാം ദൃശ്യസാദ്ധ്യതകളാക്കി മാറ്റുന്ന ഒരു തെരുവുനാടകത്തെയാണ് ജോസ് ചിറമ്മൽ ആലപ്പാടുനിന്നും കണ്ടെടുക്കുന്നത്.

ക്രിസ്തു എന്ന കലാകാരന്റെ കുരിശേറ്റമായിരുന്നു ഇതിവൃത്തം. അധികാരരൂപങ്ങളോട് നിരന്തരം കലഹിച്ച് അവഗണിതരോടും നിഷ്കാസിതരോടും സ്ത്രീകളോടും നീതിനിഷേധിക്കപ്പെട്ടവരോടും ഒപ്പം നിന്ന് നടത്തിയ വലിയൊരു തെരുവുയുദ്ധത്തിന്റെ നായകനായിരുന്നു ക്രിസ്തു. പൗരോഹിത്യവും രാഷ്ട്രീയയാഥാസ്ഥിതികത്വവും ക്രിസ്തുവിനെ കടന്നാക്രമിച്ചു. അധികാരവിരുദ്ധത എന്ന നിർഭയത്വത്തിന്റെ സൗന്ദര്യത്തെയാണ് ക്രിസ്തു തന്റെ സ്ഥലകാലങ്ങളിൽ ഗംഭീരമായി ആവിഷ്ക്കരിച്ചത്. അതിന്റെ തുടർച്ചയായി ആ യുവപ്രവാചകന് കുരിശുമരണവും നേരിടേണ്ടിവന്നു. ആ കുരിശേറ്റം സമകാലിക കേരളീയ മുഹൂർത്തങ്ങളിലേക്ക് പകർന്നാടുകയായിരുന്നു ജോസ് ചിറമ്മൽ.

കസാൻദ്സാക്കിസിന്റെ ഗ്രീക്ക് പാഷൻ, ക്രൈസ്റ്റ് റീ ക്രൂസിഫൈഡ് എന്ന പേരിൽ സിനിമയായി കണ്ട അനുഭവം ഞങ്ങൾ പങ്കുവെച്ചതോർക്കുന്നു. പാഷൻപ്ലേ എന്ന യൂറോപ്യൻ അനുഷ്ഠാന കലാവതരണത്തെ ഓർമ്മിപ്പിക്കുന്ന പുതിയൊരു കേരളീയ ദൃശ്യാനുഭവത്തിനായിരുന്നു ജോസ് ചിറമ്മൽ തയ്യാറെടുത്തിരുന്നത്.

നാടകത്തിന്റെ വഴികൾ കുരിശിന്റെ വഴികളായി. അതിൽ നിറയെ വിചാരണകളും വിധിത്തീർപ്പുകളും വീഴ്ചകളും പീഡകളും മുറിവുകളും അപമാനങ്ങളും ആയിരുന്നു. 14 സ്ഥലങ്ങളിലായി ക്രിസ്തു എന്ന കലാകാരൻ വിചാരണ ചെയ്യപ്പെട്ടു. മുറിവിൽ പിടഞ്ഞും വീണും അപമാനിതനായും ചുരുക്കം ചില സന്ദർഭങ്ങളിൽ സാന്ത്വനിക്കപ്പെട്ടും വേദനയെ ഒപ്പിയെടുത്തും ആ വ്രണിത രക്തയാത്രയെ അനുസ്മരിച്ചുകൊണ്ടാണ് 'കുരിശിന്റെ വഴി' എന്ന തെരുവുനാടകം ആലപ്പാട്ടുനിന്നും നടന്നുതുടങ്ങുന്നത്. ഏഴു കിലോമീറ്റർ നടന്നു തൃപ്രയാർ എത്തുമ്പോൾ ക്രിസ്തുവിന്റെ കുരിശേറ്റത്തിനായുള്ള കാൽവരി ഒരുങ്ങിക്കഴിഞ്ഞിട്ടുണ്ടാവും. ഈ നാടകം തെരുവിലൂടെ പീഡാസഹനങ്ങൾ ഏറ്റുവാങ്ങി നടന്നുപോകുമ്പോൾ കാഴ്ചക്കാരായ തെരുവോരങ്ങൾ പ്രതികരിക്കും.

ക്രിസ്തു നടന്നുനീങ്ങിയ കുരിശിന്റെ വഴി രക്തസ്നാതമായ ഓർമ്മകളോടെ ഒരു തെരുവുനാടകമായി രൂപാന്തരപ്പെടുകയായിരുന്നു.

മനുഷ്യപുത്രൻ എന്നു വിളിക്കപ്പെടണമെങ്കിൽ സ്വന്തം കുരിശു ചുമക്കുകയും സ്വയം കാൽവരിയിൽ കയറുകയും വേണമെന്ന് കസാൻദ്സാക്കിസ് എഴുതിയിട്ടുണ്ട്.

1986 നവംബർ 17 ആലപ്പാട് കവല പീലാത്തോസിന്റെ പ്രത്തോറിയം ആയി മാറി. വിധിയുടെ കവലയാണത്. വിചാരണവേളയിൽ അപമാനിതനായി നിൽക്കുന്ന ക്രിസ്തുവിനെ നോക്കി പീലാത്തോസ് വിധി പ്രസ്താവിക്കുകയാണ്. ഇതാ ഒരു മനുഷ്യൻ. കുരിശിന്റെ വഴി ആ നട്ടുച്ചയ്ക്ക് തുടങ്ങുമ്പോഴാണ് പോലീസ് എല്ലാം ചവിട്ടിയരച്ച് വരുന്നത്. അന്നവിടെ ആയിരത്തിലധികം പേർ കൂടി നിന്നിരുന്നു. നാടകാവതരണവുമായി ബന്ധപ്പെട്ട അമ്പത്തിയേഴ് പേരെ പോലീസ് അറസ്റ്റുചെയ്തു. നാടകാവതരണത്തിന് അനുമതിയില്ല. അവതരിപ്പിക്കുംമുമ്പേ തെരുവിനെ മുഴുവൻ അറസ്റ്റ് ചെയ്ത് നാടകത്തെ കുഴിച്ചുമൂടി. മലയാളത്തിൽ ഇതാദ്യം. ആദ്യാവതരണത്തെ തന്നെ മുറിച്ചു മാറ്റിയ അനുഭവം.

ആ നാടകം നടക്കുമായിരുന്നെങ്കിൽ ഇന്ത്യയിലെ ആദ്യത്തെ തെരുവുനാടകത്തിന്റെ രംഗപ്രവേശനമാകുമായിരുന്നു.

തെരുവുകളെയും നഗരങ്ങളെയും വേദികളാക്കി മിസ്റ്ററി ബുഫെ പോലുള്ള വലിയ തെരുവുനാടകാവതരണത്തിന്റെ മാസ് തിയറ്റർ ലോക ചരിത്രത്തിലുണ്ടായിട്ടുണ്ട്. ഒക്ടോബർ വിപ്ലവത്തിന്റെ ആദ്യവർഷത്തിൽ മയക്കോവ്സ്കിയുടെ കവിത മേയർ ഹോൾഡ് സംവിധാനം ചെയ്ത് അവതരിപ്പിച്ചതിന്റെ ചരിത്രമുണ്ട്. പെട്രാഗ്രാഡിൽ പ്രേക്ഷകലക്ഷങ്ങളെ സാക്ഷിനിർത്തി മിസ്റ്ററി ബുഫെ എന്ന മാസ് തിയ്യറ്റർ പെർഫോമൻസ് ജോസ് ചിറമ്മലിന് ഈ നാടകരൂപീകരണത്തിൽ വലിയൊരു പ്രചോദനമായിരുന്നു.

ആലപ്പാട് ഗ്രാമത്തിലെ സമാജത്തിൽ ഈ നാടകത്തിനായുള്ള അണിയറയൊരുക്കങ്ങളിൽ പല വൈകുന്നേരങ്ങളിലും ഞാനെത്തുമായിരുന്നു. എഴുത്തുകാരുടെയും ചിത്രകാരന്മാരുടെയും ശില്പികളുടെയും സിനിമാക്കാരുടെയും ഊർജ്ജസ്വലമായ ഒത്തുചേരലുകൾ തന്നെ വലിയ സർഗ്ഗാത്മകമുഹൂർത്തങ്ങളായി മാറി. റിഹേഴ്സൽ ക്യാമ്പിനുമപ്പുറം വൈവിധ്യമാർന്ന അഭിരുചികളും കലാശൈലികളും ഒത്തുചേരുന്നതിന്റെ സാംസ്കാരികവിനിമയങ്ങൾ അവിടെ നടന്നു. റാഡിക്കൽ പെയിന്റേഴ്സിന്റെയും ലിബറേഷൻ തിയോളജിക്കാരുടെയും നക്സലേറ്റുകളുടേയും ആധുനിക കവികളുടെയും കഥാകാരന്മാരുടെയും വലിയൊരു സാഹോദര്യമായിരുന്നു അത്. ആലപ്പാട് ഗ്രാമവാസികൾ അവർക്ക് കഞ്ഞിവെച്ചുകൊടുത്തു. രാത്രിയിൽ നാടൻപാട്ടുകൾ പാടി ഉറക്കമൊഴിച്ചു കാവൽ നിന്നു. കേരളം അതുവരെ കാണാത്തതെന്തോ സംഭവിക്കാൻ പോകുന്നുവെന്ന പ്രതീക്ഷയുടെയും ആകാംക്ഷയുടെയും ഊർജ്ജസ്വലമായ ദിവസങ്ങൾ. അന്ന് കുരിശിന്റെ വഴിയിലൂടെ ആ നാടകം നടന്നുപോയിരുന്നുവെങ്കിൽ നമ്മുടെ തെരുവുനാടകചരിത്രം തന്നെ മറ്റൊന്നാകുമായിരുന്നു. തുറന്ന അരങ്ങിൽ മലയാളത്തിന് മൂന്നാം നാടകവേദിയുടെ പുതിയൊരു ചരിത്രം എഴുതാനാകുമായിരുന്നു.

25 വർഷം മുമ്പ് നടക്കാതെപോയ ആ നാടകപരീക്ഷണത്തിന്റെ ഓർമ്മകളെ പുതുക്കിയുണർത്തിക്കൊണ്ട് ആലപ്പാട്ട് സെന്ററിൽ ഒരു ഒത്തുചേരലുണ്ടായി. ഒരു വർഷം നീളുന്ന സാംസ്കാരിക പരിപാടികളോടെ കേരളത്തിന്റെ കലാചരിത്രത്തിൽ വേറിട്ടൊരു അനുഭവത്തെ പുനരാവിഷ്ക്കരിക്കുവാനാണ് സുഹൃദ്സംഘം തയ്യാറെടുക്കുന്നത്. കാറ്റിനെതിരെ പാഞ്ഞുപോയ ആ കാലത്തിന്റെ ഉശിരാർന്ന അനുഭവങ്ങളെ ഇന്ന് തിരിച്ചുപിടിക്കാനാകുമെന്ന് എനിക്കൊട്ടും പ്രതീക്ഷയില്ല. പ്രത്യേകിച്ചും മാർക്കറ്റിന്റെ അന്ധശക്തികൾ ചിതറിച്ചുകളഞ്ഞ ഈ ശിഥില കാലത്തിന് അതിനായുള്ള ഊർജ്ജം ഉണ്ടാകുമെന്ന് തോന്നുന്നില്ല.

സ്വപ്നങ്ങളിൽ നിന്നുമാത്രമല്ല സ്വപ്നഛേദങ്ങളിൽ നിന്നും മഹത്തായ മാറ്റങ്ങൾ സംഭവിക്കാം. മലയാള നാടകചരിത്രത്തിൽ ഛേദിക്കപ്പെട്ട ഒരു സ്വപ്നത്തിന്റെ ഓർത്തെടുക്കലാണ് നടക്കാനിരിക്കുന്നത്. സാമൂഹ്യവും സാംസ്ക്കാരികവുമായ ഓർമ്മകളുടെ ഒരു വീണ്ടെടുപ്പിന് മലയാളിയുടെ നഷ്ടപ്പെട്ടുകൊണ്ടിരിക്കുന്ന നീതിബോധം തയ്യാറാവേണ്ടതുണ്ട്. ഒരുപക്ഷേ ഈ ഓർമ്മകൾ കലാകാരന്മാരുടെ സാംസ്ക്കാരിക അലസതകളെയും അധികാരസ്ഥാപനങ്ങളോടുള്ള അടിമത്തത്തെയും അവസരവാദങ്ങളെയും ചേരിതിരിവുകളെയും പ്രതിക്കൂട്ടിൽ നിർത്തും. ഭൂതകാലത്തിന്റെ ഇരുട്ടിൽ നിന്നും വ്രണിതവും പരാജിതവുമായ ഓർമ്മകൾ മലയാളിയുടെ വർത്തമാനജീർണ്ണതകളിലേയ്ക്ക് തീപിടിച്ചെത്തുമെന്ന് പ്രതീക്ഷിക്കാമോ? അന്ധമായ ചില ആഗ്രഹചിന്തകളുടെ ഓർമ്മപ്പെരുന്നാളിനുമപ്പുറം കുരിശിന്റെ വഴിയിലേയ്ക്ക് യഥാർത്ഥത്തിൽ നടക്കുവാൻ നമ്മുടെ കാലുകൾ പാകപ്പെട്ടുകഴിഞ്ഞുവോ എന്ന ആത്മവിചാരണയാണ് ആദ്യം ഉണ്ടാകേണ്ടത്. അല്ലെങ്കിൽ ആവർത്തനത്തിലൂടെ മറ്റൊരു കോമാളിക്കാലമായിരിക്കും തിരിച്ചുവരിക.

■

സിനിമ

ആത്മാവുണ്ടെന്നറിയാൻ കിസ്ലോവ്സ്കിയുടെ പത്ത് കല്പനകൾ

അലംഘനീയമായ ദൈവകല്പനകളുമായി ഏറ്റുമുട്ടിയ കിസ്ലോവ്സ്ക്കിയുടെ പത്തു ചിത്രങ്ങൾ സിനിമയുടെ ആത്മീയത എന്തെന്നറിയുവാൻ ശക്തമാകുന്നു. ദൈവത്തിനഭിമുഖം നിർത്തി മനുഷ്യനെയും അവന്റെ യാഥാർത്ഥ്യങ്ങളിലെ വൈരുദ്ധ്യങ്ങളെയുമന്വേഷിക്കുന്ന 'ഡക്കലോഗ്' കിസ്ലോവ്സ്കിയുടെ സിനിമകളുടെ ഏറ്റവും ആഴമേറിയ അനുഭവങ്ങളായി.

ആത്മാവുണ്ടെന്നറിയുന്നത് കിസ്ലോവ്സ്ക്കിയുടെ ചിത്രം കണ്ടപ്പോഴാണെന്ന് ഡക്കലോഗ് ഒരാവർത്തി കണ്ടുതീരുമ്പോൾ മനസ്സിൽ മുഴങ്ങും. ഡക്കലോഗിൽ ദോസ്തോവ്സ്കി വന്നു നിറയുന്നുവെന്നും അനുഭവസാക്ഷ്യം.

ആകാശം മുട്ടുന്ന നരച്ച ബഹുനിലക്കെട്ടിടങ്ങളും ചാരനിറമുള്ള ശീതകാലരാത്രികളും ചൂഴുന്ന പോളണ്ടിലെ വാഴ്സാ നഗരത്തിലെ ഒരു കോളനിയിലാണ് കിസ്ലോവ്സ്കിയുടെ പത്തു കല്പനകൾക്ക് ദൃഷ്ടാന്ത കഥകളുണ്ടായത്. ഫ്ളാറ്റുകളിലെ ഇടുങ്ങിയ മുറിക്കുള്ളിൽ വീർപ്പുമുട്ടുന്ന ദൃശ്യങ്ങളിലൂടെ കടന്നുപോകുമ്പോൾ സ്വന്തം വ്യക്തിജീവിതത്തിലെ വൈകാരികസംഘർഷങ്ങളും ധർമ്മസന്ദേഹങ്ങളും ഓരോ പ്രേക്ഷകനും അഭിമുഖീകരിക്കാതിരിക്കുകയില്ല. തന്റെ കീറിപ്പറിഞ്ഞ ആത്മാവിനെ തുന്നിച്ചേർക്കാനുള്ള ബദ്ധപ്പാടിലായിരിക്കും അയാളപ്പോൾ. തന്നെ ഊറ്റിക്കുടിക്കുന്ന നാഗരികപ്രലോഭനങ്ങളിൽ നിന്നെവിടെ രക്ഷ എന്നയാൾ കേഴുന്നുണ്ടായിരിക്കണം. യഥാർത്ഥത്തിൽ നാമെത്രത്തോളം ആത്മസ്വതന്ത്രരാണ്, കാലപ്പഴക്കം വന്ന ധാർമ്മികതയും ദൈവപ്രമാണങ്ങളും കൊണ്ടു തുഴഞ്ഞാൽ എത്തിച്ചേരാവുന്നതാണോ നമ്മുടെ വിക്ഷുബ്ധമായ ജീവിതയാത്ര എന്നെല്ലാം അയാൾ ഹൃദയഭേദകമായി ചോദിച്ചുകൊണ്ടിരുന്നിരിക്കണം. ദൈവകല്പനകളോരോന്നും തന്റെ തന്നെ ഛേദിക്കപ്പെട്ട ഇച്ഛകളും സങ്കല്പങ്ങളുമായിരുന്നോ എന്നയാൾ വിലപിച്ചിരുന്നിരിക്കണം. കിസ്ലോവ്സ്കി വേദപുസ്തകത്തിലെ പഴയനിയമത്തിൽ പുതിയ കല്പനകൾ എഴുതിച്ചേർക്കുകയായിരുന്നു. യാഥാർത്ഥ്യത്തെ

നേരിടാൻ ആത്മീയ സജ്ജരാക്കുവാൻ അനുവാചകനെ പരിശീലിപ്പിക്കുകയായിരുന്നു.

ഇടിവെട്ടിലൂടെയും ഭൂമികുലുക്കത്തിലൂടെയും വെള്ളപ്പൊക്കത്തിലൂടെയും മനുഷ്യനെ അഭിസംബോധന ചെയ്ത യഹോവ സീനായ് മലമുകളിൽ വെച്ച് മോശ വഴി ഇസ്രായേൽ ജനതയ്ക്ക് നൽകിയ പത്തു കല്പനകൾ, പിന്നീട് പാശ്ചാത്യമൂല്യബോധത്തിനും സദാചാരസങ്കല്പങ്ങൾക്കും അടിത്തറയിട്ടു. പാശ്ചാത്യന്റെ പ്രത്യയശാസ്ത്ര ആവനാഴിയിലെ ശക്തമായ ആയുധമായി അതു മാറി. പടിഞ്ഞാറൻ നാഗരികതയുടെ വൈകാരികവും ധാർമ്മികവും ആശയപരവുമായ ജീവിതാവബോധത്തെ അത് നിർണ്ണായകമായി സ്വാധീനിച്ചു. ചരിത്രത്തിലൂടെ ദൈവകല്പനകൾ പരിണമിക്കുന്നതിനുപകരം ദൈവപ്രമാണങ്ങൾ മനുഷ്യജീവിതത്തെ ഞെരിച്ചു മെരുക്കുകയാണുണ്ടായത്. പാറയിൽ കോറിയ കല്പനകൾ പാശ്ചാത്യമനസ്സാക്ഷിയിൽനിന്നും മാഞ്ഞുപോയതുമില്ല.

ഇങ്ങനെ പഴയനിയമം അടിച്ചേൽപ്പിച്ച സദാചാരകല്പനകൾ വ്യക്തി ചോദനയിലും മനുഷ്യബന്ധങ്ങളിലും ഏല്പിച്ച സംഘർഷങ്ങളും ആഘാതങ്ങളുമാണ് കിസ്‌ലോവ്സ്കി ഡക്കലോഗിലൂടെ പുനഃപരിശോധിക്കുന്നത്. ഇന്നത്തെ ലോകത്തിൽ പത്തുകല്പനകൾ എങ്ങനെ പ്രവർത്തിക്കുന്നു, അതെങ്ങനെ സ്വന്തം വികാരവിചാരങ്ങളെ വഞ്ചിക്കുന്നു. ജീവിതത്തെ യാന്ത്രികവും സ്നേഹശൂന്യവുമാക്കുന്നു എന്നെല്ലാമുള്ള ധാർമ്മികാന്വേഷണങ്ങളാണ് ഈ ചിത്രസഞ്ചയത്തിലുള്ളത്. മറ്റൊരർത്ഥത്തിൽ പറഞ്ഞാൽ പഴയ നിയമകല്പനകളെ പുതിയ നിയമത്തിന്റെ വെളിച്ചത്തിൽ വ്യാഖ്യാനിക്കുകയാണ് കിസ്‌ലോവ്സ്കി. പാപബോധം നഷ്ടപ്പെട്ട ഒരു നൂറ്റാണ്ടിൽ നിന്നുകൊണ്ട് എന്താണ് പാപം എന്ന ചോദ്യത്തിന്റെ കത്തിമുനയിൽ ആധുനിക ജീവിതത്തെ ചിത്രീകരിക്കുകയാണ് അദ്ദേഹം.

പോളണ്ടുകാരായ ആന്ദ്രെ വൈദയുടെയും സനുസിയുടെയും ആത്മീയാന്വേഷണത്തിന്റെ അർത്ഥവത്തായ തുടർച്ചതന്നെയാണ് കിസ്‌ലോവ്സ്കിയുടെ സിനിമകൾ. കമ്മ്യൂണിസ്റ്റ് പോളണ്ടിലെ സാധാരണ മനുഷ്യരുടെ ഭാവപ്പകർച്ചകൾ, അവരിൽ ഗാഢമായി സ്വാധീനിക്കപ്പെട്ട കമ്മ്യൂണിസവും കത്തോലിക്കാമതവും തമ്മിലുള്ള പൊരുത്തക്കേടുകളും ആന്തരവൈരുദ്ധ്യങ്ങളും കിസ്‌ലോവ്സ്കി ഒരു കർക്കശ സത്യമായി ആവിഷ്ക്കരിക്കുകയായിരുന്നു. വ്യക്തിയുടെ സ്വതന്ത്രമായ സ്വത്വപ്രകാശനത്തിനും ബന്ധങ്ങളിലെ വൈകാരികസത്യങ്ങൾക്കും വിഘാതമാകുന്ന ദൈവകല്പനകൾക്കകത്ത് ജീവിക്കുക എളുപ്പമല്ല. അതിനാൽ ദൈവപ്രമാണങ്ങളെ അഗാധമായ ഒരു ധാർമ്മികപ്രശ്നമാക്കിക്കൊണ്ട് പുണ്യപാപങ്ങളെയും ശരിതെറ്റുകളെയും അപഗ്രഥിക്കാൻ ശ്രമിക്കുകയാണ് ഡക്കലോഗ്.

പത്തുകല്പനകൾ ജീവിതത്തിൽ പകർത്താൻ നിർബന്ധിതമാകുന്നിടത്ത് രൂപംകൊള്ളുന്ന മനഃശാസ്ത്രപരവും സാമൂഹ്യശാസ്ത്രപരവുമായ ഒട്ടനവധി സങ്കീർണ്ണസമസ്യകളുടെ കുരുക്കുകളഴിക്കുവാനാണ് ഡക്കലോഗിന്റെ ശ്രമം. ലളിതമല്ല, കടുപ്പമുള്ള വഴികളിലാണ് എല്ലാ മനുഷ്യരും. കല്പനകളുടെ കരിനിഴലിൽ യാഥാർത്ഥ്യം തമസ്കരിക്കപ്പെടുന്നുമില്ല.

യാഥാർത്ഥ്യത്തെ അഭിമുഖീകരിക്കുന്നതിനിടയിൽ ദൈവത്തെ വിചാരണ ചെയ്യുമ്പോഴും കിസ്‌ലോവ്സ്കിയിലൊരു ദൈവാനുഭവം ജ്വലിക്കുന്നുണ്ട്. "നാം ജീവിക്കുന്ന കാലം കറുപ്പും വെളുപ്പുമായി തരം തിരിച്ച് സംസാരിക്കുന്നത് വിഷമകരമാണെങ്കിലും തെറ്റിലും ശരിയിലും ഞാൻ വിശ്വസിക്കുന്നു" എന്നാണദ്ദേഹം ഏറ്റുപറയുന്നത്.

ഓരോ ദൈവപ്രമാണവും ആധുനിക ജീവിതസങ്കീർണ്ണതകളിൽ റദ്ദാക്കപ്പെടുകയോ കാലഹരണപ്പെടുകയോ അപ്രസക്തമാകുകയോ ചെയ്യുന്നു എന്ന കഠിനസത്യമാണ് ഡക്കലോഗ് നമ്മുടെ മുമ്പിൽ വെളിവാക്കുന്നത്. ഇത് അഗാധമായ ഒരു മതാത്മക ദർശനമാണ്. ആത്മശൂന്യതയുടെ കാലത്ത് ദൈവത്തെ നമുക്കിങ്ങനേയും സ്പർശിക്കാം, അനുഭവിക്കാം. ആത്മാവ് ഉണ്ടെന്നറിയാൻ കിസ്‌ലോവ്സ്കിയുടെ ഈ ചിത്രങ്ങൾ സഹായിക്കുമെന്ന് എനിക്കു തോന്നുന്നു. ■

നിയോറിയലിസ്റ്റ് ചലച്ചിത്രാനുഭവങ്ങൾക്കു ചില അപൂർണ്ണവാക്യങ്ങൾ

രണ്ട് ലോകയുദ്ധങ്ങൾക്കിടയിൽ കരിഞ്ഞു കരിവാളിച്ചുപോയ യൂറോപ്പിന്റെ ഭൂപടത്തിൽ നിന്നും ഭാവിയെ നിർവ്വചിക്കുന്ന നിരവധി കലാപ്രസ്ഥാനങ്ങൾ രൂപപ്പെടുകയുണ്ടായി. സാമ്പത്തിക തകർച്ചക്കൊപ്പം ദാരുണമായി അവമതിക്കപ്പെട്ട മനഷ്യന്റെ അഭിമാനബോധവും ജീവിതാന്തസ്സും സമൂഹവിശ്വാസവും, ദീനമായ നിലവിളികൾക്കൊപ്പം തോറ്റിയുണർത്തിയ പുതിയ രചനകളുടെ പ്രചോദനകാലം കൂടിയായിരുന്നു യുദ്ധാനന്തര യൂറോപ്പിന്റേത്. വ്രണിത യാഥാർത്ഥ്യങ്ങളിൽനിന്നും കൊടിയ നൈരാശ്യങ്ങളിൽ നിന്നും ഭാവനയുടെ ധീരമായ കുതിപ്പുകൾ പിൽക്കാല കലാചരിത്രത്തെ ഊർജ്ജസ്വലമാക്കി. സിനിമയുടെ ചരിത്രത്തിലും ഈ കാലം നിർണ്ണായകമായി രേഖപ്പെടുത്തപ്പെട്ടു.

സാധാരണ മനുഷ്യരുടെ വിശപ്പും തൊഴിലില്ലായ്മയുംകൊണ്ട് വശംകെട്ടുപോയ കഷ്ടകാലങ്ങളിൽ അഗാധമായ ദുരന്തബോധം ദർശിക്കുന്ന ഇറ്റാലിയൻ നിയോറിയലിസ്റ്റ് സിനിമകളുടെ പിറവി കുറിച്ച കാലമാണിത്. 1948ൽ പുറത്തുവന്ന ഡസീക്കയുടെ ബൈസിക്കിൾതീവ്സും നിയോറിയലിസ്റ്റ് സിനിമാപ്രസ്ഥാനത്തിന്റെ മഹത്തായ തുടക്കമായിരിക്കെത്തന്നെ, എക്കാലത്തെയും ക്ലാസിക്കുകളായി വാഴ്ത്തപ്പെട്ടു. ഈ ചിത്രങ്ങൾ ലോകസിനിമയ്ക്ക് പുതുരക്തം നൽകി. ഹോളിവുഡ് സിനിമകളുടെ മോഹിപ്പിക്കുന്ന കൃത്രിമാന്തരീക്ഷത്തിൽ നിന്നും കെട്ടുകാഴ്ചകളിൽ നിന്നും ധീരമായി വഴിമാറി തെരുവിലൂടെ ഇരുകാലിൽ ആത്മവിശ്വാസത്തോടെ നടക്കുന്ന സിനിമകളുടെ തുടക്കമാണിത്.

പ്രമേയത്തിൽ സമകാലികസത്യം, പരിചരണത്തിൽ യാഥാർത്ഥ്യബോധം, അഗാധമായ മനുഷ്യസ്നേഹം, പ്രാദേശികതയുടെ തീവ്രനിറങ്ങളോടു കൂടിയ ജീവസ്സുറ്റ ചിത്രീകരണം, സാധാരണ മനുഷ്യരുടെ ചെറുലോകങ്ങളും സംഭവങ്ങളും കൊണ്ട് നിർമ്മിക്കപ്പെട്ട നൈസർഗ്ഗിക സൗന്ദര്യം മനുഷ്യരുടെ നിസ്സഹായതയിലേയ്ക്കും നിർഭാഗ്യങ്ങളിലേയ്ക്കും അലിവോടെയുള്ള നിരീക്ഷണം, കുട്ടികളുടെ നിഷ്ക്കളങ്കമായ ലോകം, പ്രകൃതിയെയും ചുറ്റുപാടുകളേയും വിശദാംശങ്ങളോടെ

ഒപ്പിയെടുക്കുന്ന ക്യാമറയുടെ സൂക്ഷ്മബോധം, വ്യക്തിബന്ധങ്ങളും സാമൂഹ്യാനുഭവങ്ങളും ഒറ്റ മുഹൂർത്തത്തിൽ അന്വയിക്കപ്പെടുന്നതിന്റെ വികാരതീവ്രത എന്നിങ്ങനെയെല്ലാം നിയോറിയലിസ്റ്റ് സിനിമകളുടെ രൂപഭാവങ്ങൾ നിരീക്ഷിക്കപ്പെട്ടിട്ടുണ്ട്.

യുദ്ധം ചവച്ചുതുപ്പിയ ഇറ്റലിയുടെ ദാരിദ്ര്യത്താൽ നരകിക്കുന്ന ഹതാശമായ ജീവിതങ്ങളിലേയ്ക്ക് ഈ സിനിമകൾ വിശ്വസ്തതയോടെ ഇറങ്ങിവന്നു. സങ്കീർണ്ണവും ഘടനാഭദ്രവുമായ ഇതിവൃത്തത്തെ അവലംബിക്കാതെ തെരുവിന്റെ സാധാരണ സംഭവങ്ങളിൽ നിന്നും സിനിമകളുണ്ടാകാമെന്ന തിരിച്ചറിവാണ് പ്രധാനം. ചമച്ചുണ്ടാക്കുന്ന ഇതിവൃത്തഘടനയിൽനിന്നുമാത്രമല്ല, സ്റ്റുഡിയോ സെറ്റുകളുടെ കൃത്രിമാന്തരീക്ഷത്തിൽ നിന്നും പ്രൊഫഷണൽ താരങ്ങളുടെ പിടിയിൽനിന്നും സിനിമ മുക്തമായി. യാഥാർത്ഥ്യങ്ങളുടെ അനുഭവസാക്ഷ്യങ്ങളാകേണ്ടിയിരുന്നതുകൊണ്ട് തെരുവുകളും ചന്തസ്ഥലങ്ങളും ഷൂട്ടിങ്ലൊക്കേഷനുകളായി. അനാഥവും അശരണവുമായ നിറംമങ്ങിയ ജീവിതങ്ങളുടെ വിശദവും സൂക്ഷ്മവുമായ യഥാതഥചിത്രീകരണങ്ങളാണ് നിയോറിയലിസ്റ്റ് സിനിമകൾ ഏറ്റെടുത്തത്. ബൈസിക്കിൾ തീവ്സിലെ നായകനെ ഒരു യഥാർത്ഥ ഫാക്ടറി തൊഴിലാളിതന്നെയാണ് അവതരിപ്പിച്ചത്. ആ കഥാപാത്രത്തിന്റെ മുറിവേറ്റ മാനാഭിമാനങ്ങളും കഷ്ടപ്പാടുകളും നിസ്സഹായതയും സത്യസന്ധമായി സാത്മീകരിക്കുവാൻ പുതിയ നടനു കഴിഞ്ഞു. അതുവരെയുണ്ടായ ഹോളിവുഡ് ചിത്രങ്ങൾക്കു മാത്രമല്ല മറ്റൊരു ചിത്രത്തിനും സങ്കല്പിക്കാനാവാത്ത താരസങ്കല്പവും യാഥാർത്ഥ്യബോധവും നിയോറിയലിസ്റ്റ് സിനിമകളുടെ തന്റേടമായിരുന്നു.

ഇന്ത്യൻ സിനിമ അന്തസ്സോടെ നിവർന്നുനിന്ന് യാഥാർത്ഥ്യങ്ങളിലേയ്ക്ക് നോക്കി തുടങ്ങുന്നതും നിയോറിയലിസ്റ്റ് സിനിമകളുടെ സ്വാധീനത്താലാണ്. ഒരു കലാമാധ്യമം എന്ന നിലയിൽ ചലച്ചിത്രം അതിന്റെ സ്വന്തം ഭാഷ കണ്ടെത്തിയതും ഈ കാലത്തുതന്നെ. സ്റ്റുഡിയോ സെറ്റുകളിൽ ശ്വാസം മുട്ടിക്കിടന്ന സിനിമ സ്ഥലകാലങ്ങളുടെ ഭൂപടം തുറന്ന് വായിക്കുവാൻ തുടങ്ങിയതിപ്പോൾ മുതലാണ്. ഹൃദയാലുവായ ഒരു സാധാരണക്കാരന്റെ ആർദ്രമനസ്സ് ക്യാമറയ്ക്ക് വഴങ്ങിക്കിട്ടിയതും ഇപ്പോൾ മാത്രം.

1952 ൽ നിർമ്മാണമാരംഭിച്ച് 1955 ൽ പ്രദർശനത്തിനെത്തിയ സത്യജിത് റായിയുടെ പഥേർ പാഞ്ചാലി ഇന്ത്യൻ സിനിമയുടെ ഭാവുകത്വപരിണാമത്തിന് വിധി നിർണ്ണയിച്ച ഒരു ചലച്ചിത്രസംഭവമായി. എല്ലാ അർത്ഥത്തിലും ഇന്ത്യൻ സിനിമയുടെ ദൃശ്യാഖ്യാനരീതികളെ പുനർനിർവ്വചിച്ച ചിത്രമായിരുന്നു അത്. ഇന്ത്യൻ ഗ്രാമീണതയുടെ സഹനശക്തിയും അതിജീവനതൃഷ്ണയും കരുത്തും സൗന്ദര്യവും നിഷ്ക്കളങ്കതയും പഥേർ പാഞ്ചാലിയിൽ സമഗ്രമായി പകർത്തപ്പെട്ടു. യഥാതഥ ജീവിതചിത്രീകരണത്തിന്റെ ഇന്ത്യൻ ആഖ്യാനരീതികളെ മുഴുവൻ സർഗ്ഗാത്മകമായി

സ്വാംശീകരിക്കുവാൻ പഥേർ പാഞ്ചാലിക്കു കഴിഞ്ഞു. റായിയുടെ റിയ ലിസം നേർത്ത കാവ്യാത്മകത നിറഞ്ഞതാണ്. ഗ്രാമീണ ജീവിതത്തിന്റെ മന്ദഗതിയായ ജീവിതതാളം ചെറിയ സന്ദർഭങ്ങളിലൂടെ, ചെറിയ മനുഷ്യ രിലൂടെ, സൂക്ഷ്മവും വിശദവുമായി പകർത്തുന്നതിൽ ആ ചിത്രം വലിയ വിജയം നേടി. മുതിർന്നവരുടെ ലോകവും കുട്ടകളുടെ ലോകവും തൊട്ടു രുമ്മി വളരുന്ന അനുഭവങ്ങളുടെ തീവ്രാഘാതങ്ങളുമായി ഏറ്റുമുട്ടി ആന്ത രിക വളർച്ച നേടുന്ന അപു എന്ന ഗ്രാമീണ ബാലന്റെ പുത്തൻ ലോക ങ്ങളിലേയ്ക്കുള്ള യാത്രകൾക്കുള്ള തുടക്കമാണിത്.

നിയോറിയലിസ്റ്റ് ചിത്രങ്ങളിൽ കുട്ടികളുടെ ഇത്തരം ആന്തരിക പരി ണാമങ്ങൾ ശ്രദ്ധേയമാണ്. ബൈസിക്കിൾതീവ്സിലെ കുട്ടി, മോഷ്ടാ വായി മാറേണ്ടിവരുന്ന അച്ഛന്റെ ദുരവസ്ഥകളിൽ നിന്നും പക്വതയും വിവേകവും പഠിക്കുന്നുണ്ട്. 1955ൽ പുറത്തിറങ്ങിയ പി. രാമദാസിന്റെ ന്യൂസ് പേപ്പർ ബോയിയും ഇത്തരമൊരു യാഥാർത്ഥ്യബോധത്തിലേ യ്ക്ക് വളരുന്ന കുട്ടിയാണ്. പട്ടണത്തിൽ പത്രം വിറ്റുനടക്കുന്ന ഒരു ബാലന്റെ കഥയാണത്. അനുഭവങ്ങൾകൊണ്ട് പാകപ്പെട്ടുവരുന്ന ഈ ചിത്രത്തിലെ അപ്പുവും റായിയുടെ അപുവും യാഥാർത്ഥ്യബോധത്തിന്റെ പ്രകാശം പരത്തുന്ന രണ്ടു ബാല്യമുഖങ്ങളാണ്.

പഥേർ പാഞ്ചാലി പ്രദർശനത്തിനെത്തുന്നതിന് ഒരു വർഷം മുമ്പേ മലയാളത്തിൽ നിയോ റിയലിസ്റ്റ് സിനിമയുടെ നന്മകളേറ്റു വാങ്ങിയ 'നീലക്കുയിൽ' എന്ന ചിത്രം പുറത്തു വന്നിരുന്നു. കേരളീയ ഗ്രാമാ ന്തരീക്ഷത്തിന്റെ സൂക്ഷ്മഭംഗികളത്രയും പൂത്തുവിടർന്ന ഒരു ചിത്രമാ യിരുന്നു അത്. ചെറിയ മനുഷ്യരുടെ കൊച്ചു കൊച്ചു ജീവിതമുഹൂർത്ത ങ്ങൾ കൊണ്ട് ഊഷ്മളമായ ആ ചിത്രത്തിന്റെ ദൃശ്യഖണ്ഡങ്ങളോ രോന്നും യാഥാർത്ഥ്യബോധം ഉൾക്കൊണ്ടതായിരുന്നു. സിനിമാസെറ്റു കളുടെ മടുപ്പിക്കുന്ന കൃത്രിമാഡംബരങ്ങളിൽ നിന്നും ധൈര്യപൂർവ്വം ഇറങ്ങിവന്ന നീലക്കുയിൽ അന്നുവരെ മലയാളി പ്രേക്ഷകന് കാണാൻ കഴിയാതിരുന്ന പുതിയൊരു ചലച്ചിത്ര കാഴ്ചയായി. ഛായാഗ്രഹണ ത്തിലും യഥാതഥ കാഴ്ചകളെ ആർജ്ജവത്തോടെ പകർത്തി. ഉറൂബിന്റെ ഒരു തിരക്കഥയെ ആധാരമാക്കി നിർമ്മിച്ച നീലക്കുയിൽ പി. ഭാസ്കരൻ, രാമു കാര്യാട്ട് എന്നീ രണ്ട് സംവിധായകരെ ആദ്യമായി മലയാളത്തിൽ പരിചയപ്പെടുത്തി. റിയലിസത്തിന്റെ ആദർശബോധവും സൗന്ദര്യബോ ധവും മിഴിവേകിയ നീലക്കുയിൽ ഒരർത്ഥത്തിൽ മലയാള സിനിമയ്ക്ക് പുതിയൊരു കാലാവസ്ഥയാകുകയായിരുന്നു. സാഹിത്യം ആദർശശുദ്ധ മാക്കിയ യാഥാർത്ഥ്യ ബോധമുള്ള സിനിമകൾക്ക് അത് തുടക്കമാവു കയും ചെയ്തു. ജീവിതയാഥാർത്ഥ്യങ്ങളോട് വിശ്വസ്തതയും കൂറും പുലർത്തിക്കൊണ്ട് അന്തസ്സുള്ള ഉള്ളടക്കത്തോടുകൂടിയ രചനകൾ പിന്നീട് ഏറെയുണ്ടായി. മാധ്യമത്തിന്റെ സൗന്ദര്യശിക്ഷണമോ ചലച്ചിത്ര ഭാഷയിലെ പരിചയമോ ഇല്ലാതിരുന്നിട്ടും സാഹിത്യാഭിരുചികളുടെ

ബലത്തിൽ അത്തരം ചിത്രങ്ങൾ ഇന്നും ഓർക്കപ്പെടും. 1955ലും 56ലും പുറത്തുവന്ന ന്യൂസ്പേപ്പർ ബോയി, രാരിച്ചൻ എന്ന പൗരൻ തുടങ്ങിയ ചിത്രങ്ങളിൽ അക്കാലത്തെ കേരളീയ സമൂഹത്തിന്റെ വൈരുദ്ധ്യങ്ങളും യാഥാർത്ഥ്യങ്ങളും സത്യസന്ധമായി പ്രതിഫലിക്കപ്പെട്ടു. സ്റ്റുഡിയോയ്ക്ക് പുറത്തുള്ള ചിത്രീകരണത്തിന്റെ കൃത്യതയും സാധ്യതയും ന്യൂസ്പേപ്പർ ബോയി വിജയകരമായി പ്രയോജനപ്പെടുത്തിയെങ്കിലും സ്റ്റുഡിയോ സെറ്റുകളെ പൂർണ്ണമായി ആ ചിത്രം ഒഴിവാക്കിയില്ല. തൃശ്ശൂരിലെ കോളേജിലെ വിദ്യാർത്ഥികൾ കുറേ പേർ ചേർന്ന് നിർമ്മിച്ച സാഹസികസംരംഭം എന്ന നിലയിൽ ആ സിനിമ ഇന്നും ഒരു ഉന്മേഷകരമായ ദൃശ്യാനുഭവമാണ്.

നിയോറിയലിസ്റ്റ് ചലച്ചിത്രാദർശത്തിന്റെ പുതിയ പാതകൾ സമകാലിക ഇറാനിയൻ സിനിമകളിലും ശക്തമായി തുടരുന്നുണ്ട്.

■

ബയോസ്കോപ്പ്: സിനിമയുടെ പിറവിക്കരച്ചിൽ

'Look at that mountain, once it was fire'

ആ പർവ്വതത്തെ നോക്കൂ. ഒരിക്കൽ അത് തീ ആയിരുന്നു. ചിത്രകാരനായ പോൾ സെസാന്റെ വാക്കുകളിൽ നിന്നുമാണ് ജീവിതത്തിന്റെ കാഴ്ച എന്ന് പേരിട്ടു വിളിക്കാവുന്ന ബയോസ്കോപ്പ് എന്ന സിനിമ ആരംഭിക്കുന്നത്. ആവിഷ്ക്കരിക്കാനാവാത്തതിനെ ആവിഷ്ക്കരിക്കാനും പേരില്ലാത്തവയ്ക്ക് പേരിടാനുമാണ് കലയുടെ ആവശ്യം. യാഥാർത്ഥ്യത്തിന്റെ പുറംഭിത്തികൾക്കുള്ളിലെ തീ കണ്ടെത്തുന്നവനാണ് കലാകാരൻ. കാഴ്ചകളുടെ അകത്തേയ്ക്കും ആഴങ്ങളിലേയ്ക്കും കടന്നുചെന്നുകൊണ്ട് 'കണ്ണിനു കണ്ണ് മനമാകുന്ന കണ്ണായിടുന്ന പൊരുളിലേയ്ക്കുള്ള' ഉൾസഞ്ചാരങ്ങളിലാണ് ഈ സിനിമ പ്രേക്ഷകനെ കൊണ്ടുപോകുന്നത്. ഒരു മഴയിൽ ഓർമ്മയുടെ ഒരു ചരിത്രം ഒലിച്ചുപോകുമ്പോൾ സിനിമ അവസാനിക്കുന്നു.

സ്വപ്നങ്ങളും ഓർമ്മകളും ഇടകലരുന്ന ചരിത്രത്തിന്റെ കഥ പറയുകയാണ് ചിത്രകാരനായ കെ.എം. മധുസൂദനൻ. കേരളീയ ഗ്രാമജീവിതത്തിലേയ്ക്ക് ചലനബിംബങ്ങളുടെ ആദ്യത്തെ കടന്നുവരവുകളുണ്ടാക്കുന്ന സൗന്ദര്യസംഘർഷങ്ങളാണ് ബയോസ്ക്കോപ്പ് എന്ന സിനിമ.

ഇരുപതാംനൂറ്റാണ്ടിന്റെ രണ്ടാം ദശകത്തിലാണ് സിനിമയ്ക്കാധാരമായ കഥ നടക്കുന്നത്. 1907ൽ തൃശ്ശൂരിലെ പൂരപ്പറമ്പിൽ കാട്ടൂക്കാരൻ വാറുണ്ണി ജോസഫ് ആദ്യമായി സിനിമയുടെ ബിംബങ്ങൾ ബയോസ്ക്കോപ്പിലൂടെ പ്രദർശിപ്പിച്ചു. ചില നിശ്ശബ്ദസിനിമകളുടെ ദൃശ്യശകലങ്ങൾ കണ്ട് മലയാളി ആദ്യം കോരിത്തരിച്ചു. ആഹ്ലാദം, അദ്ഭുതം, ഭയം, സംശയം എല്ലാം നിറച്ചുകൊണ്ടുള്ള ബയോസ്ക്കോപ്പിന്റെ ആദ്യകാഴ്ചകൾ ഒരു സാംസ്ക്കാരിക സംഘർഷത്തിന് തുടക്കമാവുകയായിരുന്നു. ബയോസ്ക്കോപ്പ് എന്ന സിനിമയിലെ നായകനായ ദിവാകരനിൽ മലയാളത്തിലെ ആദ്യത്തെ ചലച്ചിത്രപ്രദർശകനായ വാറുണ്ണി ജോസഫ്

എന്ന സിനിമാപ്രണയിയുടെ ആത്മാവുണ്ട്. ബയോസ്ക്കോപ്പെന്ന ഉപകരണവുമായി ദിവാകരൻ കേരളത്തിലെ ഗ്രാമങ്ങളിലൂടെ വിസ്മയ ക്കാഴ്ചകളുമായി സഞ്ചരിക്കുന്നു. പാരമ്പര്യവും ആധുനികതയും തമ്മി ലുള്ള സംഘർഷത്തിന്റെ ആഘാതം സിനിമയുടെ ആദ്യകാഴ്ചകളിലു ണ്ടായിരുന്നു.

തമിഴ്നാട്ടിലെ തീരപ്രദേശങ്ങളിൽ നിശ്ശബ്ദസിനിമകളുടെ ദൃശ്യ ഖണ്ഡങ്ങൾ പ്രദർശിപ്പിച്ചുകൊണ്ട് പോണ്ടിച്ചേരിയിൽ കഴിയുന്ന ഡുപോണ്ട് എന്ന ഫ്രഞ്ചുകാരനിൽ നിന്നുമാണ് ദിവാകരന് ബയോ സ്ക്കോപ്പ് ലഭിച്ചത്. ലൂമിയർ സഹോദരന്മാരുടെ ആദ്യചിത്രങ്ങൾ - തീവ ണ്ടിയുടെ വരവും ഫാക്ടറി വിട്ടുപോകുന്ന തൊഴിലാളികളും - ഫാൽക്കെ യുടെ ശ്രീകൃഷ്ണജന്മത്തിലെ കാളിയമർദ്ദനഭാഗങ്ങളും മാത്രമല്ല, 1919ൽ നിർമ്മിച്ച കാബിനറ്റ് ഓഫ് കലിഗരി എന്ന പ്രശസ്തമായ നിശ്ശബ്ദസിനിമ യുടെ ദൃശ്യശകലങ്ങളും ബയോസ്ക്കോപ്പിലൂടെ പ്രദർശിപ്പിക്കുമ്പോൾ കാഴ്ചയുടെ മാത്രമല്ല കേൾവിയുടെയും ഒരുത്സവമായി പ്രദർശനകൂടാര ങ്ങൾ മാറുകയാണ്. നിശ്ശബ്ദതയുടെ ശബ്ദങ്ങളും കാഴ്ചകളും കൊണ്ട് പുതിയൊരനുഭവത്തിന്റെ ആവേശമാണ് സിനിമയുടെ ആദ്യപ്രേക്ഷകൻ അനുഭവിച്ചത്.

നിശ്ശബ്ദതയുടെ അനുഭവം ചുറ്റുമുള്ള ശബ്ദങ്ങളിൽ നിന്നുമാണ് സംവിധായകൻ കൊത്തിയെടുക്കുന്നത്. ബയോസ്ക്കോപ്പിലൂടെ നോക്കു ന്നവരുടെ കണ്ണുകളിൽ കരച്ചിലും രോഷവും നിരാശയും അവിശ്വാസവും മരണവും മിന്നിമറയുന്നു. ബയോസ്ക്കോപ്പിലൂടെ ഒരന്ധനും കാണു ന്നുണ്ട്, ചെവിയിലൂടെ. ശബ്ദത്തിനും കാഴ്ചയെ പകരാനാവുമെന്ന് സിനിമയിൽ മറ്റു ചില രംഗങ്ങളിലും പ്രേക്ഷകനറിയുന്നു.

സിനിമയിൽ സ്ഥലവും കാലവും പ്രധാനമാണ്. കാലത്തിൽ കൊത്തി യെടുത്ത വാസ്തുശില്പമാണത്. ഇരുപതാംനൂറ്റാണ്ടിന്റെ ആദ്യദശക ങ്ങളിലെ ജീവിതചിത്രം വരയ്ക്കുവാൻ ഓർമ്മകളുടെ ഒരു വാസ്തു ശില്പം തന്നെ സംവിധായകൻ പണിതുയർത്തുന്നുണ്ട്. ജയിലിന്റെ അക ത്തളത്തിൽ അറ്റം കാണാത്ത ഇടനാഴിയിൽ ദിവാകരനെ ചോദ്യം ചെയ്യുന്ന പോലീസിന്റെ ആക്രോശത്തിൽ നിന്നുമാണ് സിനിമയുടെ തുടക്കം. പ്രാചീനഗന്ധമുള്ള ജയിലറയുടെ സ്ഥലരാശിയിൽ ദിവാക രന്റെ ഓർമ്മകൾ ഏറ്റുപറച്ചിലുകളായി നിറയുമ്പോൾ ജയിൽപശ്ചാത്തല ത്തിൽ തടവുകാരുടെ നിലവിളികളും കേൾക്കാം. സ്വാതന്ത്ര്യസമരകാല ത്തിന്റെ നിലവിളികളുടെ ശബ്ദമാണത്. തിരൂരിലെ വാഗൺട്രാജഡിയുടെ കൂട്ടക്കരച്ചിലും പശ്ചാത്തലത്തിലുണ്ട്.

ഇന്ത്യയിൽ സിനിമ സ്വാതന്ത്ര്യസമരചരിത്രത്തിനൊപ്പമാണ് കടന്നു വരുന്നത്. കേരളത്തിലേയ്ക്കുള്ള സിനിമയുടെ ആദ്യപ്രവേശനത്തിലും സാമൂഹ്യരാഷ്ട്രീയദുരിതങ്ങളുടെ അകമ്പടിയുണ്ട്. ചരിത്രം ഇരമ്പി

മറിയുന്ന ഒരു കാലഘട്ടത്തെ പശ്ചാത്തലത്തിൽ നിർത്തിക്കൊണ്ടാണ് ബയോസ്ക്കോപ്പിന്റെ ഘടന സംവിധായകൻ രൂപപ്പെടുത്തിയിരിക്കുന്നത്.

ഒരു ചിത്രകാരന്റെ കണ്ണുകളിൽ ദൃശ്യത്തിന്റെ കൃത്യതകളേറും. മധുസൂദനന്റെ ചിത്രീകരണകാഴ്ചകളിൽ എൺപതാണ്ടുകൾക്കുമുമ്പുള്ള ഒരു കാലവും അതിലെ മനുഷ്യരും ഭൂമിശാസ്ത്രവും കൃത്യതയോടെ പകർത്തപ്പെട്ടിട്ടുണ്ട്. 1920കളിൽ കേരളത്തിലുണ്ടായ വലിയ സാമൂഹ്യ പരിവർത്തനങ്ങളുടെ അകക്കാഴ്ചകൾ ഒട്ടേറെ വസ്തുസാമഗ്രികളുടെ സഹായത്താൽ പുനരവതരിപ്പിക്കുന്നതിൽ സംവിധായകൻ സൂക്ഷ്മ വിജയം നേടിയിരിക്കുന്നു. ക്യാമറയുടെ വേറിട്ട കാഴ്ചകളും സ്ഥാനങ്ങളും വർണ്ണക്കൂട്ടുകളും തനതുനാടകവേദിയിലെ ചലനവിന്യാസങ്ങളും കഥാപാത്രങ്ങളുടെ ശരീരഭാഷയും സിനിമയെക്കുറിച്ചുള്ള ഈ സിനിമയുടെ പുതുമയുള്ള ദൃശ്യവ്യാകരണമായി മാറുന്നുണ്ട്.

സ്ഥലവും കാലവും മാറുകയാണ്. സിനിമ ആ മാറ്റത്തിന്റെ കൂടി ദൃക്സാക്ഷിയാണ്. കോളനിവാഴ്ചയിലും ഫ്യൂഡലിസത്തിലും കഴിയുന്ന കേരളീയജീവിതത്തിന്റെ പാരമ്പര്യനിഷ്ഠമായ ജീവിതത്തിലേയ്ക്കാണ് ബയോസ്ക്കോപ്പ് എന്ന ആധുനികത ഉപകരണം അധിനിവേശം നടത്തുന്നത്. ബ്രിട്ടീഷ് സാമ്രാജ്യം ഈ മാന്ത്രികപ്പെട്ടിയ്ക്കുള്ളിൽ പ്രേതങ്ങളായി ഇരിപ്പുണ്ടെന്നാണ് നാട്ടുകാരുടെ വിശ്വാസം. ഭൂതത്തിന്റെ വിളക്കാണ്, പ്രേതത്തെ അടക്കിയ പെട്ടിയാണ് ദിവാകരന്റെ ബയോസ്ക്കോപ്പ് എന്നാണ് വിശ്വാസം. ഡ്യൂപോണ്ടിന്റെ പ്രേതത്തിന്റെ നിഴൽവെളിച്ചത്തിലാണ് ബയോസ്ക്കോപ്പ് പ്രവർത്തിക്കുന്നതെന്നും വിശ്വസിക്കുന്നവരുണ്ട്.

ആധുനികതയുടെ അധിനിവേശംപോലെ ഈ ബയോസ്ക്കോപ്പ് ദിവാകരന്റെ കുടുംബത്തെ പല രീതിയിൽ ദുരിതപൂർണ്ണമാക്കുന്നു. അയാളുടെ ഭാര്യ നളിനി നിത്യരോഗിണിയാണ്. രോഗശയ്യയിൽ കിടന്നുള്ള അവളുടെ പേടിസ്വപ്നങ്ങളിലെല്ലാം മരണം വന്ന് നിറയുന്നു. വിദേശിയായ ഒരു നാവികന്റെ ശവശരീരം കടൽത്തീരത്ത് വന്നടിയുന്ന ദൃശ്യങ്ങളാണ് അവൾ നിരന്തരം നടുക്കത്തോടെ കാണുന്നത്. പാരമ്പര്യയാഥാസ്ഥിതിക വിശ്വാസങ്ങളിൽ കഴിയുന്ന ആ കുടുംബം മന്ത്രവാദികൾക്കും ആഭിചാരങ്ങൾക്കുമാണവളെ വിട്ടുകൊടുക്കുന്നത്. ദിവാകരന്റെ ബയോസ്ക്കോപ്പുമായുള്ള പ്രദർശനസഞ്ചാരങ്ങൾക്ക് സമാന്തരമായാണ് പാരമ്പര്യാചാരങ്ങളുടെ ചിത്രീകരണം. ആയഞ്ചേരികൈമൾ എന്ന പണ്ഡിതനായ മന്ത്രവാദിയുടെ ആഭിചാരത്തിൽ തെളിയുന്നത് നളിനിയുടെ ദുരിതങ്ങൾക്കെല്ലാം കാരണം ആ മാന്ത്രിക വിളക്കുപെട്ടിയാണെന്നാണ്. അത് കടലിൽ വലിച്ചെറിയാനുള്ള സമ്മർദ്ദത്തിൽ തകർന്നുപോകുന്ന ദിവാകരനിൽ സിനിമ അതിന്റെ അന്ത്യത്തിലെത്തുന്നു.

മഴയിൽ നനഞ്ഞുകുതിരുന്ന ഒരു മരക്കുതിരയും അതിനു മുകളിലിരിക്കുന്ന മടക്കിവെച്ച കുടയുമാണ് സിനിമയിലെ ധ്വനിസാന്ദ്രമായ അവസാനദൃശ്യം. ചരിത്രം ഒരു മഴയിൽ ചോർന്നൊലിക്കുന്നതും നിശ്ചലമാകുന്നതും ബിംബസാന്ദ്രമായ കാഴ്ചകളിൽ പ്രേക്ഷകനെ വേട്ടയാടുന്നുണ്ട്.

ആധുനികത പാരമ്പര്യത്തിനുമേൽ പകർന്നാട്ടം തുടങ്ങുന്ന മുഹൂർത്തങ്ങളിലാണ് കേരളീയ ഗ്രാമജീവിതത്തിലേക്ക് ചലനബിംബങ്ങളുടെ കടന്നുവരവെന്ന് ഈ ചിത്രം വ്യക്തമാക്കുന്നു.

സിനിമയുടെ ഗർഭകാലസ്വപ്നവും സംഘർഷവുമാണിത്. എല്ലാ നാട്ടിലും സിനിമയുടെ ആദ്യവരവുകളിൽ ഇത്തരമൊരു സ്വപ്നത്തിന്റെയും സ്വപ്നഭേദത്തിന്റെയും ചരിത്രമുണ്ട്. ഇന്ത്യയുടെ കലാചരിത്രത്തിൽ വേണ്ടതുപോലെ അടയാളപ്പെടുത്താതെപോയ മുഹൂർത്തമാണ് സിനിമയുടെ ആദ്യവരവുകൾ. സിനിമ നിർമ്മിക്കപ്പെടും മുമ്പേ നിശ്ശബ്ദ സിനിമയുടെ പ്രദർശനങ്ങൾക്കും ഒരു വലിയ ചരിത്രമുണ്ട്. സ്വന്തമായി ക്യാമറയും പ്രദർശനവസ്തുക്കളും നിർമ്മിച്ചുകൊണ്ടുള്ള സിനിമാ പ്രണയികളുടെ കലാപ്രയത്നങ്ങൾ ചരിത്രത്തിൽ അമർന്നുപോയിരിക്കുന്നു. നിശ്ചലചിത്രങ്ങൾക്കുള്ളിൽ ചലനം കണ്ടെത്താൻ നടത്തിയ പരീക്ഷണങ്ങളുടെ താരപ്പൊലിമയില്ലാത്ത കലാചരിത്രമാണത്.

ചിത്രപുസ്തകത്തിലെ താളുകൾ വേഗം മറിക്കുമ്പോൾ ദിവാകരനതിൽ ചലനചിത്രങ്ങളാണ് കണ്ടത്. ഡൂപോണ്ട് ഡിസ്ക് കറക്കി നിശ്ചലചിത്രങ്ങളിൽ ചലനം സൃഷ്ടിക്കുകയായിരുന്നു. ചലനപ്രതീതികളുടെ പലതരം പരമ്പരകൾ ഈ സിനിമയിലുണ്ട്. നിശ്ശബ്ദതയിൽ ശബ്ദം നിറയ്ക്കാനും നിശ്ചലതയിൽ ചലനം നിറയ്ക്കാനും അതിലൂടെ പാരമ്പര്യാനുഭവങ്ങളെ നെടുകെ പിളർത്തി ആധുനികതയുടെ പ്രവേശനം അടയാളപ്പെടുത്തുവാനുമാണ് ഈ സിനിമ ശ്രമിച്ചിരിക്കുന്നത്. നിശ്ശബ്ദ സിനിമകളെക്കുറിച്ചുള്ള ദീർഘകാലത്തെ സൗന്ദര്യാന്വേഷണങ്ങളിൽ നിന്നാണ് മധുസൂദനൻ ബയോസ്ക്കോപ്പ് തയ്യാറാക്കിയത്. അദ്ദേഹത്തിന്റെ ആത്മചിത്രം (self portrait), ചരിത്രം ഒരു നിശ്ശബ്ദസിനിമയാണ് (History is a silent film), എന്നീ ഹ്രസ്വചിത്രങ്ങളുടെ തുടർച്ചയായിട്ടാണ് ബയോസ്ക്കോപ്പ് നിർമ്മിക്കപ്പെട്ടത്. നിശ്ചലഛായാഗ്രാഹകനെക്കുറിച്ചും സിനിമാപ്രൊജക്ഷനിസ്റ്റിനെക്കുറിച്ചുമുള്ള രണ്ട് ചിത്രങ്ങൾ ബയോസ്ക്കോപ്പിലെത്തുമ്പോൾ സിനിമയുടെ അണിയറക്കാഴ്ചകളുടെ സാംസ്ക്കാരിക സംഘർഷങ്ങളെ അനാവരണം ചെയ്യുംവിധം സമഗ്രമാകുന്നു.

ഒരു ചിത്രകാരന്റെ സിനിമ എന്ന രീതിയിൽ സൂക്ഷ്മമായ ദൃശ്യപരിചരണങ്ങളുടെ കൃത്യത ബയോസ്ക്കോപ്പിനുണ്ട്. ദൃശ്യങ്ങൾക്കൊപ്പം ശബ്ദങ്ങളുടെ സൂക്ഷ്മവും ഗാഢവുമായ ധ്വനികളെയും സംവിധായകൻ

ശ്രദ്ധിച്ചിരിക്കുന്നു. നിദ്രയിൽ കേൾക്കുന്ന സൂക്ഷ്മസ്വരങ്ങൾപോലെ വെള്ളത്തുള്ളികൾ പതിയുന്ന ശബ്ദാനുഭവത്തിൽ നിന്നാണ് ബയോസ്ക്കോപ്പ് ആരംഭിക്കുന്നത്. മഴയും കടലും ആവർത്തിക്കുന്ന ജലനിർമ്മിതമായ ഭാവന ചലച്ചിത്രകാരനെ അനുഗ്രഹിച്ചിരിക്കുന്നു.

ബയോസ്ക്കോപ്പിനുള്ളിൽ പിടയുന്ന ഭൂതവും ഭാവിയുമുണ്ട്. പാരമ്പര്യവും ആധുനികതയും തമ്മിൽ ഏറ്റുമുട്ടുന്നുണ്ട്. സിനിമയുടെ പിറവിക്കരച്ചിൽ കേട്ട എല്ലാ നാടുകളിലും ഇത്തരമൊരു സൗന്ദര്യസംഘർഷമുണ്ടായിട്ടുണ്ടാകും. അത്തരം ഭയങ്ങളിൽ നിന്നും വേദനകളിൽ നിന്നുമാണ് മലയാളത്തിൽ ആദ്യത്തെ 'വിഗതകുമാരൻ' പിറന്നുവീണത്. കേരളീയജീവിതം ആധുനികതയിലേക്ക് നടുക്കത്തോടെ പിടഞ്ഞുവീണതും സിനിമയുടെ ഈ പിറവി കരച്ചിലിനൊപ്പമാണ്. മലയാളിയുടെ ഓർമ്മകൾക്കും സ്വപ്നങ്ങൾക്കും സിനിമയുടേതായ ദൃശ്യചരിത്രം വരയ്ക്കുകയാണ് ബയോസ്ക്കോപ്പ്. ■

ഇരുട്ടിൽ, നിലാവിന്റെ കൺപോളകൾ

ഇരുട്ടിനെ പിഴിഞ്ഞ് വെളിച്ചം കറന്നെടുക്കാനുള്ള നന്മനിറഞ്ഞ ശ്രമമാണ് നവാഗത സംവിധായകനായ പ്രേംലാലിന്റെ ആത്മകഥ എന്ന ചലച്ചിത്രം. കാഴ്ചകളുടെ കലാമാധ്യമമായ സിനിമ അന്ധതയെ ആവിഷ്ക്കരിക്കുമ്പോൾ സംവിധായകന് ഒട്ടേറെ വെല്ലുവിളികളെ നേരിടേണ്ടതായി വരും. അന്ധൻ ആത്മകഥ പറയുമ്പോൾ കാഴ്ചകളുടെ ദാഹങ്ങളായിരിക്കും അതിൽ നിറയുക. സ്വപ്നങ്ങൾ കൊണ്ടൊരു കളിയാണവന് ജീവിതം. ലോകം അവനൊരു പ്രകാശപ്രവാഹമായിരിക്കും. ശരീരത്തെ ഒരു മെഴുകുതിരിയായി കത്തിച്ചുവെച്ചാണവൻ സ്വന്തം അന്ധതയോട് പക വീട്ടുന്നത്.

കനത്ത് ഇരുട്ട്, അതിനുള്ളിലേക്ക് മെല്ലെ മെല്ലെ വെളിച്ചത്തിന്റെ നിലാവുദിച്ചുവരുന്ന അനുഭവം. നിഷ്ക്കളങ്കതയുടെ കാഴ്ചയെന്നോ കാഴ്ചയുടെ നിഷ്ക്കളങ്കതയെന്നോ വിശേഷിപ്പിക്കാൻ തോന്നുന്ന മെഴുകുതിരിനാളങ്ങളുടെ ചിത്രണമാണിത്. ഉരുകുന്ന മെഴുകുതിരികൾ ഹൃദയത്തിലാണ് പ്രകാശം പരത്തുന്നത്. വ്യാഖ്യാനിച്ച് സങ്കീർണ്ണമാക്കേണ്ടതായി ഒന്നുമില്ല. സരളവും സുതാര്യവുമാണ് ഈ ചിത്രത്തിന്റെ നേർക്കാഴ്ചകൾ.

പ്രേംലാലിന്റെ കന്നിച്ചിത്രം ഇരുളിൽ നിന്നും വെളിച്ചത്തിലേക്കുള്ള അകംവിങ്ങുന്ന ഒരു ദീർഘനിലവിളി തന്നെ. സങ്കടങ്ങളെ അനുഭവിക്കാൻ ഹൃദയമെങ്ങനെയാണ് പരിശീലിക്കേണ്ടതെന്നും ദുരിതങ്ങളെ അതിജീവിക്കാൻ മനസ്സിനെ എങ്ങനെയാണ് ഒരുക്കേണ്ടതെന്നും പ്രേക്ഷകനെ വിവേകിയാക്കുന്ന ചിത്രമാണിത്.

അന്ധതയിലേയ്ക്ക് ആണ്ടുപോകുമെന്ന ആധിയിലെത്തിയ മകളോട് അച്ഛൻ കൊടുംനൈരാശ്യത്തിൽ നിന്നുകൊണ്ട് ഒരു കഥ പറയുന്നുണ്ട്. കാറ്റ് മരങ്ങളെ പുഞ്ചിരി പഠിപ്പിക്കുന്ന കഥയാണത്. കൊഴിഞ്ഞ പൂക്കളെ നോക്കി മരം കരയുമ്പോൾ കാറ്റാണ് മരത്തോട് അതിന്റെ ചില്ലകളിൽ വിരിഞ്ഞുനിൽക്കുന്ന പൂക്കളെ നോക്കാൻ പറയുന്നത്. വിടർന്ന പൂക്കളെ നോക്കി മരം പുഞ്ചിരിക്കുന്നതപ്പോഴാണ്. മരണത്തിൽ നിന്ന് ജീവിതത്തിലേയ്ക്ക് മടങ്ങിവരാനുള്ള അമർത്തിവെച്ച മനോഹരസന്ദേശമതിലുണ്ട്.

ഏറ്റവും നല്ല കല സ്നേഹത്തെയാണ് വിനിമയം ചെയ്യേണ്ടത്. സത്യത്തിലേയ്ക്കാണ് കൺപോളകൾ തുറക്കേണ്ടത്. പ്രതീക്ഷകൾക്കാണ് ചിറകുകൾ നൽകേണ്ടത്.

കെട്ടുകാഴ്ചകളും ആരവങ്ങളും താരക്കൊഴുപ്പും ഇളകിയാടുമ്പോൾ ഇതുപോലൊരു എളിമയുടെ നീർപ്രവാഹം ശ്രദ്ധിക്കപ്പെടാതിരുന്നുകൂടാ. എന്നാൽ മലയാളിപ്രേക്ഷകനെക്കുറിച്ചുള്ള ആശങ്കകൾ ഞാൻ മറച്ചുപിടിക്കുന്നില്ല. അവന്റെ അഭിരുചികളിലും ആസ്വാദനനിലപാടുകളിലും എനിക്ക് വിശ്വാസം പോരാ. എത്രയോ മികച്ച സംരംഭങ്ങൾ മലയാളിപ്രേക്ഷകൻ അവഗണിച്ചിരിക്കുന്നു.

ജനപ്രിയ സിനിമയ്ക്ക് ആവശ്യമെന്ന് കരുതുന്ന ചേരുവകളൊന്നും ഈ ചിത്രത്തിൽ ഉൾപ്പെടുത്തിയിട്ടില്ല. ശ്രീനിവാസന്റെ താരശരീരത്തെ പൂർണ്ണമായും ഉടച്ചുവാർത്തിരിക്കുന്നു. മാനറിസങ്ങളിൽ നിന്നും അരോചകമായി തുടങ്ങിയ ആവർത്തനശീലങ്ങളിൽ നിന്നെല്ലാം ആ നടൻ ഈ ചിത്രത്തിലെ കൊച്ചുബേബിയെന്ന അന്ധകഥാപാത്രത്തിലേയ്ക്ക് വിസ്മയകരമായ വിധത്തിൽ പകർന്നാട്ടം നടത്തിയിരിക്കുന്നു. കേട്ടും മണത്തും തൊട്ടും രുചിച്ചും കാഴ്കൾക്കപ്പുറമുള്ള ജീവിതാനുഭവങ്ങളെ ആവിഷ്ക്കരിക്കുന്ന അന്ധന്റെ ഉടലിലേയ്ക്ക് ശ്രീനിവാസൻ എത്ര കൃത്യമായാണ് പ്രവേശിച്ചിരിക്കുന്നത്. ശ്രീനിവാസന്റെ കലാജീവിതത്തിലെ അത്യപൂർവ്വമായ അഭിനയനിമിഷങ്ങൾ ഈ ചിത്രത്തിൽ കാണാനാകും.

തോക്കും കത്തിയും ആഭാസങ്ങളുമായി ലോകത്തെ പകയും പ്രതികാരവും പഠിപ്പിക്കുന്ന സിനിമകൾ ഏറുമ്പോഴാണ് സ്നേഹത്തെ പഠിപ്പിക്കുവാനൊരു സിനിമ വരുന്നത്. കൈകൂപ്പി സ്വീകരിക്കണമായിരുന്നു.

ഇരുട്ടിന്റെയും വെളിച്ചത്തിന്റെയും ഇഴകൾ മാറി മാറി നെയ്തെടുക്കുന്ന മൂടൽമഞ്ഞിന്റെ ഒരു മലയോരഗ്രാമമാണ് ഈ സിനിമയുടെ ലൊക്കേഷൻ. മധ്യതിരുവിതാംകൂറിന്റെ ഗ്രാമീണതയും ക്രിസ്ത്യൻ ജീവിതശീലങ്ങളും മൊഴിവഴക്കങ്ങളും ഇതിവൃത്തത്തിന് ചാരുത പകരുന്നു.

പതിമൂന്നാം വയസ്സിൽ കാഴ്ച നഷ്ടപ്പെട്ട കൊച്ചുബേബി പള്ളിക്കാർ നടത്തുന്ന മെഴുകുതിരി നിർമ്മാണശാലയിലെ ജോലിക്കാരനാണ്. അവിടേയ്ക്കാണ് അയൽഗ്രാമത്തിൽ നിന്നും അനാഥയായ മേരിക്കുട്ടി എത്തുന്നത്. അവളും കണ്ണുപൊട്ടിയാണ്. ഉരുകിയ മെഴുകിൽ നിന്നും തിരിനാളം കത്തുംപോലെ അവരുടെ ഇഷ്ടം വിവാഹത്തിലെത്തുന്നു. അവർക്കൊരു കുഞ്ഞും ജനിക്കുന്നു. ലില്ലിപ്പൂവ്പോലെ ഓമനയായ കുഞ്ഞിനെ വാത്സല്യം ചൊരിഞ്ഞു വളർത്തുന്നതിനിടയിലാണ് അപകടത്തിൽ മേരി മരിയ്ക്കുന്നത്. രണ്ടാംപകുതി അച്ഛനും മകളും തമ്മിലുള്ള ഗാഢവും ആർദ്രവുമായ ആത്മബന്ധത്തിന്റെ കഥയാണ് പറയുന്നത്.

ലില്ലിക്കുട്ടിയുടെ സ്വപ്നങ്ങളിൽ ആകാശമേഘലങ്ങളിലൂടെ പറന്നുപോകുന്ന വിമാനങ്ങളാണ്. ജീവിതസ്വപ്നങ്ങളുടെ പച്ചപ്പിന്റെ ആഹ്ലാദത്തിനു നടുവിൽ വെച്ചാണ് അവൾക്കും കാഴ്ച നശിക്കുന്നുവെന്നറിയുന്നത്. ജീവിതം അന്ധതയുടെ ഇരുട്ടിലാഴുമെന്ന ആധിയിലും ഭയത്തിലും അവൾ മരണത്തിലേയ്ക്ക് കാലെടുത്തുവെയ്ക്കുന്നുവെന്നറിഞ്ഞ് കൊച്ചുബേബി ജീവിതത്തിലേയ്ക്ക് അവളെ മടക്കിക്കൊണ്ടുവരുന്നതാണ് ആത്മകഥയുടെ സ്ഥൂലരൂപം. സിനിമയുടെ സ്ഥൂലരൂപം പ്രതിപാദിച്ചാൽ പുതുമയൊന്നുമില്ല. പക്ഷേ അതിൽ നിറയുന്ന ഇന്ദ്രിയാനുഭവങ്ങളുടെ ദൃശ്യശബ്ദചിത്രീകരണങ്ങളാണ് ഈ സിനിമയെ അവിസ്മരണീയമാക്കുന്നത്. ആഖ്യാനത്തിന്റെ ഇഴകൾ കയ്യൊതുക്കത്തോടെ നെയ്തെടുക്കുവാൻ സംവിധായകന് കഴിയുന്നുണ്ട്. യാഥാർത്ഥ്യത്തെ കിനാവുകൾക്കൊപ്പം ചേർത്തുചേർത്തുവെച്ചാണ് ആത്മകഥ പറയുന്നത്.

പച്ചയും നീലയും കറുപ്പുമാണ് ഈ ചിത്രത്തിന്റെ അടിസ്ഥാനവർണ്ണങ്ങൾ. പച്ചപ്രകൃതിയും നീലാകാശവും അന്ധന്റെ ഇരുട്ടുനിറഞ്ഞ ജീവിതത്തെ ചൂഴ്ന്നുനിൽക്കുന്നു. ഈ നിറങ്ങളെ മായ്ച്ചും വരച്ചും മൂടൽമഞ്ഞിന്റെ തണുത്ത കൈവിരലുകൾ.

ഒന്നാം പകുതിയിൽ കാഴ്ചനഷ്ടപ്പെടുന്ന മകന് കൈത്താങ്ങായൊരു അമ്മയുണ്ട്. ഓർമ്മകളിൽ മാത്രം നിറയുന്ന അമ്മയെ ചിത്രത്തിൽ കാണില്ല. അമ്മയും മകനും തമ്മിലുള്ള ആത്മബന്ധം ആത്മവിശ്വാസത്തിന്റേതാണ്.

കൗമാരത്തിലേക്ക് വിരിഞ്ഞുവരുമ്പോഴാണ് കൊച്ചുബേബി കുരുടനായിപ്പോയത്. പിന്നെ അമ്മയാണവനെ ആ നിർഭാഗ്യത്തിൽ നിന്നും ആത്മവിശ്വാസിയാക്കി കരകയറ്റുന്നത്. കണ്ണില്ലാത്തവൻ എങ്ങനെയാ കാണുക? കാലിടറാതെ നടക്കുക? കരയാതെ ജീവിക്കുക? കണ്ണില്ലാത്തവന്റെ ജീവിതം ഒരു കണക്കാണ്. വീഴാതിരിക്കാൻ, കരയാതിരിക്കാൻ അമ്മ മകനെ പഠിപ്പിച്ചു.

മൂന്നടിവെച്ചാൽ കട്ടിളപ്പടി, പത്തടി വെച്ചാൽ ഉള്ളി മൂപ്പിച്ച ചോറ്. അമ്മ പറഞ്ഞുകൊടുത്തു. അന്ധന്റെ അതിജീവനമന്ത്രമാണത്.

ആകാശം നിറയെ, മനസ്സ് നിറയെ, ഉദിച്ചുവരുന്ന നിലാവാണ്. ഇരുട്ടിൽ വഴികാട്ടിയായി എല്ലാ അന്ധരുടെ ഉള്ളിലും നിലാവിന്റെ വെളിച്ചമുണ്ടാകുമെന്ന് ഈ ചിത്രം ഉടനീളം പറയുന്നു.

ഈ വലിയ ഭൂമിയിൽ കുരുടന്മാർക്കും ഇടമുണ്ട്. അവരുടെ ഓർമ്മകളിലും സ്വപ്നങ്ങളിലും കാഴ്ചയുള്ളവരേക്കാൾ തീക്ഷ്ണമായ പ്രകാശമുണ്ട്. ധനികരുടെ ഒരു വിവാഹാഘോഷവേളയിൽ ഹോട്ടൽമുറിയുടെ കറന്റ് പോയി ഇരുട്ടിലാണ്ടുപോയപ്പോൾ കൊച്ചുബേബിയാണ് മെഴുകുതിരിയായി വരുന്നത്. അവൻ തന്നെയുണ്ടാക്കിയ മെഴുകുതിരി കൊണ്ടാണ് കാഴ്ചയുള്ളവരുടെ ലോകം വെളിച്ചപ്പെടുന്നത്.

സിനിമയുടെ ആദ്യസീനിലെ ഈ സ്വപ്നദൃശ്യം അവസാനസീനിൽ മകളിലൂടെ ആവർത്തിക്കുന്നു. കുറച്ചുകൂടി ആഴവും ആത്മീയസൗന്ദര്യവുമുള്ള ദൃശ്യമാണത്. ക്രിസ്തുവിന്റെ ശരീരവും രക്തവും അപ്പവും വീഞ്ഞുമായി മാനവരാശിക്ക് പകുത്തുകൊടുക്കുന്ന ബലിവേദിയിൽ ഒരു കുഞ്ഞുമെഴുകുതിരി കത്തുന്നുണ്ട്. ആ നാളത്തിന്റെ പിടപ്പിലൂടെ അന്ധയായ മകളുടെ ശബ്ദമാണ് നാം സിനിമ തീരുമ്പോൾ കേൾക്കുന്നത്. ഞാൻ ഇരുട്ടിനുള്ളിലാണ്. പക്ഷേ ഈ മെഴുകുതിരി ഉണ്ടാക്കിയത് ഞാനാ.

മെഴുകുതിരി കത്തുമ്പോഴുള്ള തീനാളത്തിന്റെ പിടയ്ക്കുന്ന ശബ്ദം ഈ സിനിമയുടെ സൂക്ഷ്മമമായ ശബ്ദരേഖയായി മാറുന്നു. ഇരുട്ടിനുള്ളിലെ നേർത്ത ശബ്ദങ്ങൾ പിടിച്ചെടുക്കുന്ന മികച്ച ശബ്ദലേഖനമാണത്. അന്ധന്റെ കാഴ്ചവട്ടത്തോട് ഒട്ടിനിന്നുകൊണ്ടാണ് ക്യാമറ മെല്ലെ മെല്ലെ നടന്നു നീങ്ങുന്നത്. അന്ധൻ നടക്കുന്നത് പരിമിതവും നിയന്ത്രിതവും നിശ്ചിതവുമായ വഴികളിലൂടെയാണ്. ആ നടത്തത്തെ കണിശതയോടെ പിന്തുടരുകയാണ് സമീർഹക്കീമിന്റെ ക്യാമറ.

അന്ധരുടെ ദുരിതങ്ങളിലേക്ക് ഇതിനുമുമ്പും നമ്മുടെ സിനികൾ നോക്കിയിട്ടുണ്ട്. കാഴ്ചയുള്ളവരുടെ ആ നോട്ടങ്ങളിൽ നാം നമ്മെത്തന്നെയാണ് കണ്ടുകൊണ്ടിരുന്നത്. നമ്മുടെ അനുതാപങ്ങൾ നാട്യമായോ സത്യമായോ ആ കാഴ്ചകളിൽ കലർന്നിട്ടുണ്ടാകാം. എന്നാൽ ഈ സിനിമ അന്ധന്റെ ആത്മകഥയാണ്. അന്ധന്റെ ശൂന്യമായ കൺപോളകൾക്കുള്ളിലാണ് ക്യാമറ വെച്ചിരിക്കുന്നത്. പ്രേംലാൽ ആ കാഴ്ചയുടെ വെല്ലുവിളിയാണ് സിനിമയിൽ പകർത്തിയത്. കാഴ്ചപോകുമ്പോൾ ഉള്ളി മൂപ്പിച്ച ചോറിന്റെയും കുന്തിരിക്കത്തിന്റെയും സ്കോച്ചിന്റെയും പിന്നെ ചെമ്പകപ്പൂവിന്റെയും മണത്തിൽ കൊച്ചുബേബിയുടെ മറ്റു ഇന്ദ്രിയങ്ങളും കുലങ്ങുന്നുണ്ട്. ഇതെല്ലാം ചേർന്ന ദൃശ്യപരിചരണമാണ് 'ആത്മകഥ'യെ വേറിട്ടുനിർത്തുന്നത്.

സവിശേഷവും സൂക്ഷ്മവുമായ ഇന്ദ്രിയാനുഭവങ്ങളുടെ ചിത്രീകരണങ്ങൾ ഈ സിനിമയ്ക്ക് അസാധാരണമായ സംവേദനക്ഷമത പകരുന്നു. മോഹൻ സിത്താരയുടെ പശ്ചാത്തലസംഗീതം ശ്രദ്ധേയമാണ്. അന്ധനെക്കുറിച്ചുള്ള ഒരു സിനിമ അതിന്റെ ശബ്ദസൂക്ഷ്മതകളിലാണ് ആദ്യം ശ്രദ്ധിക്കേണ്ടത്. കഥാപാത്രങ്ങളുടെ ഇരമ്പിമറിയുന്ന വികാരപ്രവാഹങ്ങൾക്കൊപ്പം വിദൂരത്തുനിന്നും കേൾക്കുന്ന വിലാപത്തിന്റെയും പ്രാർത്ഥനയുടെയും ഇടിവെട്ടിന്റെയും നിശ്ശബ്ദതയുടെയും ശബ്ദസംഗീതം ചിത്രത്തിന് ആഴക്കാഴ്ചകൾ നൽകുന്നു.

യാഥാർത്ഥ്യങ്ങൾക്ക് സമാന്തരമായി സ്വപ്നങ്ങളുടെ മറ്റൊരു ലോകം ചിത്രത്തിലുടനീളം സംവിധായകൻ ഒരുക്കിയിട്ടുണ്ട്. അതിലേറ്റവും പ്രധാനം അച്ഛനും മകളും ആവർത്തിച്ചുകാണുന്ന Flying away home

എന്ന സിനിമയുടെ ദൃശ്യങ്ങളാണ്. അരയന്നങ്ങളുടെ കൂടെ വിമാനം പറത്തുന്ന ഒരു കൊച്ചുപെൺകുട്ടിയെക്കുറിച്ചുള്ള സിനിമയാണത്.

പല സിനിമയുടെയും ക്ലിപ്പിങ്ങുകളിലൂടെ ഇതിവൃത്തത്തെയും കഥാപാത്രങ്ങളെയും യുക്തിഭദ്രമായി വികസിപ്പിക്കുവാൻ സംവിധായകന് കഴിയുന്നു. ജഗതി അവതരിപ്പിക്കുന്ന സിനിമാഭ്രമമുള്ള പൊന്നൂസച്ചന്റെ പാത്രരചനയിലും സിനിമാദൃശ്യങ്ങൾ പ്രധാനമാണ്. പല കാലങ്ങളെ അടയാളപ്പെടുത്തുവാനും പഴയ സിനിമകളുടെ ദൃശ്യതലങ്ങൾ സമർത്ഥമായി പ്രയോഗിച്ചിരിക്കുന്നു.

കോഴിക്കൂട്ടിൽ പാമ്പിന്റെ ചീറ്റലും പാതയിൽ ബൈക്കിന്റെ ഇരമ്പലും കൊച്ചുബേബിയുടെ മനസ്സിൽ നിറയ്ക്കുന്ന അരക്ഷിതബോധങ്ങൾക്ക് കടുപ്പം കൂട്ടുന്നു. അന്ധന്റെ നിസ്സഹായതകൾ എപ്പോഴും സുരക്ഷിതത്വത്തെക്കുറിച്ചുള്ള അധികവേവലാതികൾക്ക് കാരണമാകും. അങ്ങനെയാണ് കുരുടിയായിപ്പോകും മുമ്പേ മകൾക്കായി ഒരുക്കുന്ന സുരക്ഷിതത്വത്തിനായുള്ള കയറും അടച്ചുപൂട്ടുന്ന കതകും.

മഞ്ഞിന്റെയും മഴയുടെയും കാറ്റിന്റെയും ഇന്ദ്രിയാനുഭവങ്ങൾ സ്ക്രീനിൽ നിറഞ്ഞുനിൽക്കുന്നുണ്ട്. കാലാവസ്ഥയും ഈ സിനിമയ്ക്കൊരു ഇതിവൃത്തം മെനയുന്നു. അന്ധനിലേയ്ക്ക് പ്രേക്ഷകന്റെ നോട്ടമല്ല സംവിധായകൻ പകർത്താൻ ശ്രമിക്കുന്നത്. അന്ധൻ നമ്മെ നോക്കുകയാണ്. ലോകത്തെ നോക്കുകയാണ്. ആ നോട്ടത്തിന് ഉരുകുന്ന മെഴുകിന്റെ മണമാണ്. അന്ധതയ്ക്കുള്ളിലെ നിലാവാണ് ഈ സിനിമയുടെ പ്രകാശം.

ശ്രീനിവാസനോടും ജഗതിശ്രീകുമാറിനോടും ഷർബാനി മുഖർജിയോടുമൊപ്പം ഷഫ്നയുടെ അഭിനയത്തിന് തിളക്കമേറെയുണ്ട്. ഒരു ബാലതാരത്തിനപ്പുറം മലയാളസിനിമ ഒരു ഉൾക്കരുത്തുള്ള നായികയെ ഷഫ്നയിൽ കണ്ടെത്തിക്കൂടായ്കയില്ല. ഏങ്ങണ്ടിയൂർ ചന്ദ്രശേഖരനും അൽഫോൺസും ഛായാഗ്രാഹകനായ സമീർഹക്കീമും അടങ്ങുന്ന അണിയറയിലെ പുതിയ പ്രതിഭകളുടെ അരങ്ങേറ്റവും ശ്രദ്ധേയമായി. പന്ത്രണ്ട് വർഷത്തെ പരസ്യചിത്രങ്ങളുടെ പണിപ്പുരയിൽ നിന്നുമാണ് പ്രേംലാൽ എന്ന സംവിധായകന്റെ രംഗപ്രവേശം. പ്രേംലാലിന്റെ ആദ്യത്തെ ഹ്രസ്വചിത്രം നട്ഹാംസന്റെ Call of Life എന്ന ചെറുകഥയെ ആസ്പദമാക്കി നിർമ്മിച്ച 'ജീവിതത്തിന്റെ ഒരു ദിവസ'മെന്ന ചിത്രമായിരുന്നു.

സിനിമാക്കാഴ്ചയുടെ പതിവുനിരൂപണത്തിനപ്പുറം എനിക്ക് 'ആത്മകഥ' ചില തിരിച്ചറിവുകളുണ്ടാക്കിയിട്ടുണ്ട്. അറുപതോളം അന്ധവിദ്യാർത്ഥികൾ പഠിക്കുന്ന തൃശ്ശൂർ കേരളവർമ്മ കോളേജിലാണ് ഞാൻ പഠിപ്പിച്ചിരുന്നത്. ക്ലാസിൽ മുൻബെഞ്ചിലിരിക്കുന്ന ആ കുട്ടികളുടെ കണ്ണുകളിൽ ഞാൻ കണ്ടിട്ടുണ്ട്, ഇരുട്ടിനെ തുളച്ചുകയറുന്ന നിലാവിന്റെ

രശ്മികൾ. സ്വപ്നങ്ങളുടെ ധീരതകൾ. എന്നെ അതിശയിപ്പിച്ചിട്ടുണ്ട് അവരുടെ പ്രണയങ്ങൾ, പാട്ടുകൾ, ചിത്രങ്ങൾ, ഓരോ അദ്ധ്യാപകനേയും മണത്തറിയാനുള്ള സിദ്ധികൾ, വിസ്മയകരമായ ഭാവനകൾ, കൈകോർത്തു പിടിച്ചുള്ള നടത്തങ്ങൾ, ഒരുമിച്ചിരുന്നുള്ള ഭക്ഷണം പങ്കിടൽ. 'ആത്മകഥ' എന്ന ചിത്രം അന്ധതയുടെ ഇരുൾവെളിച്ചം ഓരോ കാഴ്ചയുള്ളവന്റെയും ഹൃദയത്തെ കുത്തിത്തുറന്ന് അതിൽ നിലാവുദിപ്പിക്കും. കാഴ്ചശക്തിയുള്ള എന്റെ വിദ്യാർത്ഥികളോട് മുഴുവൻ ഞാനീ ചിത്രത്തെക്കുറിച്ച് പറയും. അന്ധരുടെ ദൃശ്യഭാവന എത്ര അപാരമാണെന്ന്, അവരുടെ സങ്കടക്കടൽ നീന്തിയുള്ള അതിജീവനയാത്ര എത്ര സാഹസികവും നിർമ്മലവുമാണെന്ന്. ഈ സിനിമ അന്ധരെ നോക്കാനുള്ള പുതിയൊരു കാഴ്ചശക്തിയാണ് എനിക്കു നൽകിയത്. ■

വെളി :
നദിയെ പ്രണയിച്ച ക്യാമറ

പ്രശസ്ത ഛായഗ്രാഹകനായ ശശികാന്ത് സംവിധാനം ചെയ്ത നദിയോടുള്ള ഒരു പ്രണയത്തിന്റെ കവിതയാണ് വെളി. തമിഴ് ഗ്രാമീണതയുടെ ശക്തമായ ഗൃഹാതുരത്വമാണ് കാവേരിയെക്കുറിച്ചുള്ള ആ ചിത്രം ഉണർത്തിയെടുത്തത്. അനേകം മറവികളിൽ നിന്നും മയക്കങ്ങളിൽ നിന്നും ഒരു ഗ്രാമീണസ്മൃതി ഓർമ്മയിലുണരുകയാണ്. ഏറ്റവും സാധാരണവും തുച്ഛവുമായ ജീവിതത്തിനകത്തുപോലുമൊരു വിസ്മയമുണ്ട് എന്നു വെളിപ്പെടുത്തുന്നു ചിത്രം.

തലക്കാവേരിയിലെ വനസ്ഥലികളിൽ നിന്നും ഉറവപൊട്ടി, അനേകം സമതലങ്ങളിലൂടെ തിണകളിലൂടെ ഒഴുകി നീങ്ങി, പുംപുഹാറിലെ കടലിലവസാനിക്കുന്ന കാവേരിയുടെ പ്രവാഹം പിന്തുടരുകയാണ് ചിത്രം. ഒഴുക്കിന് സാക്ഷിയും സഹയാത്രികനുമായി ക്യാമറ സഞ്ചരിക്കുന്നു. പ്രകടമായ വാദങ്ങളോ അടിവരയിട്ട പ്രസ്താവനകളോ ഇല്ലാതെ.

ആയിരക്കണക്കിനു വർഷങ്ങളിലെ തമിഴ് ചരിത്രത്തിലേക്കും ഐതിഹ്യങ്ങളിലേക്കും ഒഴുകി നീങ്ങുന്ന കാവേരിയെ പിന്തുടരുകയാണ് ചിത്രം. അതിൽ യുദ്ധങ്ങളുണ്ട്, പ്രണയങ്ങളുണ്ട്, വംശനാശങ്ങളുണ്ട്. സ്വപ്നങ്ങളും സ്വപ്നഛേദങ്ങളുമുണ്ട്. തമിഴ്ചരിത്രം കാവേരിയുടെ ഓളങ്ങളിൽ എഴുതുകയാണ്. ജലരേഖപോലെ ചരിത്രത്തെ മായ്ച്ചും വരച്ചും ഒരു സിനിമയുണ്ടാക്കുന്നു. അതിശയകരമായ സത്യവും സൗന്ദര്യവും ഈ സിനിമ പകർത്തിവെയ്ക്കുന്നു.

കാവേരി തടങ്ങളിൽ പാർക്കുന്ന മുക്കുവരുടെയും അലക്കുകാരുടെയും കർഷകരുടെയും പാവപ്പെട്ട ജീവിതത്തിന്റെ നർമ്മവിഷാദസമ്മിശ്രമായ താളം പുഴയൊഴുക്കിനൊപ്പം അനുഭവിക്കാനാവും. നാദദൃശ്യങ്ങളുടെ സ്വച്ഛനിർമ്മലമായ ഒഴുക്കാണ് ഈ ചിത്രത്തിന്റെ ധ്വനിമണ്ഡലം. കാവ്യാത്മകമായ വിവരണത്തോടൊപ്പം തെളിഞ്ഞുവരുന്ന മനുഷ്യരിലധികവും സ്ത്രീകളാണ്. സ്വന്തം നിറംകെട്ട ജീവിതത്തെ അവർ അതിജീവിക്കുന്നത് അലക്കിയുണക്കാനിടുന്ന നാനാവർണ്ണ

വസ്ത്രങ്ങളിലൂടെയാണ്. പഴയ തമിഴ്സിനിമാഗാനങ്ങളിലെ പ്രണയപല്ലവികൾ പരിസര ശബ്ദങ്ങൾക്കൊപ്പം നിറഞ്ഞൊഴുകുകയാണ്. തമിഴ് പ്രാചീനപാരമ്പര്യത്തിന്റെ ഗാംഭീരതകളിലേയ്ക്കോ ഐതിഹ്യങ്ങളിലേയ്ക്കോ ക്ലാസിക്കൽ സംഗീതസമൃദ്ധികളിലേയ്ക്കോ ഏകപക്ഷീയമായി ഒഴുക്കിക്കൊണ്ടുപോകാതെ പാവപ്പെട്ട ഗ്രാമീണരുടെ സാധാരണതകളിൽ നിന്നുമൊരു സംസ്കൃതി കണ്ടെത്തുവാനാണ് സംവിധായകൻ ശ്രദ്ധിച്ചിരിക്കുന്നത്.

ഗ്രാമീണശാന്തതയ്ക്കും വലിയൊരാഴമുണ്ടെന്നും അദ്ഭുതമുണ്ടെന്നും ഓർമ്മിപ്പിക്കുകയാണ് ഈ ചിത്രം. പണി കഴിഞ്ഞെത്തിയ ഒരു കാളയെ കുറേപേർ ചേർന്ന് കാവേരിയിൽ മുക്കി കുളിപ്പിക്കുന്ന ഒരു രംഗമുണ്ടിതിൽ. ഗ്രാമീണനർമ്മവും കൂറും കൂട്ടും ഒന്നിക്കുന്ന നൈർമ്മല്യമാണ് നാമപ്പോൾ അനുഭവിക്കുക. കാവേരിയിൽ അലക്കുകയും കഴുകുകയും നീന്തുകയും മീൻപിടിക്കുകയും വിനോദിക്കുകയും ചെയ്യുന്ന ഗ്രാമീണരുടെ ലളിതജീവിതത്തെ സമഗ്രമാക്കുന്നത് ആ നദിയാണെന്ന് നാമപ്പോൾ അറിയും.

കാവേരിക്കു വിലങ്ങനെ നിർമ്മിച്ച ഒരു വലിയ പാലത്തിലൂടെ സ്കൂട്ടറിന്റെ ദീർഘസഞ്ചാരത്തിലാണ് ചിത്രത്തിന്റെ അവസാനദൃശ്യങ്ങൾ. പുഴയെ കവർന്നു മുറിക്കുന്ന നാഗരികതയുടെ യന്ത്രചലനങ്ങളിൽ കിടുങ്ങുന്ന ഗ്രാമീണതയോട് നാമപ്പോൾ അനുതാപികളായേക്കാം. ഒരു പുഴയേയും അതിന്റെ താളത്തിൽ ജീവിതം ഘോഷിക്കുന്ന ഗ്രാമീണരേയും നഗരം വേട്ടയാടി കീഴ്പ്പെടുത്തുകയാവുമോ? ഒരു പ്രഭാതം ഞങ്ങളെ പിച്ചക്കാരാക്കി എന്ന് ചിത്രത്തിലെ നാദദൃശ്യങ്ങൾക്കിടയിൽ ഒരു വിലാപവും നാം കേൾക്കുന്നു.

വീഡിയോ ക്യാമറ പ്രകൃതിധ്വംസനത്തിനു നേരെയുള്ള ഒരു സമരായുധം മാത്രമല്ല, പ്രകൃതിയോട് അനുരാഗവിവശനാകുന്ന ഒരു കവിയുടെ പ്രണയതൂലികയുമാകാമെന്ന് ഈ ചിത്രം പറയും. ■

മാധ്യമം

മാധ്യമപരിസ്ഥിതി:
പുതിയ ആകാശവും പുതിയ ഭൂമിയും

നിലനിൽക്കുന്ന തറ തിരിച്ചറിയുകയാണ് ശരിയായ ചുവടുവയ്പ്പുകൾക്കുള്ള ആദ്യപടി. നിലവിലുള്ള യാഥാർത്ഥ്യത്തെ മനസ്സിലാക്കിക്കൊണ്ട് നേടിയെടുക്കുന്ന അവബോധവും ലോകബോധവും ഒരു ബദൽ സാംസ്കാരികവിനിമയത്തിന്റെ തുടക്കമാണ്. വിമർശനമാണ് അറിവിന്റെ രീതിശാസ്ത്രം. അറിയുക എന്നതാണ് വിപ്ലവകരമായ ആദ്യത്തെ പ്രവൃത്തി.

മാധ്യമങ്ങളുടെ പ്രത്യയശാസ്ത്രധർമ്മം, മനസ്സിന്റെ പരുവപ്പെടുത്തൽ, സാംസ്കാരികരംഗത്തെ കടന്നാക്രമണങ്ങൾ ഇവയൊന്നും പുതിയ അറിവല്ല. ശ്രദ്ധാർഹമായിട്ടുള്ളത് ഒരേസമയം മാധ്യമങ്ങൾ നമ്മെ വശീകരിക്കുകയും വഴിതെറ്റിക്കുകയും ചെയ്യുന്നുവെന്ന വസ്തുതയാണ്. ഒരു ദൈനംദിന ദുശ്ശീലംപോലെ എത്രമാത്രം വിമർശിക്കുമ്പോഴും നമ്മളതിന്റെ മായികവലയത്തിൽ, ചൂഷണത്തിൽ കുരുങ്ങിക്കിടക്കുകയാണെന്നതാണ് സത്യം.

വ്യാപ്തിയും സ്വാധീനവും കൊണ്ട് ഇന്ന് മാധ്യമങ്ങൾ ആശയസമരത്തിൽ വ്യവസ്ഥാപിതത്വത്തിന്റെ പക്ഷത്തുള്ള ഏറ്റവും മൂർച്ചയേറിയ ആയുധങ്ങളാണ്. നിങ്ങൾക്കതിനെ അവഗണിക്കാനാവില്ല. വെറുതെ വിടാനും. സർഗ്ഗാവിഷ്കാരത്തിന്റെ ഏകവഴിയായി പൊതുമാധ്യമങ്ങൾ മാറുന്ന അവസ്ഥയും കണക്കിലെടുക്കേണ്ടതുണ്ട്. മാധ്യമങ്ങളുടെ ശക്തി എല്ലാം ഉൾക്കൊള്ളുന്നതാണെന്നല്ല - പക്ഷേ നിർണ്ണായകസ്വാധീനം ചെലുത്തുന്ന, സാമൂഹിക സാമ്പത്തികരാഷ്ട്രീയധർമ്മങ്ങൾ നിർവ്വഹിക്കുന്ന പ്രത്യയശാസ്ത്രസ്ഥാപനങ്ങളായി മാധ്യമങ്ങളെ നാം തിരിച്ചറിഞ്ഞേ മതിയാകൂ. മാധ്യമങ്ങളുടെ പ്രതിലോമസാംസ്കാരികപ്രയോഗങ്ങളിൽ ഉൽക്കണ്ഠാകുലരായിട്ടുള്ളവർ ഈ പ്രശ്നങ്ങളെ സവിശേഷമായി പരിശോധിക്കേണ്ടിയിരിക്കുന്നു. മാധ്യമപരിസ്ഥിതിയുടെ മലിനീകരണത്തിലൂടെ അനുഭവമലിനീകരണം എവ്വിധമെല്ലാം സംഭവിക്കുന്നുവെന്ന തിരിച്ചറിവുതന്നെ ഇക്കാലത്തെ ഏറ്റവും പ്രസക്തമായ സാംസ്കാരിക പ്രയോഗമാണ്.

അറിയാനും അറിയിക്കാനുമുള്ള ജനങ്ങളുടെ അവകാശം, ജനങ്ങളെ തെറ്റിദ്ധരിപ്പിക്കാനും മയക്കാനുമുള്ള ചിലരുടെ കുത്തകാവകാശമാകുന്നേടത്ത്, മാധ്യമങ്ങൾ മനുഷ്യനെ മയക്കുന്ന കറുപ്പായി മാറുന്നു. തീവണ്ടിയും വിമാനവും ടെലഫോണും റോഡിയോയും ടെലിവിഷനും ചേർന്ന് ലോകത്തെ ചെറുതാക്കിയെന്നും ലോകം ഒരു ആഗോളഗ്രാമമായി മാറിയെന്നും മക്ലൂഹനെയും ആൽവിൻ ടോഫ്ളറെയും പോലുള്ളവർ പ്രഖ്യാപിച്ചിട്ടുണ്ട്. ലോകത്തിൽ എവിടെ നടക്കുന്ന സംഭവവും അപ്പോൾത്തന്നെ കേൾക്കാനും അറിയാനും ലോകത്തിന്റെ ഏതു കോണിലിരുന്നാലും കഴിയുന്നുവെന്നതിന്റെ പേരിലാണ് ഇങ്ങനെ പറയുന്നത്. പക്ഷേ എല്ലാ സംഭവങ്ങളും നാം കാണുകയോ കേൾക്കുകയോ ചെയ്യുന്നില്ല. നാം കാണണമെന്നും കേൾക്കണമെന്നും മാധ്യമ അധികാരികൾ നിശ്ചയിക്കുന്നതുമാത്രമാണ് നാം കാണുകയും കേൾക്കുകയും ചെയ്യുന്നത്. നാം കണ്ണാടിയിലെന്നോണം പത്രത്തിലും വെള്ളിത്തിരയിലും ടി.വി. സ്ക്രീനിലും നോക്കുന്നു. തങ്ങളുടെ നിക്ഷിപ്തതാത്പര്യങ്ങൾക്കനുസരിച്ച് വാക്കുകൾക്കും ദൃശ്യങ്ങൾക്കും രൂപഭേദം വരുത്തുന്ന മാന്ത്രികക്കണ്ണാടിയാണ് പത്രമുടമയും സിനിമാവ്യവസായിയും പിടിച്ചിരിക്കുന്നതെന്ന കാര്യം നാം പലപ്പോഴും മറന്നുപോകുന്നു.

നിശ്ശബ്ദഭൂരിപക്ഷത്തിനുമേൽ ന്യൂനപക്ഷം മാധ്യമങ്ങളിലൂടെ നടത്തുന്ന തേർവാഴ്ച കഠിനമാണ്. ഓരോ രാജ്യത്തിലേയും ഈ മൂകഭൂരിപക്ഷം എങ്ങനെ ചിന്തിക്കണം, വികാരം കൊള്ളണം എന്നുവരെ മാധ്യമാധികാരികൾ നിശ്ചയിക്കുന്നു. അറിവ് ഏറ്റവും വലിയ മർദ്ദനോപാധിയായി മാറിക്കഴിഞ്ഞിരിക്കുന്നു. ഇൻഫർമേഷന്റെയും ഇലക്ട്രോണിക് മാധ്യമങ്ങളുടെയും മേലുള്ള കുത്തക, ഉല്പാദനോപാധികളുടെ മേലുള്ള കുത്തക എന്നപോലെത്തന്നെ മനുഷ്യബോധത്തിന്മേലുള്ള അധീശത്വമായി മാറുന്നു. ഈ നൂറ്റാണ്ടിലെ ഏറ്റവും മികച്ച കലയും സാഹിത്യവും പോലും ഈ മാധ്യമപരിസരത്തിന്റെ തടവിലാണ്. അറിവെന്ന മൂലധനം പങ്കിടുന്നതന്റെയും ഉപയോഗിക്കുന്നതിന്റെയും മേൽക്കൈയ്ക്ക് വേണ്ടിയാണ് ഇന്ന് യുദ്ധങ്ങളും പന്തയങ്ങളും കൂട്ടക്കുരുതികളും. ജനങ്ങളുടെ മനസ്സുകൾകൂടിയും മറ്റാരുടേയോ വിപണിയും കോളനിയുമായി മാറ്റിത്തീർക്കുവാൻ മാധ്യമങ്ങൾക്കിന്ന് കഴിയുന്നുണ്ട്.

വ്യവസായവൽക്കരണം അതിന്റെ ഏറ്റവും നീചമായ ഉയരം താണ്ടിയത് ബോധവ്യവസായത്തിലാണ്. അതായത് ബോധത്തെ കച്ചവടച്ചരക്കാക്കുന്ന വ്യവസായം. ഏതു വിധേനയും മൂലധനം ആർജ്ജിക്കാനുള്ള ശ്രമത്തിൽ ജനങ്ങളുടെ ബോധത്തേയും ഇച്ഛകളേയും അഭിരുചികളേയും തിരിച്ചറിവുകളേയും ചില പ്രത്യേകവിധത്തിൽ പരുവപ്പെടുത്തിയെടുക്കേണ്ടത് മൂലധന ഉടമകൾക്ക് ആവശ്യമായി വന്നു. ജനങ്ങളുടെ ആത്മബോധത്തെത്തന്നെ ഒരു വ്യവസായികോല്പന്നമാക്കുവാൻ അവർക്ക് കഴിഞ്ഞു.

പുസ്തകങ്ങളിലൂടെ, ചിത്രകഥകളിലൂടെ, ഫിലിമുകളിലൂടെ, വീഡിയോകളിലൂടെ, ടെലിവിഷനിലൂടെ, ചുവർപ്പരസ്യങ്ങളിലൂടെ, നേഴ്സറിപ്പാട്ടുകളിലൂടെ, സ്റ്റിക്കറുകളിലൂടെ, സൗജന്യത്തൊപ്പികളിലൂടെ, സാംസ്കാരിക വിനിമയ പരിപാടികളിലൂടെ, ലോകബാങ്ക് വായ്പകളിലൂടെ, കളിപ്പാട്ടങ്ങളിലൂടെ, അക്കാദമികളിലൂടെ, സെമിനാറുകളിലൂടെ, ട്രേഡ്ഫെയറുകളിലൂടെ, അവാർഡുകളിലൂടെ ആ ബോധവ്യവസായം നമ്മുടെ നാട്ടിൻപുറങ്ങളിലേയ്ക്കും അതിന്റെ നീരാളിക്കൈകൾ പടർത്തി.

ഇന്ന് നമ്മൾ മാത്രമല്ല നമ്മുടെ കുട്ടികളും ഈ വിഷവൃക്ഷത്തിന്റെ കായാണ് തിന്നുന്നത്. നമ്മുടെ കലയും സൗന്ദര്യാസ്വാദനവും വിദ്യാഭ്യാസവും സംസ്കാരം അപ്പാടെയും ഈ ബോധവ്യവസായത്തിന്റെ ചൂഷണപരിസരത്തിനുള്ളിലാണ്. 'നിങ്ങളുടെ ധനം കള്ളന്മാർ കവർന്നെടുക്കാത്തതും തുരുമ്പെടുക്കാത്തതുമായ സ്ഥാനത്ത് നിക്ഷേപിക്കുക' എന്നത് ഇന്ന് ക്രിസ്തുവിന്റെ മഹത്തായ സന്ദേശമല്ല, കാത്തലിക് സിറിയൻ ബാങ്കിന്റെ സേഫ് ഡെപ്പോസിറ്റ് ലോക്കറിനുള്ള പരസ്യവാചകമാണ്!

ജനതയെ നിയന്ത്രിക്കുവാനും സ്വാധീനിക്കുവാനും അടിമപ്പെടുത്തുവാനുമുള്ള മാധ്യമദൗത്യം കാര്യക്ഷമമായി നിർവ്വഹിക്കുന്നതിനുള്ള ഒരു മുന്നുപാധിയാണ് വിനോദമാധ്യമങ്ങളുടെ വൻപ്രചാരവും ജനസമ്മതിയും. മാധ്യമങ്ങളുടെ സ്വീകാര്യതയും അവയുടെ അധീശത്വ ദൗത്യവും ഒരേ നാണയത്തിന്റെ രണ്ടു വശങ്ങളാണ്. ജനപ്രിയസിനിമകളും ടി.വി. സീരിയലുകളും കോമിക്കുകളും ചവറ് സാഹിത്യവും തന്നെ ഇതിനേറ്റവും നല്ല ഉദാഹരണങ്ങൾ. യഥാർത്ഥമായ സാഹചര്യങ്ങളിൽ നിന്നും പ്രശ്നങ്ങളിൽ നിന്നും ഇവ തുടങ്ങുന്നു. പിന്നെ സാഹചര്യത്തെയും പ്രശ്നങ്ങളേയും ഇവ തെറ്റായി വിശകലനം ചെയ്യുന്നു. വ്യാജമായ കാരണങ്ങളിലേയ്ക്ക് പിന്നീട് കഥ നീങ്ങുന്നു. സ്വപ്നത്തിൽമാത്രം സാധ്യമായ പരിഹാരങ്ങളുമായി അവ അവസാനിക്കുകയും ചെയ്യുന്നു. അടിസ്ഥാനപ്രമേയത്തിൽ സ്വപ്നസദൃശമായ ആഗ്രഹസിദ്ധിയുണ്ടാവും. കാണികൾക്ക് പെട്ടെന്നുതന്നെ നായകനോ നായികയോ ആയി താദാത്മ്യം പ്രാപിക്കാനാവുന്നു. ആത്യന്തികമായി ചിന്തയുടെ മുഴുവൻ സാദ്ധ്യതകളും തടഞ്ഞുവയ്ക്കുന്ന തരത്തിൽ സ്വയം നിർവ്വഹിച്ചുറപ്പിച്ച ഒരു യുക്തിയിൽ അത് കാണികളെ കുടുക്കും. സെക്സും വയലൻസും ലോലവൈകാരികതയും വേരുകളില്ലാത്ത ഗൃഹാതുരത്വവും വശീകരണവും ഭീതിപ്പെടുത്തലുമെല്ലാം ഇതിനുപയോഗിക്കുന്ന ആയുധങ്ങളാണ്. നമ്മുടെ പണംവാരിപ്പടങ്ങളൊക്കെയും ഇത്തരത്തിൽ ഒരു വ്യാജാഭിരുചിയെ സേവിക്കുന്നവയാണ്. ജനത്തിനിഷ്ടമുള്ളത് വിളമ്പുന്ന ജനപ്രിയതയും ജനതയെ സ്വാശ്രയബോധത്തിലേയ്ക്ക് നയിക്കുന്ന ജനകീയതയും തമ്മിലുള്ള തിരിച്ചറിവും വിമർശനാത്മകമായ പ്രതിബോധവുമാണ് മാധ്യമവിമർശനത്തിന്റെ കാതൽ.

ഇത്തരമൊരു സാഹചര്യത്തിൽ പ്രത്യയശാസ്ത്രരൂപീകരണത്തിൽ മാധ്യമങ്ങൾ നിർവ്വഹിക്കുന്ന പങ്ക് ശ്രദ്ധിക്കപ്പെടേണ്ടതാണ്. മാധ്യമദൗത്യം ദേശീയതയും അന്തർദ്ദേശീയതുമായി കൂടിക്കുഴഞ്ഞു കിടക്കുന്നു. അന്തർദ്ദേശീയതലത്തിൽ മുതലാളിത്തത്തെ ന്യായീകരിക്കുന്ന ഒരു പൊതുനിലപാട് മാധ്യമങ്ങൾ സ്വീകരിക്കുന്നു. അതോടൊപ്പം ഓരോ ദേശസാഹചര്യത്തിന്റെയും പ്രത്യേകതകളനുസരിച്ച് ഭരണവർഗ്ഗങ്ങളുടെ പ്രത്യേക താത്പര്യങ്ങളും സംരക്ഷിക്കേണ്ടത് മാധ്യമദൗത്യമായി മാറുന്നു.

വിവരങ്ങളുടെയും വാർത്തകളുടെയും തലത്തിൽ മാത്രമല്ല ഈ മാധ്യമാക്രമണം നടക്കുന്നത്. പ്രധാനമായും അഭിരുചികൾ സൃഷ്ടിക്കുന്നതിലും മൂല്യങ്ങളെയും വിശ്വാസങ്ങളെയും പരുവപ്പെടുത്തുന്നതിലും വ്യക്തിപരവും സാമൂഹികവുമായ പെരുമാറ്റത്തെ നിർണ്ണയിക്കുന്നതിലും ആണ് ഈ അന്തർദ്ദേശീയത കണ്ണുവയ്ക്കുന്നത്. അധികപക്ഷവും ഈ ശ്രമങ്ങൾ ശ്രദ്ധിക്കപ്പെടാത്ത തരത്തിലുള്ളതുമാണ്. കളിപ്പാട്ടങ്ങൾ, കോമിക്കുകൾ, കാർട്ടൂണുകൾ, ഫാഷനുകൾ, സംഗീതം, ചവറുസാഹിത്യം ഇവയൊക്കെയും മാധ്യമങ്ങളാണെന്ന തിരിച്ചറിവുപോലും നമുക്കില്ലതാനും. മൂന്നാം ലോകരാഷ്ട്രങ്ങളിലെ മാധ്യമവികാസം കൃത്രിമവും അനാവശ്യവും വികൃതവുമായിപോലും നമുക്ക് തോന്നിയേക്കാം. മുതലാളിത്തവികാസത്തിന്റെ പ്രത്യക്ഷവും പരോക്ഷവുമായ ആവശ്യങ്ങളെയാണ് ഈ മാധ്യമസാങ്കേതിവിദ്യ സേവിക്കുന്നതെന്നാണ് നാം വിട്ടുപോകുന്ന വസ്തുത.

വിജ്ഞാനവിസ്ഫോടനം എന്നൊക്കെപ്പറഞ്ഞ് നമ്മുടെ നേർക്ക് ഒരായിരം വിവരങ്ങൾ എറിയപ്പെടുന്നുണ്ട്. ഈ വിവരങ്ങൾ ഏറിയ കൂറും വിഷംപുരട്ടിയ വെണ്ണയാണെന്ന് തിരിച്ചറിയാൻ, വെണ്ണയുടെ നിറഭേദങ്ങളിൽനിന്നുതന്നെ വിഷാംശം തിരിച്ചറിയാൻ വൈകുംതോറും നമ്മുടെ സ്ഥിതി തിരിച്ചറിയാൻ, നമ്മെത്തന്നെ തിരിച്ചറിയാൻ വൈകുകയേയുള്ളൂ.

ഇതാണിന്ന് നമ്മുടെ മാധ്യമപരിസ്ഥിതി. സാമ്രാജ്യത്വത്തിന്റെ സാംസ്കാരികഫാക്ടറി പുറത്തിറക്കുന്ന ഉല്പന്നങ്ങളുടെ ഉപഭോഗത്തിനായി മൂന്നാം ലോകത്തിലെ മനുഷ്യമനസ്സുകളെയും ഹൃദയങ്ങളെയും ഒരു വിപണിയാക്കി മാറ്റുന്ന സാംസ്കാരിക സാമ്രാജ്യത്വമാണിത്.

അതേ ഇന്ന് നമ്മുടെ മാധ്യമപരിസ്ഥിതി ചതിക്കുഴികളുടെ ഒരു ശൃംഖലയാണ്. ഒരു കുഴിയിൽ വീഴാതെ രക്ഷപ്പെട്ടെന്നു കരുതി കാലെടുത്തു കുത്തുന്നത് മറ്റൊരു കുഴിയിലേയ്ക്കായിരിക്കും. ഒരു പത്രറിപ്പോർട്ടിന്റെ കുഴിയിൽ വീഴാതെ കാലെടുത്ത് കുത്തുന്നത് ഒരു റേഡിയോ പരസ്യത്തിന്റെ കുഴിയിലേയ്ക്ക്. രണ്ട് മൈതാനപ്രസംഗത്തിന്റെ കുഴിയിലേയ്ക്ക്, മൂന്ന് വീഡിയോ ചിത്രത്തിന്റെ കുഴിയിലേയ്ക്ക്, അങ്ങനെയങ്ങനെ....

ഈ കുഴികളിൽ നിന്ന് എങ്ങനെ രക്ഷപ്പെടാം? മാധ്യമപരിസരത്തേയും മാധ്യമപരിസ്ഥിതിയേയും അടിസ്ഥാനമാക്കി ഒരു സമഗ്രവിമർശനത്തിന്

തുടക്കമിടേണ്ടിവരും. നൽകപ്പെടുന്ന വിവരങ്ങൾക്ക് പിന്നിലെ, സന്ദേശങ്ങൾക്കു പിന്നിലെ, പക്ഷപാതങ്ങൾ തിരിച്ചറിയാൻ, സംശയദൃഷ്ടിയോടെ, വിമർശനബുദ്ധിയോടെ അവയെ സമീപിക്കുക.

മാധ്യമങ്ങൾ ഏതൊരു സമൂഹത്തിലും നിഷ്പക്ഷമായി ഉപയോഗിക്കപ്പെടുന്നില്ല. സാമൂഹികാധികാരത്തിന്റെ ഉപകരണങ്ങളായിത്തന്നെ അവയെ കണ്ടെത്തി മാധ്യമവിമർശനത്തെ രാഷ്ട്രീയോന്മുഖമാക്കേണ്ടതുണ്ട്.

മാധ്യമകേന്ദ്രിതമായ ലോകമാണ് മലയാളം. മാധ്യമവിനിയോഗം ഇത്രയേറെ ഉള്ള ഒരു സമൂഹം മറ്റൊരു കാലത്തുമില്ല. മാധ്യമങ്ങളോടുള്ള ആർത്തിയും വിധേയത്വവും അന്ധവിശ്വാസവും വർദ്ധിച്ചുവരികയാണ്.

തീർച്ചയായും സംവേദനത്തിന്റെ വളർച്ച മനുഷ്യസംസ്കാരത്തിന്റെ വളർച്ച തന്നെയാണ്. അറിയാനും അറിയിക്കാനുമുള്ള സമരത്തിൽ നിന്നുമാണ് സംവേദനം ആരംഭിക്കുന്നത്. സംവേദനത്തിന്റെ ഉറവുകൾ വറ്റുമ്പോൾ സമൂഹം നിശ്ചലമാകും. മാധ്യമം അതിൽത്തന്നെ ഒരു ആന്തരിക പരിസ്ഥിതിയായി മാറിക്കഴിഞ്ഞിരിക്കുന്നു. ചുറ്റുമുള്ള ഭൗതികലോകത്തിനൊപ്പം മാധ്യമ പരിസ്ഥിതിയും ഇന്ന് യാഥാർത്ഥ്യമാണ്. നമ്മുടെ ചിന്തകളെ, കാഴ്ചകളെ, അനുഭവങ്ങളെ, ആഗ്രഹങ്ങളെ, ഇച്ഛകളെ, പെരുമാറ്റങ്ങളെ രൂപപ്പെടുത്തുന്നത് ഏറിയ പങ്കും മാധ്യമങ്ങൾ തന്നെ.

പരിസ്ഥിതിത്തകർച്ചയുടെ ഏറ്റവും വലിയ സ്വഭാവം ലോകം തന്നെ ഒരു ഏകവിളത്തോട്ടമാകുന്നു എന്നതാണ്. ജൈവവൈവിധ്യമാണ് ഒരു സംസ്കാരത്തിന്റെ അന്തർബലം. മാധ്യമങ്ങളും ജീവിതത്തെ ഏകവിളത്തോട്ടമാക്കുവാൻ മത്സരിക്കുകയാണ്. ഭൂപ്രകൃതിപോലെ നമ്മുടെ ശീലങ്ങളും അഭിരുചികളും നിരപ്പാകുന്നു.

പഴയ മാധ്യമപരിസ്ഥിതിയും തകരുകയാണ്. പുതിയൊരു സംവേദനപരിസ്ഥിതി സംഭവിച്ചുകഴിഞ്ഞിരിക്കുന്നു. അത് സൈബർലോകത്തിന്റേതാണ്. വെബ്ബിൽ പ്രവർത്തിക്കുന്ന പുതിയ തലമുറകൾ പുതിയ സംവേദനതരംഗങ്ങളുടെ യാഥാർത്ഥ്യത്തിലോ യാഥാർത്ഥ്യാതീത യാഥാർത്ഥ്യത്തിലോ ആണ് ജീവിതം തുടങ്ങിയിരിക്കുന്നത്. ദൂരത്തെയും സ്ഥലത്തെയും കീഴടക്കിയ പുതിയ മാധ്യമപരിസ്ഥിതിയുടെ യാഥാർത്ഥ്യമാണിത്. ഡിജിറ്റൽ സാങ്കേതികവിദ്യ തുറന്നിട്ടിരിക്കുന്ന ഭാവനയുടെ അതിരുകളില്ലാത്ത ആകാശമാണ് പുതിയ മാധ്യമപരിസ്ഥിതി.

മാറുന്ന ജീവിതത്തെ ഉൾക്കൊള്ളുവാൻ നമ്മുടെ മാധ്യമരീതികൾക്ക് കഴിയുന്നുണ്ടോ? പുതിയ വീഞ്ഞ് പഴയ തോൽക്കുടത്തിൽ ശേഖരിച്ചിട്ട് കാര്യമുണ്ടോ. പുതിയ ജീവിതത്തെ നിറയ്ക്കുവാൻ പുതിയ തോൽക്കുടങ്ങൾ തന്നെ വേണം. എന്താണ് പുതിയ ജീവിതം? യുക്തിക്കും ബുദ്ധിക്കും തർക്കത്തിനും പ്രത്യയശാസ്ത്രങ്ങൾക്കും ചേരിതിരിവുകൾക്കും മനസ്സിലാവാത്തൊരു ജീവിതമാണത്. ലാഭചിന്തകളില്ലാതെ ജീവിതത്തെ പങ്കു

വെയ്ക്കാനും അതിരുകളില്ലാതെ പ്രതീക്ഷകളർപ്പിക്കാനും പാകത്തിൽ മണ്ണിനെയും ആകാശത്തെയും സ്വപ്നനിർഭരമാക്കുന്ന ഭാവനയുടെ പുതു ജനാധിപത്യമാണത്.

മനുഷ്യരാശിക്ക് പുതിയൊരു തലമുറ പിറന്നിരിക്കുന്നു എന്ന തോന്നൽ എനിക്കുള്ളിലിപ്പോൾ ശക്തമാണ്. വേഗമാകട്ടെ, നിരന്തരം പുതുക്കപ്പെട്ടുകൊണ്ടിരുന്നില്ലെങ്കിൽ മരണത്തിനായി നമുക്ക് വേറെ കാത്തിരിക്കേണ്ടിവരില്ല. പാമ്പ് ഉറയൂരുമ്പോൾ അത് സർവ്വാംഗം പിടയും. കഠിനമായി വേദനിക്കും. ആ ജൈവവേദനയിൽ നിന്ന് അതിനൊരു മിന്നുന്ന പുതിയ ജീവിതം കിട്ടും. അത് അതിന്റെ നഗ്നതയിലേയ്ക്ക് തിരിച്ചുവരികയാണ്. ജരാനരകളുടെ പഴയ വാസനകളിൽ നിന്നും പുറത്തുകടക്കുകയാണ്. ജീവന്റെ പുതിയ തുടിപ്പുകൾക്കായി മനുഷ്യരും ഇടയ്ക്കിടെ മാറിക്കൊണ്ടിരിക്കണം. ഹിംസകൊണ്ടും ആർത്തികൊണ്ടും പുഴുത്തുപോയ കാലത്തിൽ നിന്നും ഇടയ്ക്കിടെ ഉറയൂരണം. ഭാഷയിലും ഭാവനയിലും സ്വതന്ത്രവും ധീരവുമായ ചില കുതിപ്പുകൾക്കായി പുറത്തുവരണം സംവേദനത്തിന്റെ പുതിയ മണ്ണിലേയ്ക്കും ആകാശത്തിലേയ്ക്കും.

നമ്മുടെ എഴുത്തിനേയും വായനയേയും എത്രത്തോളം നന്നാക്കും ഇന്റർനെറ്റ് എന്ന് സംശയമുള്ളവരുണ്ടാകും. ഇന്റർനെറ്റിലെ എഴുത്തിലേയ്ക്ക് പടർന്നുകയറുന്ന ഉപരിപ്ലവതകളും ഉത്തരവാദിത്വമില്ലായ്മകളും സെൻസേഷനലിസവും താൽക്കാലികതയും തൽസമയ പ്രതികരണങ്ങളും അനാവശ്യവിവാദങ്ങളും ആ പുതുമാധ്യമത്തെയും കുറേയെല്ലാം അശ്ലീലമാക്കിയിട്ടുണ്ട്. എന്നാൽ എഴുത്തിലെ പുതുരുചികളും പുതുഭാവനകളും ഇന്റർനെറ്റിന്റെ മികച്ച സാധ്യതകൾ തന്നെയാണ്. മുൻവിധികളില്ലാതെ, ശാഠ്യങ്ങളില്ലാതെ, ഏകപക്ഷീയതയുടെ അന്ധതകളില്ലാതെ മലയാളത്തിൽ എഴുത്തിനൊരു നല്ല ഇന്ദ്രിയമാകുവാൻ ഇന്റർനെറ്റിനു കഴിഞ്ഞേക്കും. ചെറുതുകളുടെ ഭാവനകൊണ്ട് ഭാഷയെ പുതുക്കാനും സാഹസികസൗന്ദര്യം പകരാനും അതിനാവും. അച്ചടിയുടെ അക്ഷരങ്ങൾക്ക് കഴിയുന്നതിനുമപ്പുറം സൈബർ മാധ്യമത്തിന് എപ്പോഴും നവീകരിക്കപ്പെടുവാനുള്ള സാധ്യതയേറും. ■

സൗന്ദര്യദർശനം

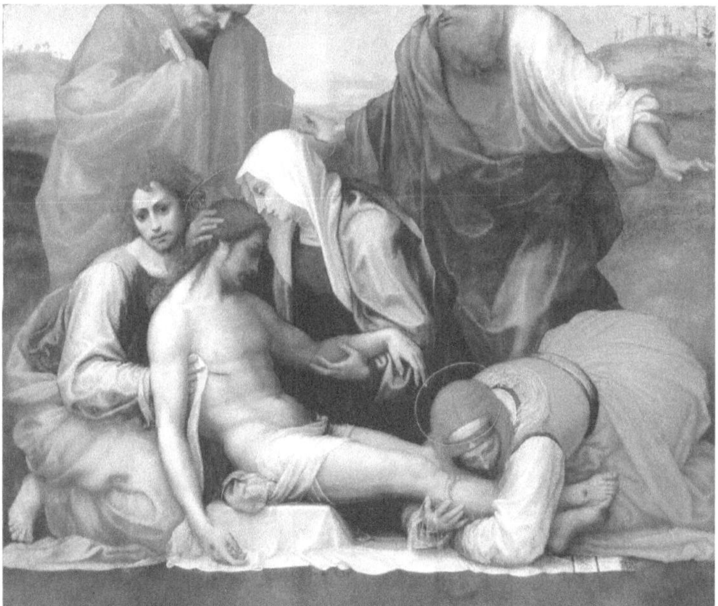

യേശുഭാവനയുടെ ലാവണ്യം

"ഈ ലോകത്തിൽ എന്നെ ഒതുക്കിവെയ്ക്കുവാൻ ആർക്കും കഴിയുകയില്ല. ഞാൻ ഒരേ സമയം മരിച്ചവരുടെ നാട്ടിലും ഇനിയും ജനിക്കാനിരിക്കുന്നവരുടെ കൂടെയും വസിക്കുന്നു. ഒരേ സമയം സൃഷ്ടികളുടെ ഉറവിടത്തിലും അതേസമയം അതിന്റെ അന്തിമസ്ഥാനത്തും ഞാൻ നിലകൊള്ളുന്നു." ഈ വാക്കുകൾ യേശുക്രിസ്തുവിന്റെ വിടവാങ്ങൽ വചനങ്ങളല്ല, ആധുനിക കാലത്തെ ചിത്രകാരന്മാരിൽ പ്രമുഖനായ പോൾ ക്ലീയുടെ മരണാനന്തരക്കുറിപ്പാണ്. അദൃശ്യമായതിനെ ദൃശ്യമാക്കി മാറ്റുകയാണ് കലയുടെ ധർമ്മമെന്ന് ഈ വാക്കുകൾക്ക് അർത്ഥധ്വനികളുണ്ട്. യാഥാർത്ഥ്യമെന്നത്, കലയുടേതായാലും പ്രപഞ്ചത്തിന്റേതായാലും നിത്യമായ ആരംഭമാണെന്ന ലാവണ്യതത്ത്വത്തിലേയ്ക്കാണ് നാമെത്തിച്ചേരുന്നത്. ക്രമമോ വ്യവസ്ഥയോ രൂപമോ അർത്ഥമോ ഇല്ലാത്ത കുഴഞ്ഞുമറിഞ്ഞ ഒരവസ്ഥയിൽ നിന്ന് ഒരു ക്രമം ഉണ്ടായതാണ് പ്രപഞ്ചസൃഷ്ടി എന്ന് വേദപുസ്തകം പറയുന്നു. കലാസൃഷ്ടിയെക്കുറിച്ചും ഇതുതന്നെയാണ് ഒരു കലാകാരന് പറയാനുണ്ടായിരിക്കുക.

യാഥാർത്ഥ്യത്തെ അതായിരിക്കുന്ന അവസ്ഥയിൽ നിന്നും വിടർത്തി അതായിത്തീരേണ്ട അവസ്ഥയിലേക്ക് രൂപാന്തരപ്പെടുത്തുന്ന, മനുഷ്യനുമായി ചേർന്നുള്ള വലിയൊരു ദൈവിക പദ്ധതിയായിട്ടാണ്, ക്രൈസ്തവ ജ്ഞാനദർശനമായിട്ടാണ് സൗന്ദര്യത്തെ അടയാളപ്പെടുത്തുന്നത്. അനന്തതയുടെ സ്പർശമുണ്ടാക്കുന്നതാണ് കല. ഈശ്വരൻ പ്രകൃതിയിൽ ചെയ്തത് കാൻവാസുകളിൽ പകർത്തുക മാത്രമാണെന്റെ ജോലിയെന്ന് ക്രൈസ്തവ സർഗപ്രേരണ ഏറ്റവും അനുഗ്രഹിച്ച മൈക്കളാഞ്ചലോ പ്രഖ്യാപിക്കുന്നുണ്ട്.

ദൈവത്തിന്റെ ആത്മാവിഷ്കാരമാണ് ഈ പ്രപഞ്ചം. അടയാളങ്ങളിലൂടെയും പ്രവാചകന്മാരിലൂടെയും ദൈവം ചരിത്രത്തിൽ പ്രകാശിപ്പിക്കപ്പെട്ടു. ദൈവീകത ചരിത്രത്തിലൂടെ വെളിപ്പെടുത്തിയതിന്റെ മഹത്തായ വാങ്മയമാണ് വേദപുസ്തകം. ദൈവത്തിന്റെ ആത്മാവിഷ്കാരം പരകോടിയെത്തുന്നത് യേശുവിലാണെന്നാണ് ക്രൈസ്തവ ദൈവശാസ്ത്രത്തിനു പറയാനുള്ളത്.

പരമ്പരാഗത മതങ്ങൾ പലതും ദൈവികതയെ ദുരൂഹമായ പ്രാപഞ്ചികപ്രതിഭാസങ്ങളിലോ സ്ഥലകാലാതീതമായ ആത്മീയതയിലോ ആണ് കണ്ടതെങ്കിൽ ക്രൈസ്തവികതയിൽ ദൈവം ചരിത്രത്തിലും സാമൂഹ്യതലത്തിലും വെളിപ്പെടുകയായിരുന്നു. ജീവാരംഭത്തിൽ തനിക്ക് പറയാനുള്ളതെല്ലാം പറഞ്ഞവസാനിപ്പിച്ച് രംഗത്തുനിന്നും പിന്മാറിയ ഒരു ദൈവസങ്കല്പമിവിടെയില്ല. ചരിത്രത്തിലുടനീളം ദൈവവും മനുഷ്യനും തമ്മിലുള്ള നിരന്തരസംവാദത്തിലൂടെയാണ് പ്രപഞ്ചസൃഷ്ടി നവീകരിക്കപ്പെടുന്നതും വളരുന്നതും. നിത്യമായി സൃഷ്ടിക്കപ്പെടുന്ന ഒരു കലാരചന തന്നെയാണിത്. വചനം മാംസമാവുകയാണ്. ദൈവം മനുഷ്യനാവുകയാണ്.

ദൈവവും മനുഷ്യനും തമ്മിലുള്ള പരസ്പര പ്രവാഹങ്ങൾ കൂട്ടിത്തൊടുന്നിടത്താണ് സമഞ്ജസമാനമായ ഘടനയുണ്ടാകുന്നത്. സൗന്ദര്യമുണ്ടാകുന്നത്. ക്രൈസ്തവ ലാവണ്യദർശനത്തിന്റെ പരിപൂർണത വേദപുസ്തകമാകുന്നത് ഇതിനാലാണ്. അത് ദൈവത്തിന്റെയും ചരിത്രത്തിന്റെയും ഭാഷകൾ വിളക്കിച്ചേർത്തുകൊണ്ട് എഴുതപ്പെട്ടിരിക്കുന്നു.

ക്രിസ്തീയതയുടെ ചരിത്രസ്രോതസ്സുകൾ നിർണ്ണായകമാണ്. അടിസ്ഥാനപരമായും ഒരു യഹൂദനായിരുന്ന യേശു യവന റോമൻ ചിന്താസംസ്കാരങ്ങളിലൂടെ പാശ്ചാത്യവത്കരിക്കപ്പെടുകയാണുണ്ടായത്. സമകാലികതയുടെ കളങ്കങ്ങളിലൂടെ യേശുവിന്റെ സഭ പാശ്ചാത്യമതമായി മാറിയതിനിടയിൽ പലതും കൂട്ടിച്ചേർക്കപ്പെട്ടു. തനിമകൾ പലതും നഷ്ടമാവുകയും ചെയ്തു. പഴയനിയമം യഹൂദമനസ്സിന്റെ ആദിമഭയങ്ങളും ഐന്ദ്രിയാനുഭവങ്ങളും സാംസ്കാരിക പ്രതിസന്ധികളും ആധ്യാത്മിക തൃഷ്ണകളും രൂപംകൊടുത്ത മിത്തുകളാൽ സമൃദ്ധമാണ്. ലൈംഗിക ബോധവുമായി ബന്ധപ്പെട്ട വിലക്കുകളിൽ കുടുങ്ങിപ്പോയ പാപബോധത്തിൽനിന്നുമാണ് ഇന്നു കാണുന്ന ക്രൈസ്തവസ്വത്വം രൂപപ്പെടുന്നത്.

സ്വന്തം നഗ്നതയെ, ലൈംഗികതയെ ദൈവത്തിനുമുമ്പിൽ അതികഠിനമായ കുറ്റബോധത്തോടെ അനാവരണം ചെയ്യപ്പെട്ടതിലൂടെയാണ് ഏദൻ കഥ ക്രൈസ്തവ മനസ്സാക്ഷിയുടെ ദുരന്തനാടകമാകുന്നത്. ശിക്ഷയെക്കുറിച്ചും രക്ഷയെക്കുറിച്ചുമുള്ള വേവലാതികളാൽ, നന്മതിന്മകളെക്കുറിച്ചുള്ള ധർമ്മസംഘർഷങ്ങളാൽ ആത്മാവും മാംസവും തമ്മിലുള്ള നിത്യസംഘർഷങ്ങളാൽ, ക്രൈസ്തവമനസ്സാക്ഷി നെടുകെ പിളർന്നുപോവുകയാണുണ്ടായത്. ഒരു ദുരന്തനാടകത്തിന്റെ ലാവണ്യദർശനമാണ് ക്രൈസ്തവലാവണ്യദർശനമെന്നാണ് ഞാൻ വിചാരിക്കുന്നത്.

ഒട്ടേറെ ദ്വന്ദ്വങ്ങളും വിപരീതങ്ങളുമായി പഴയനിയമത്തിലെ പ്രപഞ്ചവും മനുഷ്യനും വേർതിരിക്കപ്പെട്ടു. പ്രകൃതിയും മനുഷ്യനും

തമ്മിൽ സ്ത്രീയും പുരുഷനും തമ്മിൽ ദൈവവും സാത്താനും തമ്മിൽ വൈരുദ്ധ്യങ്ങളുടെ അനേകം പിളർപ്പുകളുടെ കഥയാണ് പഴയനിയമം പറയുന്നത്. ഭൗതികം, ആത്മീയം, ഇഹലോകം, പരലോകം, സ്വർഗം, ഭൂമി, ശുദ്ധം, അശുദ്ധം എന്നിങ്ങനെയുള്ള അടിസ്ഥാനവൈരുധ്യങ്ങൾ ക്കൊണ്ട് പഴയനിയമാന്തരീക്ഷം കലുഷമായി. ക്രൈസ്തവദൈവ ശാസ്ത്രത്തെ എന്നതുപോലെ അതിന്റെ ജ്ഞാനപദ്ധതിയേയും തത്വ ചിന്തയേയും സദാചാരശാസ്ത്രത്തേയും നിർണ്ണയിച്ച, ആത്മാവും മാംസവും തമ്മിലുള്ള വൈരുധ്യവും അതേക്കുറിച്ചുള്ള വ്യവഹാരഭേദ ങ്ങളും തന്നെയാണ് അതിന്റെ ലാവണ്യദർശനത്തെയും രൂപപ്പെടുത്തി യത്.

ദൈവവും സാത്താനും ചേർന്ന് മനുഷ്യനുമേൽ നടത്തുന്ന അതി രൂക്ഷമായ പീഡാസഹനങ്ങൾ പകർത്തിവെച്ച ഇയോബിന്റെ പുസ്ത കമായിരിക്കും ക്രൈസ്തവലാവണ്യദർശനത്തെ അപഗ്രഥിക്കുവാൻ ഏറ്റവും സഹായകമാവുക. വിലാപത്തെ നൃത്തമാക്കി മാറ്റിയ സങ്കീർത്ത കനും ജ്ഞാനം ഇരുണ്ട മായക്കാഴ്ചകളാണെന്നറിഞ്ഞ സഭാപ്രസം ഗിയും കഠിന പീഡനം സഹിച്ച യിരെമ്യാവ് പ്രവാചകനും കുറ്റമില്ലാത്ത രക്തം പിടഞ്ഞൊഴുകുന്ന പുറപ്പാടിന്റെ പുസ്തകവുമെല്ലാം പഴയനിയമ ത്തിലെ ലാവണ്യശില്പങ്ങളാണ്.

പഴയനിയമത്തിലെ ദൈവ-മനുഷ്യവൈരുധ്യങ്ങളേയും ദ്വന്ദ്വഭാവങ്ങ ളേയും നിരപ്പാക്കുന്ന, ഏകീഭവിപ്പിക്കുന്ന അതിശയകരമായ പ്രത്യാശ യുടെ സംഭവമാണ് യേശുവിന്റെ ജനനത്തിലുണ്ടായത്. പുതിയൊരു ആകാശവും പുതിയൊരു ഭൂമിയും ദൈവവും മനുഷ്യനും ഒറ്റ മുഹൂർത്ത ത്തിൽ സാക്ഷാത്കൃതമാവുകയാണ് ക്രിസ്തുവിന്റെ ജനനത്തിൽ. ചരി ത്രത്തിന്റെയും ദൈവത്തിന്റെയും നിയോഗങ്ങൾ ക്രിസ്തുവിൽ സമന്വയി ക്കപ്പെട്ടു. കുരിശിൽ സമന്വയിക്കപ്പെട്ടു എന്നു പറയുന്നതാകും കൂടുതൽ ശരി.

കുരിശിൽ രണ്ടു ശാഖകൾ ഒന്നിക്കപ്പെടുന്നതുപോലെ ദൈവത്തി ലേയ്ക്കും സഹജീവികളിലേയ്ക്കും വളരുന്ന രണ്ടു ശാഖകളെ കുരിശ് ഒന്നിപ്പിക്കുകയാണുണ്ടായത്. കുരിശിന്റെ കുത്തനെയുള്ള ശാഖ ദൈവ ത്തിലേയ്ക്കും വശങ്ങളിലേയ്ക്ക് വളരുന്ന ശാഖ മനുഷ്യരിലേയ്ക്കും വിടർന്നുനിൽക്കുന്നു. കുരിശ് കലാകാരന്മാർക്ക് അനന്തമായ സാധ്യത തുറന്നിടുന്നതു അതുകൊണ്ടാണ്. അതുവരെയും നിന്ദയുടെയും ശാപ ത്തിന്റെയും ശിക്ഷയുടെയും ചിഹ്നമായിരുന്ന കുരിശ് ക്രിസ്തുവിന്റെ കുരിശേറ്റത്തോടുകൂടി പ്രത്യാശയുടെയും ആത്മധൈര്യത്തിന്റെയും രക്ഷ യുടെയും ചിഹ്നമായി രൂപാന്തരപ്പെടുകയായിരുന്നു.

ദൈവത്തേയും മനുഷ്യനേയും ഒരുമിച്ചു പേറുന്ന കുരിശിന്റെ ക്രൈസ്തവദുരന്തലാവണ്യം ലോകത്തിലെ ഏറ്റവും മികച്ച രചനകളുടെ

പ്രചോദനമായി വർത്തിച്ചു. ദസ്തോവ്സ്കിയിലും ടോൾസ്റ്റോയിയിലും ഹെമിങ്‌വേയിലും കസാൻദ്സാക്കിസിലും അതുണ്ട്. ദാന്തേയുടെയും ഷേക്സ്പിയറിന്റെയും മിൽട്ടന്റെയും പ്രതിഭയെ വിറപ്പിച്ചത് ഈ ദുരന്ത ലാവണ്യം തന്നെയായിരുന്നു. പീഡാസഹനങ്ങൾ നിറഞ്ഞ കഥാപാത്ര ങ്ങൾക്കെല്ലാം ക്രിസ്തുവിന്റെ ഛായ പതിയുന്നത് യാദൃച്ഛികമല്ല. മനുഷ്യ സഹനത്തിന്റെ തീവ്രസന്ദർഭങ്ങളെയെല്ലാം ക്രിസ്തുവിന്റെ കുരിശേറ്റം കൊത്തിയെടുക്കുന്നു. ദൈവവുമായുള്ള അഭിമുഖീകരണവേളയിൽ മനു ഷ്യന്റെ നിലവിളികൾക്ക് ഗദ്സമേൻ പ്രാർഥനകൾ കണ്ണീര് കൊടുക്കുന്നു.

ഉപേക്ഷിതരിലൂടെയും നിന്ദിതരിലൂടെയും പാപികളിലൂടെയും യേശു യാത്ര ചെയ്തു. നിത്യതയിൽനിന്ന് ദൈവം ചരിത്രത്തിലേയ്ക്ക് നേരിട്ട് പ്രവേശിക്കുന്നത് കഴുതപ്പുറത്തിരുന്നുകൊണ്ടാണ്. വചനം മാംസമാ കുന്നതിലെ മനുഷ്യാവതാരസങ്കല്പം ഗഹനവും സങ്കീർണവും ഒട്ടേറെ ദൈവശാസ്ത്രപ്രശ്നങ്ങൾ അന്തർഭവിച്ചതുമാണ്. എന്നാൽ ക്രിസ്തു വിൽ അത് അനുഭവത്തിന്റെ ഒരു തീവ്രസാക്ഷ്യമായി ആവിഷ്കരിക്ക പ്പെട്ടു. യേശുവിൽ ഒരു ധൈഷണികനേയും സൈദ്ധാന്തികനേയും ക ണ്ടെത്തുക പ്രയാസം. ഒരു കലാകാരന്റെ ക്രിയാത്മകഭാവനകൊണ്ട് അത്യന്തം സ്ഫോടനാത്മകമായ ജീവിതം നയിച്ച വ്യക്തിത്വമായിരുന്നു യേശുവിന്റേത്. യാഥാസ്ഥിതികലോകത്തെ, പഴയ നിയമകല്പനകളെ അടിമുടി പൊളിച്ചു പണിയുന്നതിലായിരുന്നു യേശുവിന്റെ സർഗാത്മ കതയുടെ പൊട്ടിത്തെറി. എങ്ങനെ തീക്ഷ്ണമായി ജീവിക്കാമെന്നും അപ കടകരമായി ചിന്തിക്കാമെന്നും പ്രവർത്തിക്കാമെന്നും ഒരു കലാകാരന്റെ കത്തിയാളുന്ന മനസ്സുമായിട്ടാണ് യേശു പരസ്യജീവിതത്തിലൂടെ കടന്നു പോയത്.

അധികാരരൂപങ്ങളോടുള്ള ഏറ്റുമുട്ടലുകളിൽ കൂടി വളരുകയും നവീ കരിക്കുകയും ചെയ്ത വ്യക്തിത്വമായിരുന്നു യേശുവിന്റേത്. യേശുവിന്റെ ചായ്‌വുകളും പരിഗണനകളും മുൻഗണനകളും ആചാരവിരുദ്ധവും അധികാരവിരുദ്ധവുമായ നിലപാടുകളിൽ നിന്നും രൂപപ്പെട്ടവയാണ്. ദരി ദ്രർക്കൊപ്പം, കീഴാളർക്കൊപ്പം, പാമരന്മാർക്കൊപ്പം, സ്ത്രീകളോടൊപ്പം, കുഞ്ഞുങ്ങളോടൊപ്പം, രോഗികൾക്കും, പാപികൾക്കുമൊപ്പം, ഒരു ജീവിതം തിരഞ്ഞെടുക്കുമ്പോൾ ധനികനും മേലാളനും പണ്ഡിതനും പുരോഹിതനും എപ്രകാരമെല്ലാം പ്രകോപിതരാകുമെന്നദ്ദേഹത്തിന റിയാം. യേശുവിന്റെ സുവിശേഷം അധോലോകക്കുറിപ്പുകൾപോലെ ഏതൊരു കലാകാരന്റെയും അടിത്തട്ടിൽ നിന്നുമുള്ള അനുഭവസാക്ഷ്യ ങ്ങളായി മാറുന്നതതുകൊണ്ടാണ്.

കേവലമായ ആശയങ്ങളുടെ ഏകമാനഭാഷ യേശുവിന് അപരിചിത മായിരുന്നു. പ്രതീകങ്ങളുടെ ഉപമകളുടെ സദൃശവാക്യങ്ങളുടെ അട യാളങ്ങളുടെ സർഗവീര്യമുള്ള ബഹുഭാഷയിൽ യേശു ആവിഷ്കരിച്ചു കൊണ്ടിരുന്നു. ക്രൈസ്തവലാവണ്യദർശനം ക്രിസ്തുവിന് രൂപംകൊടുത്ത

ഗലീലിയോ കടലിടുക്കുകളിൽ നിന്നുമാണ് കണ്ടെടുക്കപ്പെടേണ്ടത്. ബലഹീനരിലൂടെയാണ് കരുത്ത് തെളിയിക്കപ്പെടേണ്ടത്. മീൻപിടിച്ചു നടന്നവരെ മനുഷ്യരെ പിടിക്കുന്നവരാക്കുകയായിരുന്നു യേശു. രൂപാന്തരീകരണങ്ങൾക്കൊണ്ട് സമൃദ്ധമായ ഒരു ജീവിതം. യഹോവയ്ക്ക് മനുഷ്യമുഖം നൽകി. അന്ധമായ നിയമങ്ങൾക്കുള്ളിൽ നീതിയുടെ തീ നിറച്ചു. പഴയ നിയമകല്പനകൾ യേശുവിൽ ഒരർത്ഥത്തിൽ റദ്ദാക്കപ്പെടുകയും വിശാലമായ പുതിയ നിർവചനങ്ങൾ രൂപപ്പെടുത്തുകയും ചെയ്തു.

യേശുവിന്റെ ഭാവനയിൽ വെള്ളം വീഞ്ഞായതും കടൽ പിളർക്കപ്പെട്ടതും പർവതങ്ങൾ പുഴകളായതും വിശപ്പിനുമീതെ അപ്പം പെയ്തതും അന്ധനു കാഴ്ചയും ബധിരനു കേൾവിയും മുടന്തന് കാലുകളും പാപികൾക്ക് പാപമോചനവും ലഭിച്ചതും മരണം ഉത്ഥാനമായതും അടയാളങ്ങളുടെ അനന്തമായ കടലിരമ്പലുകളോടെ നടന്ന രൂപാന്തരങ്ങളായിരുന്നു.

വ്യതിചലിക്കുന്ന എന്തിനോടും ഒറ്റപ്പെടുകയും നഷ്ടപ്പെടുകയും ചെയ്യുന്ന എന്തിനോടും, എല്ലാ മുടിയനായ പുത്രന്മാർക്കും പരാജിതർക്കും ഉദാരസ്നേഹത്തിന്റെ ഉറവ പൊട്ടിച്ചുകൊണ്ട് പുതിയ നിയമത്തിലാകെ യേശുവിന്റെ നദി ഒഴുകുന്നുണ്ട്. അതോടൊപ്പം തന്നെ ആകസ്മികമായ ആത്മീയവെളിപാടുകൾകൊണ്ട് ഇടിമിന്നൽപോലെ വെട്ടിത്തിളങ്ങിയ ഒരു ജീവിതവുമായിരുന്നു യേശുവിന്റേത്. യേശുവിന്റെ ജീവിതമുഹൂർത്തങ്ങളിലെല്ലാം ആകസ്മിക വികാസങ്ങളുടെതായ ഒരു സൗന്ദര്യമണ്ഡലം നിലനിന്നിരുന്നതായി കാണാം.

യേശുവിന്റെ വാക്കുകളിൽ ശത്രുക്കളെ മിത്രങ്ങളാക്കുന്ന, എല്ലാ വൈരുധ്യങ്ങളെയും ഒന്നിപ്പിക്കുന്ന അസാധാരണമായ മാന്ത്രികസൗന്ദര്യമുണ്ട്. കലാകാരന്മാരെ നിത്യമായി വശീകരിക്കുകയും വിസ്മയിപ്പിക്കുകയും ചെയ്യുന്ന യേശുഭാവന വാസ്തുവിദ്യയിലും ശില്പകലയിലും ചിത്രകലയിലും സംഗീതത്തിലും സാഹിത്യത്തിലും നാടകത്തിലും ഇങ്ങേയറ്റം സിനിമകളിലും അനുഭൂതികളുടെയും വികാരങ്ങളുടെയും പുതിയ ഘടനകൾ സൃഷ്ടിച്ചുകൊണ്ടിരിക്കുന്നു. ക്രൈസ്തവലാവണ്യദർശനം, മാറുന്ന ദൈവശാസ്ത്രപ്രവണതകൾക്കനുസരിച്ച് ഭിന്നമായ ആവിഷ്കാരങ്ങൾ കണ്ടെത്തുന്നുണ്ട്.

മധ്യകാലഘട്ടത്തിൽ ക്രൈസ്തവ ലാവണ്യശാസ്ത്രത്തിന് നിഗൂഢവും അന്തർമുഖവുമായ ഒരു ആഭിചാര സൗന്ദര്യമായിരുന്നുവെങ്കിൽ, നവോത്ഥാനകാലഘട്ടത്തിൽ ചലനാത്മകവും പ്രസാദനിർഭരവുമായ പ്രത്യാശയുടെ പുതുവെളിച്ചമായിരുന്നു കൈവന്നത്. ഈ ഘട്ടത്തിലാണ് ക്രൈസ്തവ ലാവണ്യരൂപങ്ങൾക്ക് വൈചിത്ര്യങ്ങളും വൈവിധ്യങ്ങളുമുണ്ടായത്. വാസ്തുവിദ്യയിലും ശില്പകലയിലും ചിത്രകലയിലും അദ്ഭുതകരമായ സർഗസ്ഫോടനങ്ങൾ നടന്ന കാലമായിരുന്നു അത്.

അനുഷ്ഠാനപരമായ നിഗൂഢതകൾ നിറഞ്ഞ മധ്യകാല കലാരൂപങ്ങളിൽ നിന്ന് ക്രിസ്തുവിലെ മനുഷ്യനെ സമ്പൂർണ്ണമായി പ്രകാശിപ്പിക്കുന്നതിലായിരുന്നു നവോത്ഥാന കല ശ്രദ്ധിച്ചത്. നാം ജീവിക്കുന്നതും ശ്വസിക്കുന്നതും പ്രവർത്തിക്കുന്നതും അവനിലാണ് എന്ന സങ്കല്പത്തെ മൂർത്തമാക്കുന്നതിൽ ക്രൈസ്തവ ലാവണ്യദർശനം പ്രതിജ്ഞാബദ്ധമാണ്.

അഭിരുചികളുടെയും അനുഭൂതികളുടെയും വികാരങ്ങളുടെയും ശാസ്ത്രം എന്ന നിലയ്ക്ക് ലാവണ്യദർശനം മനുഷ്യാനുഭവത്തിന്റെ സമഗ്രസത്ത ഉൾക്കൊള്ളുന്നു. മനുഷ്യനെ മനുഷ്യൻ മാത്രമല്ലാത്ത പ്രപഞ്ചത്തിന്റെ സമഗ്രാനുഭൂതിയിലേയ്ക്ക് കൊണ്ടുപോകുന്നതാണ് യേശുവിന്റെ സൗന്ദര്യാനുഭവത്തിന്റെ കാതൽ. ലാവണ്യം എപ്പോഴും മനുഷ്യന്റെ ഭാവനയ്ക്കും ബുദ്ധിക്കും താൽപര്യങ്ങൾക്കും ഇണങ്ങിച്ചേർന്നുനിൽക്കുന്നതാകണമെന്നില്ല. പലപ്പോഴും നമ്മുടെ പ്രവചനങ്ങൾക്കും മുൻവിധികൾക്കും അതീതമാണത്. ഇന്ദ്രിയാനുഭവങ്ങളെ അതിവർത്തിക്കുന്നതും യാഥാർഥ്യങ്ങളെ രൂപാന്തരപ്പെടുത്തുന്നതും മനുഷ്യനെ ദൈവവും ദൈവത്തെ മനുഷ്യനുമാക്കുന്നതുമായ ഒരു പ്രഹേളികാസൗന്ദര്യം യേശുഭാവനയെ ചലനാത്മകമാക്കി നിർത്തുന്നു. ■

സ്ത്രൈണം

അവളെ തൊടുമ്പോൾ ആകാശത്തെയാണ് തൊടുന്നത്

തകർക്കപ്പെട്ട കണ്ണാടിയിലെന്നവണ്ണം സ്ത്രീയെക്കുറിച്ചുള്ള സങ്കല്പങ്ങൾ ചിതറിക്കിടക്കുകയാണ്. അനേകം കഷ്ണങ്ങളിൽ അവൾ പ്രതിഫലിക്കുന്നു. ആരാധനയുടെയും അവഗണനയുടെയും പിശാചിന്റെയും ദേവിയുടെയും നിരവധി രൂപങ്ങളിൽ അവൾ മിന്നുകയും കെടുകയും ചെയ്യുന്നു. ചിലപ്പോൾ രൂക്ഷം ചിലപ്പോൾ സൗമ്യം. നക്ഷത്രം അല്ലെങ്കിൽ കരിക്കട്ട. കടുംകയ്പായി, പുളിമധുരമായി, ചവർപ്പായി, ലഹരിയായി, വിഷമായി, തേൻകണമായി എത്രയോ രുചികളിലാണവൾ.

അവൾ - എന്നെ ഉദിപ്പിച്ചത്, വിടർത്തിയത്, ചലിപ്പിച്ചത്, ദാഹിപ്പിച്ചത്, കണ്ണീരിൽ മുക്കിക്കൊന്നത്. ജീവിതത്തിൽ സ്ത്രൈണതയുടെ വലിയ തരംഗങ്ങൾ ഞാനനുഭവിച്ചിട്ടുണ്ട്. ലോകവുമായി എന്നെ ഗാഢമായി ഇണക്കിനിർത്തുന്നത് എല്ലായ്പോഴും അവളാണ്.

നഷ്ടപ്പെടുമ്പോൾ ഓർക്കുന്നത്, അനുഭവിക്കുമ്പോൾ മറക്കുന്നത്, മറവിയുടെയും ഓർമ്മയുടെയും ഒളിച്ചുകളികൾക്കിടയിൽ ഒളിവിലും വെളിവിലും ഒരു മന്ത്രവെളിച്ചം കാട്ടി എന്നെ വശീകരിച്ചും സ്നേഹിച്ചും വഞ്ചിച്ചും വെറുത്തും അകത്തും പുറത്തും അവളുണ്ട്.

അവളെ നിർവചിച്ചുതീർക്കുക അസാധ്യം. അങ്ങനെ ആയാൽ ഭാവനയുടെ നീരുറവകൾ വറ്റിപ്പോകും.

അതുകൊണ്ട് ഓരോ പുരുഷന്റെയും ഗർഭപാത്രത്തിൽ സ്ത്രീ പിറവികൊണ്ടിട്ടുണ്ട് എന്ന് വിചിത്രമായി സങ്കല്പിക്കാനാണ് എനിക്കിഷ്ടം. എനിക്കുള്ളിലെ സ്ത്രീത്വമാണ് എന്നെ സർഗ്ഗാത്മകനാക്കുന്നത്, സാഹസിയാക്കുന്നത്. എന്റെ ഉടലിലാകെ ഒഴുകിനടക്കുന്ന സർഗ്ഗാത്മകതയുടെ ഊർജ്ജപ്രവാഹമാണ് എന്റെ സ്ത്രീകൾ.

മനസ്സിന്റെ പൂർണ്ണചന്ദ്രൻ എത്രയോ ജലാശയങ്ങളിൽ ഒരേയളവിൽ അവളെ പ്രതിബിംബിച്ചുകൊണ്ടിരിക്കുന്നു.

ലോകത്തിന്റെ പുറംകാഴ്ചകളിൽ അലഞ്ഞു നടക്കുന്ന ആന്തരികതയുടെ ആഴങ്ങളിലേക്ക് ക്ഷണിക്കുന്നതവളാണ്. എന്നെ ജ്വലിപ്പിക്കുന്നവൾ,

നിർമ്മിക്കുന്നവൾ, സംരക്ഷിക്കുന്നവൾ, ചിലപ്പോൾ മാത്രം കൊല്ലുന്നവൾ.

ഓരോ സത്യാന്വേഷിയും തനിക്കുള്ളിൽ ഒരു സ്ത്രീയായിത്തീരാൻ പരിശ്രമിക്കണമെന്ന് പറയാറുണ്ട്. മഹാത്മജി തന്റെ സത്യാന്വേഷണ പരീക്ഷകളിൽ നടത്തിയ ഏറ്റവും കഠിനമായ പ്രയത്നം ഒരു സ്ത്രീയായി രൂപാന്തരപ്പെടാൻ വേണ്ടിയായിരുന്നു: രാമകൃഷ്ണപരമഹംസരും അതു തന്നെ ചെയ്തു. അന്ത്യനാളിൽ പരമഹംസരുടെ നെഞ്ച് സ്ത്രീയുടെ മാർത്തടംപോലെ സംവേദനനിർഭരമായി എന്നാണ് പറയുന്നത്. ഓഷോ പറഞ്ഞത്, സ്ത്രീയോ പുരുഷനോ എന്നത് ശാരീരികം എന്നതിൽ കവിഞ്ഞ് മാനസികം എന്നാണ്. യേശുക്രിസ്തുവിന്റെ ആത്മഭാവം എത്രയോ ശാലീനവും സ്ത്രൈണവുമാണ്. ഒരു ചെകിടത്തടിച്ചപ്പോൾ മറ്റേ ചെകിടും കാണിച്ചുകൊടുക്കാൻ പാകത്തിൽ യേശു തന്റെ ആത്മരൂപത്തിൽ സ്ത്രൈണത നിറച്ചു. സ്നേഹത്തിൽ എത്രത്തോളം ധീരനാകാമെന്ന്, വിചാരണകളിൽ എത്രത്തോളം മൗനിയാകാമെന്ന്, സഹനത്തിൽ എത്രത്തോളം ആനന്ദനാകാമെന്ന് യേശുവിലെ സ്ത്രൈണ വ്യക്തിത്വമാണ് പ്രചോദനമായത്. വേദനകൾ സഹിക്കുന്നതിൽ, ലോകത്തെ കരുണകൊണ്ട് പരിലാളിക്കുന്നതിൽ, ഏകാന്തതയെ മുലയൂട്ടി വളർത്തുന്നതിൽ, യേശുവിനെപ്പോലെ അതിലധികമോ സ്ത്രൈണത ബുദ്ധനിലുണ്ട്. ഒട്ടും അക്രമാസക്തമാകാത്ത, സമ്യഗ്ഭാവത്തിൽ സമതുലിതമായ ആത്മശക്തിയോടെ ഇവരിൽ സ്ത്രൈണസത്തയുടെ പ്രകാശനം വിസ്മയകരമായിരിക്കുന്നു.

കീഴ്പെടുത്താൻ ആഗ്രഹിക്കാത്ത, പ്രണയം നിറഞ്ഞ സ്ത്രീകളായിരുന്നു യേശുവും ബുദ്ധനും ഗാന്ധിയും രാമകൃഷ്ണനും ബാഷോയും ലാവോത്സും എന്ന് സങ്കല്പിക്കുന്നതിൽ വലിയൊരു ആനന്ദപ്രതീക്ഷയുണ്ട്. ഉരുക്കിന്റെ ഹൃദയത്തിനു പകരം മാംസളമായ ഹൃദയത്തെ വളർത്തിയെടുക്കുകയായിരുന്നു ഇവർ.

ഒളിപ്പിച്ചുവെച്ച വിഷപ്പല്ലുകൾ പുറത്തുകാട്ടി നമ്മുടെ മതങ്ങളും ശാസ്ത്രവും പുരുഷപ്രകൃതത്തിന്റെ ഹിംസാരൂപങ്ങളാകുന്നു. നിർഭാഗ്യവശാൽ ഈ പുരുഷപ്രകൃതമാണ് ലോകത്തെ നിർമ്മിച്ചുകൊണ്ടിരിക്കുന്നത്. വേട്ടക്കാരന്റെ തേറ്റയും കൊമ്പും മുളപ്പിച്ച് അവൻ ഈ ലോകത്തെ അത്രയേറെ മുറിപ്പെടുത്തുന്നുണ്ട്. എന്തുകൊണ്ടീ ലോകം ഇത്രയും ക്രൂരദാരുണമായി പീഡിപ്പിക്കപ്പെടുന്നു? പീഡകന്റെ മാനസികാവസ്ഥയിലതുണ്ട്. പുരുഷന്റെ അരക്ഷിതബോധവും ഭയവും അസ്വതന്ത്രതയും ആണ് അവനെ രക്തദാഹിയാക്കിയത്. ആന്തരികതയിൽ അവൻ അശാന്തനാണ്. അവൻ അസൂയാലുവും അസഹിഷ്ണുവുമാണ്. ഏകാധിപതിയാണ്. അതുകൊണ്ടാണവൻ എന്നും അധികാരിയായി ചമയാൻ വ്യഗ്രത കാണിക്കുന്നത്. സ്ത്രീയെ അടിമയാക്കുമ്പോൾ സ്വന്തം ആത്മശൈഥില്യമാണ് അവൻ തുറന്നുകാണിക്കുന്നത്.

അധികാരിയുടെയും പീഡകന്റെയും തൊലിയുരിഞ്ഞുനോക്കിയാൽ ദയനീയവും ദാരുണവുമായ പുരുഷന്റെ വിരൂപമായ ആന്തരികലോകം കാണാം. കീറിപ്പറിഞ്ഞുപോയ ഒരാത്മാവാണ് അവന്റേത്. ആത്മവിശ്വാസമില്ലായ്മകൊണ്ടും അപകർഷതാബോധംകൊണ്ടും അരക്ഷിതത്വം കൊണ്ടും ആണ് പുരുഷത്വം അതിന്റെ മുനകൂർപ്പിക്കുന്നത്. സ്ത്രീ അവന് ആരാധിക്കാനുള്ള ദേവീവിഗ്രഹം. എന്നാൽ അവളുടെ എപ്പോഴും സ്പന്ദിക്കുന്ന വ്യക്തിത്വത്തെ നേരിടാൻ അവൻ ഭയക്കും.

ചരിത്രത്തെ രക്തപങ്കിലമാക്കിയ പുരുഷന്റെ ആധിപത്യവാഴ്ചയ്ക്കിടയിൽ, അവൻ സൗന്ദര്യം നിർമ്മിച്ചിട്ടുണ്ടെങ്കിൽ, അതത്രയും അവനുള്ളിലെ സ്ത്രീത്വത്തെ തൊട്ടനുഭവിച്ചപ്പോൾ മാത്രമാണ്. സ്ത്രീത്വവുമായി പങ്കുവെച്ച മുഹൂർത്തങ്ങളിൽ അവൻ സ്വന്തം ജീവിതത്തിൽ അർത്ഥവും സൗന്ദര്യവും സ്വാതന്ത്ര്യവും കണ്ടെത്തി. അവനിലെ കലാകാരൻ ഉണർന്നു. തത്ത്വചിന്തകനുണർന്നു. മനുഷ്യത്വം പ്രകാശനക്ഷത്രമായി. വാസ്തുശില്പങ്ങളുടെയും സംഗീതഗോപുരങ്ങളുടെയും മഹത്തായ വാങ്മയങ്ങളുടെയും അഭ്രകാവ്യങ്ങളുടെയും പ്രചോദനചരിത്രമതാണ്. *സർഗ്ഗാത്മകത സ്ത്രൈണമാണ്.*

ലോകത്തിലെ എല്ലാ പുരാവൃത്തങ്ങളിലും മതാദർശങ്ങളിലും സ്ത്രീ, മണ്ണും പ്രകൃതിയുമാണ്, അവൾ യഥാർത്ഥത്തിൽ ഭൂമിയെപ്പോലെ ആഴവും വിസ്തൃതിയും സംവഹിക്കുന്നവളാണ്. പുരുഷന് ഈ ഭൂമിയിൽ വേരുകൾ നൽകുന്നത് അവളാണ്. അവന്റെ ജീവിതത്തിന് ആഴവും വിശാലതയും നൽകുന്നതവളാണ്. ഒരു സ്ത്രീ ഇല്ലെങ്കിൽ അവന് മണ്ണില്ല. മണ്ണിലേക്ക് പടരുവാൻ വേരുകളില്ല. സ്ത്രീ പുരുഷന്റെ വീടാണ്. അവന് അഭയം നൽകുന്നത്, സുരക്ഷിതത്വം നൽകുന്നത്, ഊഷ്മളതയും പരിലാളനയും നൽകുന്നത്, വൈകാരികമായ സ്വാസ്ഥ്യം നൽകുന്നത് - അങ്ങനെ അവനിലെ വ്യക്തിത്വത്തെ സ്വതന്ത്രനാക്കുന്നത് സ്ത്രീയാണ്. അവളില്ലെങ്കിൽ പുരുഷൻ വേരറ്റവനും ക്ഷതകാലങ്ങളിൽ അലഞ്ഞുതിരിയുന്ന തെണ്ടിയുമായിപ്പോകും.

ഇതാണ് സത്യമെന്നിരിയ്ക്കേ, ഈ ലോകത്തിൽ സ്ത്രീ എന്തുകൊണ്ടായിരിക്കും അവഗണിക്കപ്പെട്ടതും അപമാനിക്കപ്പെട്ടതും അബലയാക്കപ്പെട്ടതും? ഇന്ന് സ്ത്രീ പുരുഷന്റെ സ്വകാര്യസ്വത്താണ്. കാമപൂർത്തിയുടെ ഉപകരണമാണ്. ചരിത്രത്തിൽ അവൾ അദൃശ്യയാണ്. വീട്ടിലും നാട്ടിലും തെരുവിലും കലയിലും രാഷ്ട്രീയത്തിലും അവൾക്ക് അടിമയുടെ പ്രതിനിധാനം മാത്രമാണ്. ചരിത്രത്തിന്റെ ചോരച്ചാലിലൂടെ നൂറ്റാണ്ടുകളായി പുരുഷനവളെ വലിച്ചിഴയ്ക്കുകയാണ്. അവളുടെ സഹനശക്തിയെ, സ്നേഹശക്തിയെ, വൈകാരികസ്വാശ്രിതത്വത്തെ അവന് ഭയമാണ്. അതുകൊണ്ടുമാത്രം, കായികക്കരുത്തിന്റെ മാത്രം ആനുകൂല്യത്തിൽ പുരുഷൻ സ്ത്രീയെ ചരിത്രത്തിന്റെ തടവറയിലിട്ടു. തമസ്ക്കരിച്ചു. അദൃശ്യയാക്കി.

സ്ത്രീയുടെ അഭാവത്തിൽ ഒരു പുരുഷനും സ്വന്തം ആന്തരികതയിലെ ശൂന്യതയെ പൂരിപ്പിക്കാനാവില്ല. സ്ത്രീ ആഴത്തിൽ എന്തോ അവന് പരിഹരിച്ചുകൊടുക്കുന്നുണ്ട്; അവനത് സമ്മതിച്ചുകൊടുക്കില്ലെങ്കിലും.

വാണിജ്യവൽക്കരിക്കാത്ത ഏതൊരു ലൈംഗികവേഴ്ചയിലും സ്ത്രീയ്ക്കതിനെ മഹത്തായൊരു ആത്മീയാനുഭവമാക്കാൻ കഴിയും. സ്ത്രീക്ക് ലൈംഗികത സ്വന്തം ഉടലിൽ ഉടനീളം വ്യാപിച്ച ഒരു ആനന്ദധാരയാണ്.

അവൾക്കൊരു സിദ്ധിയുണ്ട്, അനുഭവങ്ങളെ സമതുലിതമാക്കുവാൻ. അവളിത്രയും സുന്ദരിയായിരിക്കുന്നത് ഉടലും മനസ്സും തമ്മിലുള്ള സംവേദനക്ഷമതകൊണ്ടാണ്, സമതുലിതാവസ്ഥകൊണ്ടാണ് എന്ന് ഓഷോ അർത്ഥവത്തായി മൊഴിഞ്ഞിട്ടുണ്ട്.

വളരെ ചെറുതെങ്കിലും, എന്റെ കാവ്യലോകത്തെ സംവേദനക്ഷമമാക്കുന്നത് സ്ത്രൈണതയുടെ ആത്മീയസൗന്ദര്യങ്ങളാണ്. *ഉടൽ ഒരു കാൽവരി* എഴുതുമ്പോൾ പെണ്ണിന്റെ ഉടലിലാകെ ഒഴുകുന്ന ആത്മീയ തരംഗങ്ങളാണ് ഞാനനുഭവിച്ചത്.

അടിയുടുപ്പിൽ ശുഭ്രസ്നേഹത്തോടെ
ഒരില വിടരുംപോലെ സൗമ്യമായ്
ഉടലിനുള്ളിൽ പാലൊഴുകുന്നു
നഗ്നജലത്തിൽ സ്വപ്നം കാണുന്നു നീ.

- കന്യകയുടെ ഋതുസ്പന്ദനങ്ങളിൽ ആനന്ദം നിറച്ചെഴുതിയ കവിതയാണത്. *ഹവ്വ മുലപ്പാൽ കുടിക്കുന്നു* എന്ന കവിതയിൽ ആത്മീയത സ്ത്രൈണമാണ് എന്ന ദൈവാനുഭവത്തെ നേരിടുകയായിരുന്നു ഞാൻ.

മൃദുചർമ്മത്തിൽ
നെഞ്ചിലല്പം മാംസവുമായി
കുളിർഗന്ധത്തിൽ
ദൈവമേ, നീയൊരു പെണ്ണായിരുന്നെങ്കിൽ

- എന്നെഴുതുമ്പോൾ സ്ത്രൈണത ദൈവത്തെ മുലയൂട്ടുകയാണ്. *സ്മിത - ഒരു നദിയുടെ പേര്* എന്ന കവിതയിൽ മാംസത്തിൽ നിന്നും ആത്മാവിലേക്കു കുതിക്കുന്ന സ്ത്രൈണാസക്തിയാണ് എന്നെ കോരിത്തരിപ്പിച്ചത്. ദൈവം ധരിപ്പിച്ച വസ്ത്രത്തിൽ, ജലംപോലെ സുന്ദരിയായ സ്മിത പകർന്ന പ്രചോദനത്തിന് ഞാൻ കീഴടങ്ങി.

സ്ത്രീയുടെ ഗർഭപാത്രത്തിൽ അവൾ പെണ്ണിനേയും ആണിനേയും വഹിച്ചിട്ടുണ്ട്. മുലകൊടുത്തിട്ടുണ്ട്. പരിപാലിച്ചിട്ടുണ്ട്. അതിശയകരമായ ജീവിതമാണ് സ്ത്രീയുടേത്. സ്ത്രീയുടെ സ്വാതന്ത്ര്യത്തിൽ മാത്രമേ പുരുഷന് സ്വാതന്ത്ര്യമനുഭവിക്കാൻ കഴിയുകയുള്ളൂ. സ്ത്രീയെ അടിമയാക്കുന്നിടത്താണ് യഥാർത്ഥത്തിൽ പുരുഷന്റെ ദുരന്തമാരംഭിക്കുന്നത്.

സ്ത്രീയുടെ യഥാർത്ഥ സത്ത എത്രയോ സ്ഫോടനാത്മകമാണ്. മൗലികമാണ്. ആധികാരികമാണ്. എന്നിട്ടും കൗമാരത്തിൽ പിതാവ്, യൗവ്വനത്തിൽ ഭർത്താവ്, വാർദ്ധക്യത്തിൽ പുത്രൻ എന്ന നിലയിൽ ഒരു സ്ത്രീയുടെ ജീവിതം പുരുഷനെ ചുറ്റിക്കറങ്ങുകയാണ്. സ്ത്രീവാദവും ഒരർത്ഥത്തിൽ പുരുഷൻ ഉറപ്പിച്ച കുറ്റിക്കു ചുറ്റും കറങ്ങുക എന്നത് എത്ര ദയനീയം. സ്ത്രീ സ്വന്തം തനിമയെക്കുറിച്ച് ആത്മബോധം നേടുന്നിടത്താണ് യഥാർത്ഥ സ്ത്രീവാദം ആരംഭിക്കുന്നുള്ളൂ. സമൂഹത്തിന്റെ ഘടനാപരമായ പ്രതിസന്ധികളുടെ അടിസ്ഥാനപരിഹാരം സ്ത്രീയിൽ നിന്ന് ആരംഭിക്കേണ്ടതുണ്ട്.

ഇതെല്ലാം ഏകപക്ഷീയമായ ഒരു പുരുഷനോട്ടത്തിന്റെ കാര്യമാകാം. ഒട്ടും ജാള്യതയില്ലാത്ത ഏറ്റുപറച്ചിൽ. സ്ത്രീ അവളുടെ ഉടൽതടവറയിൽ യഥാർത്ഥമായി അനുഭവിക്കുന്ന കഠിനവ്യഥകൾ പുരുഷന് ഉൾക്കൊള്ളാനാകുമോ? അവളുടെ ഏകാന്തതകൾക്കും അപമാനങ്ങൾക്കും മറ്റൊരു ജീവിതമുണ്ടാകും. അതൊരിക്കലും പുരുഷനാൽ ആഘോഷിക്കപ്പെടുന്ന വർണ്ണത്തിളക്കമുള്ള ജീവിതമാകണമെന്നില്ല.

പരിവർത്തനത്തിന്റെ ഭാവിരൂപം സ്ത്രീ നിശ്ചയിക്കും. അവളുടെ ഊർജ്ജത്തിലാണ് മാറ്റത്തിന്റെ വേരോട്ടം. പുരുഷൻ ഹിംസകൊണ്ട് കളങ്കപ്പെടുത്തിയ അവന്റെ ചരിത്രം തോറ്റുപോയിരിക്കുന്നു.

ചിത്രകലയിലും ശില്പകലയിലും സംഗീതത്തിലും സാഹിത്യത്തിലും മികച്ച രചനകൾക്കെല്ലാം ഉത്തേജനം പകർന്നത് സ്ത്രൈണതയുടെ സൗന്ദര്യതരംഗങ്ങൾ ഏറ്റുവാങ്ങിക്കൊണ്ടാണ്. ജ്ഞാനത്തിന്റെയും സൗന്ദര്യത്തിന്റെയും ദിവ്യാനുപാതമുള്ള സ്ത്രീകളിലേക്ക് ആഴത്തിൽ നോക്കിയപ്പോളാണ് മഹാരചനകൾ ഇളകിമറിഞ്ഞത്. പക്ഷേ മഹത്തായ സ്ത്രൈണപ്രചോദനങ്ങൾ പിന്നീട് വേശ്യാജന്മങ്ങളായിട്ടും കറുത്ത മന്ത്രവാദിനികളായിട്ടും ചരിത്രത്തിൽ ചാമ്പലാക്കപ്പെട്ടു.

സ്ത്രീയുടെ ഊർജ്ജം നമ്മുടെ ചരിത്രത്തിൽ ഇനിയും ഏറെ പരിരക്ഷിക്കപ്പെടേണ്ടതായിട്ടുണ്ട്. ഒരു സ്ത്രീയാകാനുള്ള വിനീതമായ ആത്മസമരത്തിൽ ഞാനും പങ്കുകൊള്ളുന്നു.

■

ഒറ്റച്ചിലങ്കയിൽ ഞാന്നു കിടന്നാടാതെ ഉടൽ ചുഴറ്റി മിന്നലിന്റെ വാളുമായി...

എന്റെ കൈകൾ
നിന്റെ സത്തയുടെ ആവരണങ്ങൾ തുറന്ന്
നഗ്നതയുടെ മറ്റൊരു ആവരണം അണിയിക്കുന്നു.
നിന്റെ ശരീരത്തിലെ ശരീരങ്ങൾ തുറന്ന്
എന്റെ കൈകൾ
നിന്റെ ശരീരത്തിലെ
മറ്റൊരു ശരീരം കണ്ടെത്തുന്നു.

- ഒക്ടോവിയോ പാസ്

സ്ത്രീയും പുരുഷനും തമ്മിലുള്ള ആലിംഗനം ഒരു തെറ്റും ഒരു ശരിയും തമ്മിലല്ല; രണ്ട് ശരികൾക്കിടയിലാണത് സംഭവിക്കുന്നത്. നന്മയ്ക്കും തിന്മയ്ക്കും അപ്പുറമുള്ള എന്തോ ഒന്നാണ് അവിടെയുണ്ടാകുന്നതെന്ന് നീത്ഷെ.

ശരീരം ആസക്തികൾകൊണ്ടും ആർത്തികൾകൊണ്ടും കുഴച്ചുണ്ടാക്കിയ ഐന്ദ്രിയമോഹങ്ങളുടെ ഒരു വിരുന്നുശാലയല്ല. ഓരോ ശരീരത്തിന്റെയും ഏറ്റവും വലിയ സിദ്ധിയും സാധ്യതയും അതിന്റെ അതിലംഘനശക്തിയാണ്. ശരീരം അതിന്റെ തുടലുകൾപൊട്ടിച്ച് വിലക്കുകൾ ഭേദിച്ച് മറ്റൊരു ശരീരത്തിലേക്ക് കവിഞ്ഞൊഴുകുവാനുള്ള ഊർജ്ജപ്രവാഹത്തെ സംവഹിക്കുന്നുണ്ട്. ശരീരത്തിനുള്ളിൽ എത്രയോ ബദൽ ശരീരങ്ങളെ ആവിഷ്ക്കരിക്കുവാനുള്ള പ്രചോദനശക്തിയുണ്ട്. അതാണ് സർഗ്ഗാത്മകതയുടെ കാതൽ. ഇതുവരെയും പ്രകാശിപ്പിക്കാത്തതിനെ പ്രകാശിപ്പിക്കുവാനുള്ള മറ്റൊരു ജീവിതസാദ്ധ്യതയെക്കുറിച്ചുള്ള രക്തസ്നാതമായ സ്വപ്നമാണ് കലയുടെ പൊരുൾ. എല്ലാ മഹത്തായ സത്കർമ്മങ്ങളിലുമതുണ്ട്.

ജീവിതനിഷേധമായ കല, അങ്ങനെയൊന്നില്ല. ബദൽ ജീവിതസാധ്യതകളെ സാക്ഷാൽക്കരിക്കുവാനുള്ള സ്ഫോടനങ്ങളാണ് കലയിൽ സംഭവിക്കുന്നത്. ചിലപ്പോഴത് ഹതാശമായ സ്വയംഹത്യകളിലേക്ക് കൂപ്പുകുത്തി വീണെന്നിരിക്കും. ജീവിതത്തിലേയ്ക്കപ്പോഴും പുറംലോകം

പുതിയ വെല്ലുവിളികളുടെ തീപ്പന്തങ്ങളെറിയും. എന്നാൽ അതിന്റെ കരിഞ്ഞ പുകയിലല്ല സൃഷ്ടിയുടെ വെളിച്ചത്തിലാണ് കലാപ്രവർത്തനം സഫലമാകുന്നത്. ആത്മാവിനെ വിൽക്കുന്ന ശരീരത്തിലല്ല സർഗ്ഗാത്മകതയെ പരിശോധിക്കേണ്ടത്. ശരീരങ്ങളുടെ രൂപാന്തരപ്രാപ്തിയിൽ വിശ്വസ്തരാകണം. സ്വയം അതിലംഘിക്കുവാനുള്ള ശരീരത്തിന്റെ ആത്മീയ ഊർജ്ജത്തെ ഉണർത്തുന്നിടത്തേ മഹത്തായ ജീവിതകർമ്മങ്ങളുണ്ടാകുന്നുള്ളൂ.

ഒരാൾക്ക് തന്റെ ജീവിതത്തിന്റെ ആഴക്കടലിലെത്തണമെങ്കിൽ തീരക്കാഴ്ചകളെ ഉപേക്ഷിക്കേണ്ടതായി വരും. ആസക്തികളെ ചുരുട്ടിയെറിയേണ്ടിവരും. ആന്തരികതയിലെ ആനന്ദതരംഗങ്ങളെ അറിയുന്നവർക്ക് പരുങ്ങലില്ലാതെ ജീവിക്കാം. അനുഭവങ്ങളെ എങ്ങനെ സ്വീകരിക്കുന്നു, രൂപാന്തരപ്പെടുത്തുന്നു എന്നതാണ് വലിയ കാര്യം. അനുഭവങ്ങളെ കയ്പാക്കുന്നവരും വിഷമാക്കുന്നവരുമുണ്ട്. വിഷത്തെ അമൃതാക്കുന്നതാണ് കല. കഷ്ടാനുഭവങ്ങളെ നൃത്തമാക്കുന്നവർ. വേദനകളെ പ്രാർത്ഥനകളാക്കുന്നവർ. ദാഹങ്ങളെ ഉറവകളാക്കുന്നവർ. ശാരീരികാഭിലാഷങ്ങളെ ആത്മീയലഹരിയാക്കുന്നവർ. പ്രഹരങ്ങളെ കൃപകളാക്കുന്നവർ.

'എനിക്കേറ്റവും പ്രിയപ്പെട്ട ആസക്തികൾക്കും രക്തത്തിന്റെ ത്രസിപ്പിക്കുന്ന ആർത്തികൾക്കും ഞാനെന്നെത്തന്നെ വിട്ടുകൊടുക്കുന്നു' എന്ന കവാഫിയുടെ കവിതയെ അകമ്പടിയായി മുന്നിൽ നിർത്തികൊണ്ട് ശാരദക്കുട്ടി അവതരിപ്പിക്കുന്ന പെൺവിചാരങ്ങളോട് എനിക്ക് വിയോജിക്കേണ്ടിവരുന്നത് ഇതുകൊണ്ടൊക്കെത്തന്നെയാണ്. ആസക്തികൾ അവളെ ഒരിക്കലും സ്വതന്ത്രയാക്കില്ല. ആർത്തികളിൽ കത്തിയെരിഞ്ഞുകൊണ്ടല്ല പെണ്ണ് അവളുടെ സർഗ്ഗാത്മകതയിൽ പുഷ്പിക്കേണ്ടത്. ശരീരത്തിന്റെ ലാവണ്യശക്തിയെ വിപണിക്ക് വിട്ടുകൊടുത്തുകൂടാ. അവൾ മാത്രം തീരുമാനിക്കണം തന്റെ ഉടൽ എന്തിനാണെന്ന്.

ഒളിഞ്ഞുനോട്ടക്കാർക്കും ബലാത്സംഗികൾക്കും കമ്പോളങ്ങൾക്കും തന്റെ ഉടലിന്റെ ഉണ്മയെ തൊടാനാവില്ലെന്ന് അവൾക്കൊരു തീരുമാനമുണ്ടാകണം. റാബിയയുടെ വചനങ്ങൾ എരിയുന്ന പന്തംപോലെ അവൾ തന്റെ ഉടലിൽ കത്തിച്ചുനിർത്തണം. എന്റെ ശരീരത്തിൽ എത്രപേർ വേണമെങ്കിലും കയറിയിറങ്ങട്ടെ. ഞാനനുവദിക്കാതെ എന്റെ ആത്മാവിനെ തൊടാൻ ആർക്കുമാവില്ല.

ജീവിതത്തെ സ്നേഹിക്കുന്ന പെണ്ണിനെ ലോകം ക്രൂരമായി വേട്ടയാടുമെന്നുറപ്പു തന്നെ. ആ നിമിഷം വേട്ടയാടുന്നവർക്ക് നേരെ കാർക്കിച്ചുതുപ്പാനും, അല്ലെങ്കിൽ പുല്ലുപോലെ അവഗണിക്കുവാനും തിരിഞ്ഞു നടക്കുവാനും ഉള്ള ഇച്ഛാശക്തിയെക്കുറിച്ച് എന്തുകൊണ്ടാണ് ഈ പെൺവിചാരം പരിഗണിക്കാതെ പോകുന്നത്. ആസക്തികളെ ആഘോഷിക്കരുത്. വിപണിക്കു വഴങ്ങുന്നവർ സ്വന്തം ആത്മാവിനെയാണ്

വിൽക്കുന്നത്. പെണ്ണിന്റെ ആത്മശക്തിയെക്കുറിച്ചു പറയാത്ത വിചാരങ്ങളെല്ലാം സ്വയംപരാജിതമായ വാക്കുകളിൽ നിർമ്മിക്കപ്പെട്ടവയാണ്.

സിൽവിയാ പ്ലാത്തിന്റെയും മർലിൻ മൺറോയുടെയും വെർജീനിയ വുൾഫിന്റെയും രാജലക്ഷ്മിയുടെയും സിൽക്ക് സ്മിതയുടെയും ആത്മഹത്യകളിൽ സംഭവിച്ചതെന്താണ്? ശാരദക്കുട്ടി പറയുംപോലെ അവരുടെ ജീവിതാസക്തികൾക്ക് ഇടുങ്ങിയ സദാചാരസമൂഹസ്ഥാപനങ്ങൾ വിലങ്ങിട്ടപ്പോൾ സംഭവിച്ചത് മാത്രമാണോ? ജീവിതമോഹങ്ങളുടെ സ്വാതന്ത്ര്യം നിഷേധിക്കപ്പെട്ടതുകൊണ്ടാണോ? സ്വന്തം ഉന്മാദങ്ങൾക്ക് സ്വയം വിട്ടുകൊടുക്കാൻ അനുവദിക്കാത്ത പുരുഷനിർമ്മിത മൂല്യവ്യവസ്ഥകളുടെ ഇരകളായി മാത്രം ഈ കലാകാരികളുടെ ദുർവിധികളെ അടയാളപ്പെടുത്താനാവുമോ? അളമുട്ടിയപ്പോൾ തനിക്കുള്ളിലേയ്ക്കു തന്നെ വിഷം ചീറ്റുന്ന പീഡാവസ്ഥയുടെ ക്രൂരദാരുണമായ ജീവിതവിധിയെ മറ്റെത്രയോ വിധത്തിൽ വായിച്ചെടുക്കാവുന്നതാണ്.

സ്ത്രീകൾക്ക് സമൂഹത്തിൽ ഒരു ധർമ്മമുണ്ടെങ്കിൽ അത് നിഷേധാത്മകമാണെന്ന് പറഞ്ഞ ജൂലിയ ക്രിസ്റേവയെ ശാരദക്കുട്ടി കൂട്ടുചേർക്കുന്നുണ്ട്. സ്വയംഹത്യയിലെത്തിച്ചേർന്ന പെൺപ്രതിഭകളുടെ, പാതിമാത്രം പൂർത്തിയായ ജീവിതങ്ങളെ മുൻനിർത്തിയാണ് ശാരദക്കുട്ടി വാദമുഖങ്ങൾക്ക് മൂർച്ചകൂട്ടുന്നത്. എന്നാൽ ഇവരുടെ മരിച്ചുപോയ ഉടലുകളിൽ നിന്ന് മറ്റൊരു വായന സാധ്യമാക്കിക്കൂടെ? ഇവർ ചിലവഴിക്കാതെ പോയ ഊർജ്ജത്തെ മറ്റൊരു രീതിയിൽ കണ്ടെടുത്തുകൂടെ? മറ്റൊരു ജീവിതത്തെ സ്ഫോടനാത്മകമാക്കി ആവിഷ്ക്കരിക്കുവാനുള്ള സാധ്യതകളെയാണ് ഭ്രൂണഹത്യ ചെയ്യപ്പെട്ട ഇവരുടെ സർഗ്ഗാത്മകജീവിതത്തിൽ നിന്നും കണ്ടെടുക്കേണ്ടത്. അവിടെയാണ് ഫെമിനിസ്റ്റ് വിചാരങ്ങൾക്ക് പുതിയ ആകാശവും പുതിയ ഭൂമിയും ഉണ്ടാകുക.

ദൈവമാകാൻ മോഹിച്ച പെൺകുട്ടി എന്ന് അറിയപ്പെടാൻ സിൽവിയ പ്ലാത്ത് ആഗ്രഹിച്ചു. ലോകം മുഴുവൻ ചുറ്റിക്കറങ്ങാനും സ്വതന്ത്രയാകാനും കൊതിച്ച സിൽവിയ തന്റെ ജീവിതത്തെ അതിനായി രൂപാന്തപ്പെടുത്താൻ കഴിയാതെ ആത്മഹത്യ ചെയ്തു. മർലിൻ മൺറോയും അതുതന്നെ ചെയ്തു. ലോകത്തെയും ജീവിതത്തെയും ആർത്തിയോടെ സ്നേഹിച്ചവൾ. എന്നാൽ തന്റെ ശരീരത്തിൽ സെക്സ് മാത്രം കാണാൻ ശ്രമിക്കുകയായിരുന്നു പുറംലോകമെന്ന വേദനയിലായിരുന്നുവത്രെ മർലിൻ. രാജലക്ഷ്മിയും ഏതാണ്ട് ഇതൊക്കെ തന്നെ പറഞ്ഞു. സ്വകാര്യാനന്ദങ്ങളെ സ്നേഹിച്ച് സ്നേഹിച്ച് കഴിഞ്ഞുകൂടിയ തന്റെ ജീവിതമോഹങ്ങളെ ഈ ലോകം വികലമായി വേട്ടയാടിക്കൊണ്ടിരുന്നു എന്നാണ് രാജലക്ഷ്മിയും നൈരാശ്യത്തോടെ പറഞ്ഞുകൊണ്ടിരുന്നത്. വെർജീനിയ വുൾഫിനെയും സിൽക്ക് സ്മിതയെയും വിജയശ്രീയെയും ഇതേ പട്ടികയിൽ ഉൾപ്പെടുത്തിയാണ് ശാരദക്കുട്ടി പരിശോധിക്കുന്നത്. ഇവരുടെയെല്ലാം ആത്മഹത്യകളിൽ അവർ ശ്വസിച്ച അവസാനശ്വാസം

ഒന്നുതന്നെയായിരുന്നു എന്നുള്ള വിധിപ്രസ്താവം ഉന്മാദലഹരി നിറഞ്ഞ ഈ കലാകാരികളെ അപമാനിക്കുന്നതിനു തുല്യമാണ്.

ആസക്തികൾ നുരയുന്ന കേവലമായ ഉടലുകൾ മാത്രമായിരുന്നില്ല ഇവരുടേത്. ഇവരുടെ ജീവിതങ്ങൾ അടഞ്ഞുപോയതിനു പിന്നിൽ എത്രയോ കാരണങ്ങൾ. വൈകാരികസങ്കീർണ്ണതകളുടെ പ്രക്ഷുബ്ധ സമുദ്രങ്ങൾ. മാത്രവുമല്ല ജീവിതത്തെ നേരിടാനുള്ള ബദൽസാധ്യതകളന്വേഷിക്കുവാനുള്ള ആത്മയുദ്ധങ്ങൾക്കെവിടെയോ വെച്ചാണ് സ്വയം പരാജിതരെന്ന് ഇവർ വിധിയെഴുതിയത്. ഈ പരാജിതജീവിതങ്ങൾക്ക് മറ്റൊരു ജീവിതത്തിന്റെ വഴികളുണ്ടായിരുന്നില്ലേ എന്ന ചിന്തയാണ് ശാരദക്കുട്ടി മായ്ച്ചുകളഞ്ഞത്. മായ്ക്കാൻ മാത്രമല്ല വരയ്ക്കാനും കഴിയുന്ന ജീവിതസാദ്ധ്യതകൾ ഇവരെ മുൻനിർത്തിത്തന്നെ വികസിപ്പിച്ചെടുക്കേണ്ടതായിരുന്നു.

മർലിൻ മൺറോ അമ്മയാകാൻ അത്രമേൽ കൊതിച്ചിരുന്നുവെങ്കിൽ, എത്രയോ ആരാധകരുടെ കരവലയത്തിലായിരുന്നിട്ടും എന്തുകൊണ്ടവൾ സ്വന്തം ശരീരത്തിൽ മാതൃത്വം നിറച്ചില്ല എന്ന ചോദ്യവും പ്രസക്തം. ഗർഭത്തെ സ്വന്തം ശരീരത്തിൽ വ്യാജമായി അഭിനയിച്ചുതീർക്കുകയായിരുന്നു മർലിൻ. കമ്പോളം അടിച്ചേൽപ്പിച്ച സൗന്ദര്യവടിവുകളെ സ്വന്തം ഉടലിൽ നിന്നും വലിച്ചുചീന്തുവാനുള്ള ധൈര്യമവൾക്ക് ഇല്ലാതെപ്പോയി. തന്നെക്കുറിച്ചുതന്നെയുള്ള ചില വ്യാജബോധങ്ങളിൽ കുടുങ്ങിപ്പോയതിനെ ആർക്കും ന്യായീകരിക്കാനാവില്ല.

വിവാഹിതയാകാതെ അമ്മയാകാൻ നിശ്ചയിച്ച എത്രയോ ധീര സ്ത്രീകളെ എനിക്കറിയാം. ഒരു ആഫ്രിക്കൻ പുരുഷനിൽ നിന്ന് വേണം തനിക്ക് ഗർഭിണിയാകാൻ എന്ന് തീരുമാനിച്ച് അവിവാഹിതയായി തുടർന്നുകൊണ്ടുതന്നെ അമ്മയായും, അന്തസ്സോടെ ജീവിക്കുകയും ചെയ്യുന്ന ഒരു പെൺസുഹൃത്തെനിക്കുണ്ട്. അവൾ പറഞ്ഞ തന്റേടമുള്ള നിരവധി ജീവിതകഥകളും.

അമ്മയാകാൻ വിസ്സമ്മതിക്കുന്ന സ്ത്രീകളുടെ മറ്റൊരു ജീവിതാന്വേഷണവും എന്റെ സുഹൃത്തുക്കളിൽനിന്ന് ഞാൻ പരിചയപ്പെട്ടിട്ടുണ്ട്. സ്വന്തം ശരീരസൗന്ദര്യം അമ്മയാകുന്നതിലൂടെ ഉടഞ്ഞുപോകുമെന്നോർത്തുകൊണ്ടല്ല, സ്വതന്ത്രമായ വ്യക്തിത്വത്തിനുള്ളിലെ സാമൂഹ്യസാധ്യതകളെ ആവിഷ്ക്കരിക്കുവാനുള്ള ആത്മശക്തികൊണ്ടാണത്.

പ്രേമിക്കാനും കല്യാണം കഴിക്കാനും അമ്മയാകാനും കൊതിച്ച്, എന്നാൽ സമൂഹത്തെ പേടിച്ച് ജീവിതം സ്വയം അണച്ചുകളഞ്ഞ ഇന്ദിര എന്ന സ്നേഹിതയുടെ അനുഭവം ശാരദക്കുട്ടി വിവരിക്കുന്നുണ്ട്. ചില കഥാരചനകളിലെ ഹതാശമായ മുഹൂർത്തങ്ങളെയും ഇതോടൊപ്പം ചേർത്തുവെയ്ക്കുന്നു. സ്വയം എറിഞ്ഞുടച്ചവരുടെ ജീവിതമാതൃകകളെ ആസക്തികളുടെ തീച്ചിതയിലിട്ട് പരിശോധിക്കുമ്പോൾ ഇവർക്കെല്ലാം

മറ്റൊരു ജീവിതസാധ്യതയെ പുൽകാൻ കഴിയുമോ എന്ന് ആലോചിക്കേണ്ട ഉത്തരവാദിത്വവും ശാരദക്കുട്ടിക്കുണ്ടായിരുന്നു.

നമ്മുടെ പെൺവിചാരങ്ങൾ പുരുഷനിർമ്മിതലോകങ്ങളിൽ കെട്ടിമറിയുകയും ഉരഞ്ഞുപൊട്ടുകയും ചെയ്യുന്നതെന്തിനാണ്? സ്വയം ശ്വാസംമുട്ടി മരിക്കുന്ന ഇത്തരം ചിന്തകളിൽനിന്നുമാണ് ആദ്യം വിടുതൽ പ്രാപിക്കേണ്ടത്. പെൺശരീരങ്ങൾ ആവിഷ്ക്കരിച്ച ആത്മശക്തിയുടെ അപാരമായ ഭാവനയുടെ വിസ്മയലോകങ്ങളെയാണ് പെൺവിചാരങ്ങൾക്ക് ബലം പകരേണ്ടത്.

ആസക്തിയിലല്ല ആത്മശക്തിയിലാണ് പെൺജീവിതത്തെ നിർവചിക്കേണ്ടതും അടയാളപ്പെടുത്തേണ്ടതും. മീരയുടെയും അക്കമഹാദേവിയുടെ അവ്വയാറിന്റെയും റാബിയയുടെയും ഭക്തിയിൽ അതാണ് നാം കാണുന്നത്. അവരുടെ ആത്മാന്വേഷണങ്ങളിൽ സ്വന്തം ശരീരത്തിന്റെ തടവറകൾ ഭേദിക്കുന്ന ധീരതയുണ്ട്. സ്വന്തം നഗ്നത കൊണ്ട് അവർ ആവിഷ്കരിച്ച സാഹസികസ്വാതന്ത്ര്യമാണ് സ്ത്രൈണശക്തിയായി ഉയർന്നുവരേണ്ടത്. സദാചാരകല്പനകളേയും ഇടുങ്ങിയ സാമൂഹികബോധത്തേയും പൗരോഹിത്യത്തെയും അവർ ഭേദിച്ചത് അവർക്കുള്ളിലെ ആത്മബോധംകൊണ്ടാണ്. പുറലോകം അടിച്ചേൽപ്പിക്കുന്ന വ്യാജബോധങ്ങൾക്ക് തങ്ങളുടെ ഉടലുകളെ വിട്ടുകൊടുത്തില്ല.

വേട്ടക്കാരനു മുമ്പിൽ ഒരു ഇരയുടെ ജന്മമായി സ്വയം സമ്മതിച്ചുകൊടുക്കുന്ന അവസ്ഥയെ ആണ് നമ്മുടെ പെൺവിചാരം ആദ്യം തീകൊളുത്തേണ്ടത്. വീരോചിതമായ ശരീരമാതൃകകൾ ജീവിതത്തിൽ നിന്നും സാഹിത്യത്തിൽ നിന്നും പുരാവൃത്തങ്ങളിൽ നിന്നും ഉയർത്തിക്കൊണ്ടുവരണം. മാംസളതയെ തോൽപ്പിക്കുന്ന കരുത്തിന്റെ സൗന്ദര്യം. ഇച്ഛാശക്തിയുടെ ആത്മബലം. തനിക്കുള്ളിലെ ആത്മീയ ഊർജ്ജം വീണ്ടെടുക്കുവാനുള്ള ധീരത. പെൺശരീരത്തിന്റെ മൗലികസൗന്ദര്യം എന്താണെന്നറിയിക്കാനുള്ള ബദൽ ആവിഷ്ക്കാരങ്ങൾ.

തന്റെ ദുർബലമായ ശരീരത്തിൽ വ്രണിതലോകത്തിന്റെ മാതൃത്വത്തെ മുഴുവൻ സാക്ഷാൽക്കരിച്ച മദർ തെരേസയും ആബാലവൃദ്ധം ജനങ്ങൾക്ക് മാതൃത്വത്തെ ചുരത്തിക്കൊടുക്കുന്ന അമൃതാനന്ദമയിയും പോരാട്ടത്തിന്റെ ഉടൽമാതൃകയായി ജീവിതസുഖങ്ങളെ മുഴുവൻ തിരസ്കരിച്ച് പൊരുതുന്ന ഇറോം ശർമ്മിളയും സ്വന്തം മിഴികളിൽ സ്നേഹവും ആർദ്രതയും നിറച്ച് എത്രയോ പുരുഷസുഹൃത്തുക്കൾക്ക് പ്രണയോർജ്ജം പകരുന്ന മദർ മീരയും പടിഞ്ഞാറൻ അധിനിവേശത്തിനെതിരായി അമ്മമാരെയും പെൺകുഞ്ഞുങ്ങളേയും ഒരുമിച്ചു നിർത്തി മരങ്ങളെയും പച്ചപ്പിനേയും ആയുധമാക്കി ഐതിഹാസികമായി പോരാടിക്കൊണ്ടിരിക്കുന്ന കെനിയയുടെ അമ്മ വംഗായി മാതയും... അങ്ങനെ തുടങ്ങി ഒറ്റശ്വാസത്തിൽ എഴുതിവയ്ക്കാവുന്ന എത്രയെങ്കിലും സ്ത്രൈണതയുടെ ധീരമാതൃകകളുണ്ട്. ഇവരാരും ജീവിതാസക്തികളെ

പ്രതിഫലിപ്പിക്കുവാനുള്ള ദർപ്പണമായി സ്വന്തം ശരീരങ്ങളെ തുടച്ചുവൃത്തിയാക്കിവെച്ചവരല്ല. അത്തരം മായാദർപ്പണങ്ങളെയാണവർ ആദ്യം ഉടച്ചുകളഞ്ഞത്.

ഈ ലോകം തന്റെ ജീവിതാന്വേഷണങ്ങൾക്ക് പാകമായതല്ലെങ്കിൽ കൂടുതൽ വിസ്തൃതമായ മറ്റൊരു ലോകത്തെ പകരം സൃഷ്ടിക്കുന്നിടത്താണ് പെണ്ണിന്റെ സർഗ്ഗാത്മകത. ഒരു ഗോത്രവിശ്വാസത്തിലെ കഥ ഓർമ്മ വരുന്നു. പണ്ട് ഭൂമിയോടൊപ്പം പതിഞ്ഞുകിടക്കുകയായിരുന്നു ആകാശം. ഭൂമിയിലെ ചില പെൺപക്ഷികളാണ് വളരെ ക്ലേശിച്ച് മണ്ണിൽ നിന്നും ആകാശത്തെ ഉയർത്തിക്കൊണ്ടുവന്ന് അനന്തതയിലെത്തിച്ചത്. മണ്ണിന്റെ അതിർത്തികൾ മായ്ച്ച് ആകാശത്തിന്റെ അനന്തതയിൽ ഭാവിയുടെ വീടുകൾ പണിയുകയായിരുന്നു ഉയർപ്പിന്റെ ആ പക്ഷികൾ. ജീവിക്കാൻ സമ്മതിക്കാത്ത ലോകത്തെ തല്ലിയുടയ്ക്കുകയും മറ്റൊന്നായി രൂപാന്തരപ്പെടുത്തുകയും ചെയ്യുന്ന കലയുടെ ഉന്മാദലോകത്തെയാണ് പെൺഭാവന പാലൂട്ടിവളർത്തേണ്ടത്.

അവൾ തൊടുമ്പോൾ ആകാശത്തെയാണ് തൊടുന്നത് എന്ന ശീർഷകത്തിൽ പെണ്ണിനെക്കുറിച്ചൊരു ആൺകാഴ്ച ഞാനെഴുതിയിരുന്നു. അതിശയകരമായ ഒരു ശരീരത്തിലാണ് ഓരോ സ്ത്രീയും ജീവിക്കുന്നത്. അവളുടെ ഗർഭപാത്രത്തിൽ അവൾ ആണിനേയും പെണ്ണിനേയും വഹിച്ചിട്ടുണ്ട്. മുലകൊടുത്തിട്ടുണ്ട്. പരിപാലിച്ചിട്ടുണ്ട്. ലോകത്തിലെ എല്ലാ പുരാവൃത്തങ്ങളിലും സ്ത്രീ മണ്ണും ഉയിരുമാണ്. പുരുഷന് ഈ ഭൂമിയിൽ വേരുകൾ നൽകുന്നത് അവളാണ്. അവളില്ലെങ്കിൽ പുരുഷൻ വേരറ്റവനും ക്ഷതകാലങ്ങളിൽ അലഞ്ഞുതിരിയുന്ന തെണ്ടിയുമായിപ്പോകും.

ജ്ഞാനത്തിന്റെയും സൗന്ദര്യത്തിന്റെയും ദിവ്യാനുപാതമുള്ള സ്ത്രീകളിലേയ്ക്ക് ആഴത്തിൽ നോക്കിയപ്പോഴാണ് മഹാരചനകൾ ഇളകിമറിഞ്ഞത്. ഓരോ പുരുഷനും അവനുള്ളിലെ സ്ത്രീത്വത്തെ തൊട്ടറിഞ്ഞപ്പോഴാണ് അവനിലെ കലാകാരനും തത്ത്വചിന്തകനും ഉണർന്നത്. വാസ്തുശില്പങ്ങളുടെയും സംഗീതഗോപുരങ്ങളുടെയും മഹത്തായ വാങ്മയങ്ങളുടെയും അഭ്രകാവ്യങ്ങളുടെയും പ്രചോദനചരിത്രമതാണ്. സർഗ്ഗാത്മകത സ്ത്രൈണമാണ് എന്ന ഒരാശയത്തെ നെയ്തെടുക്കാൻ ശ്രമിച്ച ആ ഒരു ചെറിയ ലേഖനം വീണ്ടുമൊന്ന് വായിക്കാൻ ശാരദക്കുട്ടിയുടെ പെൺവിചാരം എനിക്ക് പ്രകോപനമായി.

ഒറ്റച്ചിലങ്കയിൽ ഞാന്നുകിടന്നാടാതെ
ഉടൽചുഴറ്റി മിന്നലിന്റെ വാളുമായി
അപസ്മാരിയാം നിശാനഗരത്തെ
നിനക്ക് ചാമ്പലാക്കാമായിരുന്നു

എന്ന് പുരുഷലോകത്തിന്റെ വേട്ടക്കണ്ണിൽ നിന്ന് സ്വന്തം ഉടലിനെ ചുഴറ്റിയെറിയാനുള്ള ഉടൽ സാധ്യതയെക്കുറിച്ച് ഞാൻ സിൽക്ക് സ്മിതയെ നോക്കി എഴുതിയ കവിതയും ഓർമ്മയിൽ വരുന്നു.

പെണ്ണിന്റെ യഥാർത്ഥ സത്ത എത്രയോ സ്ഫോടനാത്മകം. പുരുഷൻ തയ്പിച്ചുകൊടുക്കുന്ന ആസക്തികളുടെ ചമയസാമഗ്രികൾ ഉരിഞ്ഞു മാറ്റി സ്വന്തം നഗ്നതയിലേയ്ക്ക് ആന്തരികതയിലേയ്ക്ക് ഉടലിനുള്ളിലെ ബദൽ ഉടലുകളിലേക്ക് കരകവിഞ്ഞൊഴുകാനുള്ള ദിവ്യമായ ഉന്മാദത്തെയാണ് ഞാനൊരു പെണ്ണിൽ നിന്നും പ്രതീക്ഷിക്കുന്നത്.

Lets avoid death
in small doses
keeping in mind
that being alive
always request a much bigger
effort than the simple fact of breathing.

(പാബ്ലോ നെരൂദ)

■

ഓർമ്മ

painting: Wassily Kandinsky

സുകുമാർ അഴീക്കോട്

അസ്ഥിക്കുള്ളിലെ മജ്ജയിൽ തൊടുംപോലെ

ഇതുപോലൊരു ശുഭ്രസൗന്ദര്യമുള്ള രോഗശയ്യ കേരളം കണ്ടിട്ടുണ്ടാവില്ല. ഒരു തീർത്ഥസ്നാനംപോലെ പുണ്യപൂരിതം. അകവും പുറവും കഴുകി വെടുപ്പാക്കിയ നാല്പത്തിയേഴു ദിവസങ്ങൾ ആ രോഗശയ്യക്കു ചുറ്റും അനുഗ്രഹിച്ചൊഴുകിക്കൊണ്ടിരുന്നു. അദ്ഭുതങ്ങൾ നിറഞ്ഞ ആ മാന്ത്രികശയ്യക്കരികെ അഴീക്കോട് മാഷിന്റെ ശാന്തവും നിർമ്മലവുമായ മുഖം നോക്കിയിരുന്ന ആ ദിനങ്ങൾ എന്റെ ജീവിതത്തിലെ ഏറ്റവും വിലപ്പെട്ട മുഹൂർത്തങ്ങളായിരുന്നു. എന്തായിരുന്നു ഞാൻ അവിടെ കണ്ടുകൊണ്ടിരുന്നത്? എൺപത്തിയാറു വർഷത്തെ ആ മഹാജീവിതം ഈ ദിനങ്ങളിൽ തിരിഞ്ഞുനോട്ടങ്ങൾ കൊണ്ട് നനഞ്ഞുകുതിരുകയായിരുന്നെന്ന് തോന്നി. നഷ്ടപ്പെട്ട സ്നേഹങ്ങളും വിശ്വാസങ്ങളും അവിടേയ്ക്ക് തിരിച്ചൊഴുകിയെത്തി. കണ്ണീരിൽ കുതിർന്ന സമാഗമങ്ങൾ. പ്രണയാർദ്രമായ ആശ്ലേഷങ്ങൾ. പരിഭവങ്ങളും കലഹങ്ങളും പറഞ്ഞവസാനിപ്പിച്ച ശാന്തത. സ്തംഭിച്ചുപോയ പല സ്നേഹങ്ങളുടെയും അഗ്നി ആ മുറിയിൽ ആളിക്കത്തി. ശത്രുതകൾ അലിഞ്ഞുപോയി. വീണ്ടെടുപ്പിന്റെയും കാത്തിരിപ്പിന്റേയും ആത്മീയലാവണ്യത്തിലായിത്തീർന്നു ആ കൊച്ചുമുറി. വ്രണിതമായ ഒരു കാലഘട്ടത്തിന്റെ രോഗശാന്തി ഇങ്ങനെയും സംഭവിക്കാമല്ലോ എന്ന പ്രകാശമെന്നെ വലയം ചെയ്തു.

എപ്പോഴും അവിടെ ആൾക്കൂട്ടമായിരുന്നു. കവിതയും പാട്ടും ചെറുപ്രഭാഷണങ്ങളും പുരസ്കാരസമർപ്പണങ്ങളും പുസ്തകപ്രകാശനങ്ങളും കൊണ്ട് സ്വകാര്യത പലപ്പോഴും കീറിപ്പോയിട്ടുണ്ട്. അധികം ആരും ഇല്ലാതിരുന്ന ഒരു സന്ധ്യക്ക് റോസിയുടെയും എന്റെയും കൈകളിൽ ഗാഢമായി പിടിച്ചമർത്തി അഴീക്കോട് മാഷ് വിതുമ്പിയ നിമിഷം "നിങ്ങൾക്കെന്നോട് വിഷമമൊന്നുമില്ലല്ലോ. അത്രയും ഇഷ്ടമാണ് എനിക്ക് നിങ്ങളെ", പറഞ്ഞുതീരുംമുമ്പേ ഞങ്ങളോ മാഷോ ആദ്യം കരഞ്ഞതെന്ന് പറയാനാവുന്നില്ല.

1995 മാർച്ച് മാസത്തിൽ 'തച്ചനറിയാത്ത മരം' എന്ന എന്റെ കാവ്യസമാഹാരം അഴീക്കോട് മാഷാണ് പ്രകാശനം ചെയ്തത്. ഉജ്ജ്വലമായിരുന്നു പ്രഭാഷണം. ബാലചന്ദ്രൻ ചുള്ളിക്കാടിന് പുസ്തകം കൈമാറി പ്രകാശനചടങ്ങ് കഴിഞ്ഞയുടനെ മാഷ് പോയി. പിന്നെ ബാലചന്ദ്രൻ അടിയന്തിരാവസ്ഥ കാലത്തെ ഞങ്ങളുടെ സൗഹൃദത്തെക്കുറിച്ച് സംസാരിച്ച കൂട്ടത്തിൽ, അടിച്ചേൽപ്പിച്ച അസ്വാതന്ത്ര്യത്തിന്റെ അക്കാലത്ത് നമ്മുടെ ബുദ്ധിജീവികൾ മിണ്ടാപ്പൂച്ചകളായിരുന്നു എന്ന പരാമർശിക്കുകയുണ്ടായി. പിറ്റേന്ന് പത്രങ്ങൾ ആ വാർത്തയാണ് പൊലിപ്പിച്ചത്. അഴീക്കോട് മാഷ് ആ വാർത്തയിൽ ക്ഷോഭിച്ചു. ബാലചന്ദ്രനെതിരെ ആഞ്ഞടിച്ചു. മൂന്നുവർഷത്തോളം നീണ്ടുനിന്ന ഒരു വിവാദത്തിന്റെ വെടിമരുന്ന് കത്തി.

പിറ്റേന്ന് റോസിയെ ഫോൺചെയ്ത് തന്റെ ഭർത്താവ് എന്റെ എഴുപതുവയസ്സിന്റെ യശസ്സാണ് കളങ്കപ്പെടുത്തിയതെന്ന് പറഞ്ഞു. എന്നും ഞങ്ങൾക്കായി സൗമനസ്യത്തോടെ തുറക്കാറുള്ള വീടിന്റെ വാതിൽ അദ്ദേഹം കൊട്ടിയടച്ചു. ചുള്ളിക്കാടിന് മദ്യം നൽകി പറയിപ്പിച്ചതാണ് ആ പരാമർശം എന്ന് മാഷ് ഉറച്ചു വിശ്വസിച്ചു. മാഷിന്റെ ഏറ്റവും പ്രിയപ്പെട്ട ഗവേഷണ വിദ്യാർത്ഥിയായിരുന്ന റോസി അദ്ദേഹത്തിന് മകളെപ്പോലെയായിരുന്നു. ഞങ്ങളുടെ വിവാഹം ആശിർവദിക്കാനായി ആദ്യം എത്തിയത് മാഷും മനയ്ക്കലൊത്തുമായിരുന്നു. ക്രിസ്മസിനും ഈസ്റ്ററിനും പതിവ് തെറ്റിക്കാതെ മാഷ് ഞങ്ങൾക്കതുവരെയും അതിഥിയായിരുന്നു. നൂറുശതമാനം തെറ്റായ ഒരു കാര്യത്തിന്റെ പേരിലാണ് മാഷ് ഞങ്ങളെ അകറ്റിനിർത്തിയത്. ഞങ്ങളുമായുള്ള എല്ലാ ബന്ധങ്ങളിലും മാഷ് വിലക്കേർപ്പെടുത്തി. മാഷ് മാർഗ്ഗനിർദ്ദേശം നൽകി മികച്ചതെന്ന് പ്രശംസിച്ച റോസിയുടെ ഗവേഷണപ്രബന്ധത്തിന്റെ പ്രകാശനത്തിന് മാഷ് വന്നില്ല. ഞാൻ സഹകരിക്കുന്നുവെന്നതിന്റെ പേരിൽ മാത്രം മാഷ് പലതിൽ നിന്നും പിന്തിരിഞ്ഞുനടന്നു. തീർത്തും അടിസ്ഥാനരഹിതമായ ആ എതിർപ്പിന്റെ കാരണം ഇന്നും എനിക്കറിയില്ല.

പത്തുവർഷമെടുത്തു ആ വഴക്ക് അലിഞ്ഞുപോകുവാൻ. അകറ്റിനിർത്തിയപ്പോഴും മാഷെ ഞങ്ങൾ ഹൃദയത്തിലണച്ചുപിടിച്ച് സ്നേഹിച്ചു. കഴിഞ്ഞ തിരുവോണത്തിന് മാഷ് പകൽ മുഴുവൻ ഞങ്ങൾക്കൊപ്പമുണ്ടായിരുന്നു. ഇത്രമാത്രം ചിരിച്ചുല്ലസിച്ച മാഷെ ഞങ്ങൾ കണ്ടിട്ടില്ല. ഞങ്ങളുടെ കുട്ടികൾ മാഷോടൊത്ത് ഊഞ്ഞാലാടി കളിച്ചു. ടിന്റുമോന്റെ ഫലിതങ്ങൾകേട്ട് മാഷ് ഇളകിമറിഞ്ഞു. പിന്നീട് സന്ധ്യമയങ്ങും വരെ പീച്ചിഡാമിൽ കപ്പലണ്ടികൊറിച്ചിരുന്നു. അപ്പോഴും ചോദിക്കണമെന്നുണ്ടായിരുന്നു, എന്തിനായിരുന്നു മാഷ് ഞങ്ങളെ വിലക്കി നിർത്തിയത്. ബാലചന്ദ്രനും ഇതുവരെയും അറിഞ്ഞുകൂട, അത്തരം ഒരു കലഹത്തിന്റെ കാരണം.

പലതരം തെറ്റിദ്ധാരണകളുടെ വേദനകളിൽ കഴിഞ്ഞവരാണ് ആ രോഗശയ്യയിൽ മാഷെ സന്ദർശിച്ച പലരും. അദ്ഭുതകരമായിരുന്നു, എല്ലാം പൊറുത്തും പരസ്പരം മാപ്പപേക്ഷിച്ചും അനുരഞ്ജനപ്പെട്ടും പിണക്കങ്ങളെയെല്ലാം ഇണക്കങ്ങളാക്കിയും ആ രോഗശയ്യയ്ക്ക് അസാധാരണമായ ഒരു ആത്മീയ സൗന്ദര്യമുണ്ടായിരുന്നു.

ഒരു ഗുരുവിനെ തൊട്ടറിയുക എന്നാൽ തീയിൽ തൊടുംപോലെയാണ്. തൊടുന്നവൻ രൂപാന്തരപ്പെടും. അവന്റെ അകം പൊളിയും. അവിടെ ആത്മീയത പ്രകാശിക്കും. ഒരു ജീവിതത്തിൽ മറ്റൊരു ജീവിതം കൂടി ഗുരു ശിഷ്യന് പകുത്തുനൽകും. എല്ലാ തെറ്റിദ്ധാരണകളുടെ പുകമറയിലും അഴീക്കോട് മാഷ് പകർന്നുതന്ന വെളിച്ചത്തെയോർത്ത് ഇപ്പോൾ തല കുമ്പിടുന്നു. ലഭിച്ച പ്രഹരത്തിന്റെ ഓർമ്മ മണലിലെഴുതണം. ലഭിച്ച കൃപയുടെ ഓർമ്മ ശിലയിലെഴുതണം.

അഴീക്കോട് മാഷിന്റെ ക്ലാസിലിരുന്ന് ഞാൻ പഠിച്ചിട്ടില്ല. പക്ഷേ അദ്ദേഹത്തിന്റെ വാക്കുകളുടെ ശുദ്ധസ്നേഹത്തിന്റെ സ്തന്യം ഞാൻ അനുഭവിച്ചിട്ടുണ്ട്. പാണ്ഡിത്യം കൊണ്ടല്ല ഉദാരമായ സ്നേഹങ്ങൾക്കൊണ്ടാണ് അദ്ദേഹം ഞങ്ങളുടെ ഹൃദയം കവർന്നത്. കേരളവർമ്മ കോളേജിലേയ്ക്ക് വർഷത്തിൽ രണ്ടുതവണയെങ്കിലും എത്തുമായിരുന്നു. മരങ്ങൾ നിറഞ്ഞ ആ കലാലയം ചുറ്റിനടന്ന് കാണും. അധ്യാപകന്റെ അങ്കി അഴിച്ചുവെച്ച് കാൽനൂറ്റാണ്ട് പിന്നിട്ട അഴീക്കോട് മാഷ് കഴിഞ്ഞവർഷം ആദ്യമായി കേരളവർമ്മയുടെ ക്ലാസ് മുറിയിലെത്തി. വിക്ടേഴ്സ് ചാനലുമായി ചേർന്നൊരു ഗ്രേറ്റ് ടീച്ചർ പരിപാടിയിൽ പങ്കെടുക്കാനാണ് അദ്ദേഹം വന്നത്. കേരളവർമ്മയിലെ മലയാളം വിദ്യാർത്ഥികളെയാണ് അദ്ദേഹം ക്ലാസ്സിലിരുത്തി പഠിപ്പിക്കാൻ ആഗ്രഹം പ്രകടിപ്പിച്ചത്. കുമാരനാശാന്റെ ചിന്താവിഷ്ടയായ സീതയുമായി അദ്ദേഹം ക്ലാസ് മുറിയിലെത്തി. യൗവ്വനാരംഭത്തിൽ എഴുതിയ ആശാന്റെ സീതാകാവ്യമെന്ന ആദ്യപുസ്തകത്തിന്റെ പുതുക്കലുകളാണ് ഒന്നര മണിക്കൂർ നീണ്ട അവിസ്മരണീയമായ ആ ക്ലാസിൽ നടന്നത്. പ്രകാശത്തിന്റെ കവചം ധരിച്ച വാക്കുകളുടെ മഹാപെയ്ത്തായിരുന്നു അന്നവിടെ.

കുറച്ചുകാലം പിണക്കത്തിന്റെ ഇരുൾമറയിലിരുന്നതുകൊണ്ടാകാം പിന്നീട് സ്നേഹം കൊണ്ട് അദ്ദേഹം ഞങ്ങളെ വീർപ്പുമുട്ടിച്ചു. റോസിക്ക് ഇരട്ടി മധുരസ്നേഹത്തോടെ ഒരച്ഛനെ തിരിച്ചുകിട്ടി. അഴീക്കോട് മാഷിന്റെ പ്രശസ്തിയിലോ പാണ്ഡിത്യത്തിലോ ഞങ്ങൾക്ക് കണ്ണഞ്ചിപ്പോയിട്ടില്ല. ഗുരുവിനെ അയാളുടെ വസ്ത്ര വെളുമ്പിലല്ല തൊടേണ്ടത്. അസ്ഥിക്കുള്ളിലെ മജ്ജയിൽ തൊടണം. ആത്മാവിന്റെ പ്രകാശബിന്ദുവിൽ വിരലമർത്തണം.

ചിലപ്പോൾ തോന്നാറുണ്ട്, അഴീക്കോട് മാഷ് സ്വന്തം യശസ്സിന്റെ തടവറയിലായിരുന്നോ എന്ന്. സ്വന്തം യശസ്സിനേൽക്കുന്ന ഏറ്റവും

ചെറിയ പരിക്കുപോലും അദ്ദേഹം സഹിക്കില്ല. പക്ഷേ യശസ്സിനും അപ്പുറത്തുള്ള ആത്മപ്രഭാവം അഴീക്കോടിനെ നോക്കിയിരിക്കുമ്പോൾ ജ്വലിക്കുന്നതായി തോന്നിയിട്ടുണ്ട്. രോഗശയ്യയിലെത്തും മുമ്പേ ഞാൻ മാഷെ രണ്ടുമാസം മുമ്പ് രണ്ടുതവണ ഇന്റർവ്യൂ ചെയ്തിരുന്നു. മാഷ് നേരിടുന്ന തത്വചിന്താപരമായ വിഷാദങ്ങളെക്കുറിച്ചായിരുന്നു ഞാനപ്പോൾ ചോദിച്ചുകൊണ്ടിരുന്നത്. മാഷ് ആഴത്തിൽ അനുഭവിക്കുന്ന ചില ശൂന്യതകൾ, ഏകാന്തതകൾ, ചെയ്തതിനുള്ളിലെ വിഫലതകൾ, ചെയ്യേണ്ടിയിരുന്നില്ല എന്നു തോന്നിയ നിമിഷങ്ങൾ. ഇത്രമേൽ ജനങ്ങളാൽ സ്നേഹിക്കപ്പെട്ട മറ്റൊരു എഴുത്തുകാരനില്ല നമുക്ക്. മലയാളികൾ അത്രമേൽ നെഞ്ചിലേറ്റി സ്നേഹിച്ചു, ആദരിച്ചു. എന്നാൽ ഏകാന്തതയിൽ സ്വയം അഭിമുഖീകരിക്കുന്ന വേളയിൽ മാഷിന്റെ ഉള്ളിലുള്ള ഒരു കടച്ചിൽ എന്തായിരുന്നുവെന്ന് ഞാൻ ചോദിച്ചുകൊണ്ടേയിരുന്നു. ആ ചോദ്യങ്ങൾക്കൊന്നും മാഷപ്പോൾ ഉത്തരം നൽകിയില്ല. ഉച്ചരിക്കാതെപോയ, പറയാൻ ബാക്കിവെച്ച സ്വകാര്യതയുടെ ഒരു ലോകം തുറക്കാതെയാണ് മാഷ് കടന്നുപോയത്.

നാരായണഗുരുവിനെക്കുറിച്ച് മാഷെഴുതിയ അപൂർവ്വസുന്ദരമായ ഒരു പുസ്തകമുണ്ട് - ഗുരുവിന്റെ ദുഃഖം. നാരായണഗുരു ജീവിതസായാഹ്നത്തിൽ നേരിട്ട വേദന നിറഞ്ഞ തിരസ്കാരങ്ങളുടെയും നിരാശകളുടെയും ഒരു കാലാവസ്ഥയാണ് ആ പുസ്തകത്തിൽ അഴീക്കോട് മാഷ് പ്രതിപാദിച്ചിരിക്കുന്നത്. സമാനമായ ചില ആന്തരികശൂന്യതകൾ മാഷുടെ ജീവിതത്തിൽ അന്വേഷിക്കുവാനാണ് ഞാൻ ശ്രമിച്ചുകൊണ്ടിരുന്നത്. ആ ചോദ്യങ്ങൾക്കുള്ള ഉത്തരങ്ങൾ ആ രോഗശയ്യയിൽ അന്വേഷിക്കുകയായിരുന്നു അദ്ദേഹം എന്നുതോന്നി. ജീവിതത്തിന്റെ ആത്യന്തിക അർത്ഥങ്ങൾ താൻ അതുവരെ നടത്തിയ പ്രതികരണയുദ്ധങ്ങൾക്കുമപ്പുറത്തായിരുന്നുവെന്ന് അദ്ദേഹം കണ്ടെത്തിയിരുന്നു

തത്ത്വമസി - അത് നീ തന്നെ എന്ന ഉപനിഷത്തിലെ ആ മഹാവാക്യം ഒരു ശുഭ്രവസ്ത്രംപോലെ ആത്മാവിനെ പൊതിഞ്ഞിരിക്കണം.

പ്രഭാഷകനും നിരൂപകനും സാംസ്കാരികനിരൂപകനും അപ്പുറം തന്റെ ജീവിതത്തിലെ ആത്യന്തികമായ ആവിഷ്ക്കാരം അധ്യാപകവൃത്തിയാണെന്ന് അഴീക്കോട് മാഷ് പറഞ്ഞിട്ടുണ്ട്. മറ്റെല്ലാ കർമ്മകാണ്ഡങ്ങളും അധ്യാപകനിൽ സമന്വയിക്കുകയായിരുന്നു. അധ്യാപനത്തിന്റെ നവരസങ്ങളെയാണ് തന്റെ കർമ്മകാണ്ഠങ്ങളിലേയ്ക്ക് അദ്ദേഹം എത്തിച്ചത്. ഇക്കാലമത്രയും കേരളത്തെ മുഴുവൻ ഒരു ക്ലാസ് മുറിയാക്കി അദ്ദേഹം പഠിപ്പിച്ചുകൊണ്ടിരുന്നു. മറ്റാർക്കും കഴിയാത്ത വിധം സമകാലികതയുടെ എല്ലാ കളങ്കങ്ങളോടും എതിരിട്ടു. ആ ഏറ്റുമുട്ടലുകളിലെല്ലാം അസാധാരണമായ ധീരതയും സ്വാതന്ത്ര്യവും അനുഭവിച്ചു. വിയോജിപ്പുകളും വിമർശനങ്ങളും നിരന്തരം പിന്തുടർന്നിട്ടും

കേരളത്തിന്റെ മഹാഗുരുനാഥനായി അനിതരസാധാരണമായ ആത്മ ഭാവത്തോടെ ജീവിച്ചു.

നാരായണഗുരുവിന്റേയോ മഹാത്മജിയുടെയോ മാർഗ്ഗത്തേക്കാൾ അഴീക്കോട് മാഷിനെ നെഹ്രുവിന്റെ മൂല്യങ്ങളാണ് സ്വാധീനിച്ചത്. യുക്തിയുടെയും മതേതരത്വത്തിന്റേയും ജനാധിപത്യസ്വരമായിരുന്നു അത്. ത്യാഗവും ധ്യാനവും ശാന്തതയും എന്നതിനേക്കാൾ രോഷാകുലമായ നൈതികതയായിരുന്നു ആ വ്യക്തിത്വത്തിന്റെ കാതൽ. ഒരു പ്രസ്ഥാനത്തിനും അദ്ദേഹത്തെ വിലക്കെടുക്കാൻ കഴിഞ്ഞില്ല. അപ്രതീക്ഷിതവും അപ്രവചനീയവുമായ പ്രതികരണങ്ങളുടെ മിന്നൽപ്പിണരുകളാണ് പ്രഭാഷണങ്ങളെ ജീവസ്സുറ്റതാക്കിയത്. മലയാളിയുടെ പൊതുപ്രതികരണത്തിലെ കാലതാമസങ്ങളെയും ഉദാസീനതകളെയും മറികടക്കുവാനുള്ള തിടുക്കവും തീവ്രതയും അദ്ദേഹത്തെ ജനങ്ങളുടെ പ്രിയങ്കരനാക്കി. പ്രഭാഷണഭാഷ നിരന്തരം പുതുക്കാനും അതിൽ യൗവ്വനവീര്യം നിറയ്ക്കാനും അവസാനകാലംവരെയും അദ്ദേഹത്തിന് കഴിഞ്ഞു. പ്രഭാഷണം നടത്തുമ്പോൾ തനിക്കുള്ളിൽ ചിത്രശലഭങ്ങൾ പറക്കാറുണ്ടെന്ന് അദ്ദേഹം പറയുമായിരുന്നു. ഉള്ളിലെ ആ ചിത്രശലഭങ്ങളാണ് വാക്കുകളിലെ ഉദ്യാനങ്ങളുണ്ടാക്കിയത്. ചിരിയും ചിന്തയും നിറഞ്ഞ പ്രബുദ്ധതയുടെ വാങ്മയകാന്തിയായിരുന്നു അത്. നർത്തകൻ സ്വന്തം നൃത്തത്തിൽ ആനന്ദിക്കുംപോലെ.

അഴീക്കോട് മാഷിന്റെ പ്രഭാഷണങ്ങൾ നമുക്കുള്ളിലെ ബുദ്ധനെ ഉണർത്തുന്ന ഊർജ്ജപ്രവാഹമാണ്. വിതച്ചാലുടനെ കൊയ്ത്താകുന്ന വിത്താണ് ഗുരുവചനങ്ങൾ. ഗുരുമൊഴികൾക്ക് മീതെ വേണം ജീവിതത്തിന്റെ വീടുപണിയാനെന്ന് പറയുന്നത് അതുകൊണ്ടാണ്. ബുദ്ധിയുടെ വെളിച്ചം ഹൃദയത്തിന്റെ ഊഷ്മളതകൊണ്ട് പൂരിപ്പിക്കുന്ന ഒരു മാന്ത്രികസിദ്ധി അഴീക്കോട് മാഷിൽ ഞാൻ അനുഭവിച്ചിട്ടുണ്ട്. മാഷിന്റെ ക്ലാസ്മുറികളെക്കുറിച്ച് അദ്ദേഹത്തിന്റെ വിദ്യാർത്ഥികളായ എന്റെ കൂട്ടുകാർ വാഴ്ത്തിപ്പറയാറുണ്ട്. തങ്ങൾക്കുള്ളിലെ ഏറ്റവും നല്ലതിനെ, നന്മയെ, സൗന്ദര്യത്തെ, കരുത്തിനെ തനിക്കുമാത്രം ഈ ലോകത്തിൽ ചെയ്യാൻ കഴിയുന്ന മൗലികസാധ്യതകളെ പുറത്തുകൊണ്ടുവരുവാനുള്ള സത്യാന്വേഷണപരീക്ഷണങ്ങളാണ് ആ ക്ലാസ്സുകളെന്നാണവർ പറയുക. വിധിക്കു കീഴടങ്ങാനല്ല അതിനെ നേരിടാനും അതിജീവിക്കാനുമുള്ള സാംസ്കാരികമായ ഊർജ്ജമാണ് അദ്ദേഹം വിദ്യാർത്ഥികളിൽ നിറച്ചത്. കാലുകളേക്കാൾ ചിറകുകളാണ് അദ്ദേഹം വിദ്യാർത്ഥികളുടെ ഹൃദയത്തിൽ തുന്നിപ്പിടിപ്പിച്ചത്.

കേരളീയരെ മുഴുവൻ അഭിസംബോധന ചെയ്യാനുള്ള ഏറ്റവും വലിയ സാംസ്കാരിക സാധ്യതയുടെ ശബ്ദവും സാന്നിധ്യവുമായിരുന്നു അഴീക്കോട് മാഷ്. നഗരഗ്രാമങ്ങളിലെ എല്ലാ വിഭാഗം മലയാളികളെയും

ഇളക്കിമറിക്കാൻ കഴിഞ്ഞ ഇത്രയും ചലനാത്മകവും പ്രചോദനാത്മക വുമായ വ്യക്തിത്വം ചൂണ്ടിക്കാണിക്കാനില്ല. മതേതരകേരളത്തിന്റെ മനസ്സാക്ഷിയുടെ വെളിച്ചം, നൈതികരോഷത്തിന്റെ സൗന്ദര്യം, രാഷ്ട്രീ യത്തിന്റെയും മതത്തിന്റെയും അഴുക്കുകളെയാണ് അദ്ദേഹം കഴുകി ത്തുടയ്ക്കാൻ ശ്രമിച്ചത്. ഒരു നവകേരളവും നവഭാരതവും അദ്ദേഹ ത്തിന്റെ തീവ്രസ്വപ്നമായിരുന്നു. പുലർന്നുവരേണ്ട നവോത്ഥാനമൂല്യ ങ്ങളെക്കുറിച്ചാണ് അദ്ദേഹം നിരന്തരം കലഹിച്ചത്. വൈവിധ്യമാർന്ന അഭിരുചികൾകൊണ്ട് പുതുതാകാനും ധീരമാകാനും അദ്ദേഹം സജ്ജ മായി.

ഈ രോഗശയ്യ ജീവിതത്തിന്റെ എല്ലാ വാതിലുകളും വലിച്ചുതുറന്നു. ജീവിതത്തിൽ അവസാനമായി പാടാൻ കരുതിവെച്ച ഏറ്റവും സൗന്ദര്യ മുള്ള മൂല്യസമൃദ്ധമായ ഗാനമാണ് ഞാനവിടെ കേട്ടത്.

■

കാക്കനാടൻ

ആധുനികതയുടെ മുറിവേറ്റ മുരൾച്ചകൾ

കാല്പനികതയുടെ ജീർണ്ണവസ്ത്രങ്ങൾ വന്യമായ സൗന്ദര്യകലാപത്തോടെ വലിച്ചൂരിയെറിഞ്ഞ ആധുനിക ഭാവുകത്വത്തിന്റെ ധീരതയാണ് കാക്കനാടൻ. ആധുനികർക്കിടയിൽ ഏറ്റവും അധികം സ്നേഹിക്കപ്പെട്ട വായനക്കാരെ വശീകരിച്ച മറ്റൊരു എഴുത്തുകാരനും ഇല്ല. ഭാഷയുടെ മാന്ത്രികനായ കാക്കനാടനെ അദ്ദേഹത്തിന്റെ എഴുത്തിലെ അരാജകസൗന്ദര്യങ്ങളെ, അതിർത്തിലംഘനങ്ങളെ, കലഹങ്ങളെ, സാഹസികതകളെ, നിഗൂഢതകളെ അത്രമേൽ ഇഷ്ടപ്പെട്ടുപോയ എത്രയോ വായനക്കാരുടെ കൂട്ടത്തിൽ ഞാനുമുണ്ട്. എഴുപതുകളുടെ തുടക്കകാലമാണത്. കൗമാരത്തിൽ നിന്നും വിരിഞ്ഞിറങ്ങിവന്ന ഞങ്ങൾക്ക് ആ കാലത്തെ ഓർക്കുമ്പോൾ കാക്കനാടനിൽ ആ വായനാനുഭവങ്ങളത്രയും കറങ്ങിത്തിരിയും. സങ്കോചങ്ങളില്ലാത്ത എഴുത്തിന്റെ ധീരതയിൽ അസ്തിത്വവാദത്തിന്റെ ഞെട്ടിക്കുന്ന കാഴ്ചകൾ ഒരു ഭാവുകത്വലഹരിയായി ഞങ്ങൾക്കുള്ളിൽ വീശിയടിച്ചിരുന്നു.

ഭാഷയിന്മേലാണ് കാക്കനാടന്റെ മാന്ത്രികവടി അദ്ഭുതങ്ങൾ കാണിച്ചത്. ചിത്രകലയുടെ ഭാഷയാണ് കാക്കനാടന്റെ പ്രധാനകഥകളിൽ വിസ്മയം സൃഷ്ടിച്ചത്. അമൂർത്തതയുടെ ഒരു പ്രത്യേകതരം ലാവണ്യരുചി വായനയിൽ പുതുരക്തം വീഴ്ത്തി. എഴുപതുകൾക്കാദ്യം കാക്കനാടൻ മലയാളനാട് വാരികയെ ആധുനികതയുടെ ഉത്സവപ്പറമ്പാക്കി മാറ്റി. മാധവിക്കുട്ടിയുടെ എന്റെ കഥ കാക്കനാടനു മാത്രം ചെയ്യാൻ കഴിയുന്ന ഭാഷാസൗന്ദര്യത്തോടെ മലയാളത്തിൽ പകർത്തി. കാക്കനാടന്റെ മലയാളനാട് വായിച്ചുവായിച്ചാണ് മലയാളാധുനികതയുടെ സൗന്ദര്യാനുഭവങ്ങൾ അക്കാലത്ത് മുങ്ങിനിവർന്നത്. അതുവരെയും വായിച്ച ഫ്യൂഡൽസൗന്ദര്യത്തിന്റെ വഴുക്കലുള്ള എഴുത്തുരീതികൾ അട്ടിമറിക്കപ്പെട്ടു. വായനയിലെ പഴകിയ വാസനകൾ ചോദ്യം ചെയ്യപ്പെട്ടു.

എഴുത്തുകാരനായ കാക്കനാടനോടൊപ്പം സുഹൃത്തായ ബേബിച്ചായനെയും അന്നുമുതലേ തന്നെ പലതമുറകളിലെ മലയാളികൾ

നെഞ്ചിലേറ്റി. കാക്കനാടൻ തന്റെ വീടിനു വാതിലുകൾ പണിതിരുന്നില്ല യെന്നാണ് എന്റെ സുഹൃത്തുക്കളുടെ സാക്ഷ്യം. അത് എത്രയോ പേരുടെ വഴിയമ്പലമായിരുന്നു. എല്ലാ ഇല്ലായ്മകളിലും ആ വീട് വന്നെത്തുന്നവർക്ക് അത്താഴമൊരുക്കി. കാക്കനാടനുള്ളിലെ ബേബിച്ചായനെ ഉണർത്താൻ ആർക്കും എപ്പോഴും കഴിയും. സ്നേഹത്തോടെ ആ കണ്ണുകളിലേയ്ക്ക് നോക്കിയാൽ മാത്രം മതി. സൗഹൃദം ഒരു മതംപോലെ വ്രതശുദ്ധമായ വിശ്വാസലഹരിയോടെ കാത്തുപോന്ന പച്ചമനുഷ്യനെന്നാണ് പല തലമുറകൾ കാക്കനാടനെ വിശേഷിപ്പിക്കുന്നത്.

നേടുന്നതിലപ്പുറം ഈ സ്നേഹമാണ് കാക്കനാടന്റെ ജീവിതകല. അധികാരരൂപങ്ങളോട് കൃത്യമായ അകലം പാലിച്ചു. വിവാദവ്യവസായങ്ങൾക്ക് നിന്നുകൊടുത്തില്ല. ജീവിതത്തിനുള്ളിൽ കലഹം നിറച്ചു. പക്ഷേ ആ കലഹങ്ങൾക്കെല്ലാം ഒരു സൗന്ദര്യക്രമമുണ്ട്. അധികാരത്തിന്റെ പ്രലോഭനങ്ങളെ എത്ര നിഷ്കളങ്കമായാണ് കാക്കനാടൻ ചിരിച്ചുതള്ളിയത്. സംഹാരശക്തിയുള്ള ആ ഭാഷ വ്യക്തിപരമായി ആരെയും നോവിച്ചില്ല. പേനയിലൊരു തീക്കാറ്റ് നിറച്ചുകൊണ്ടാണ് കാക്കനാടൻ എഴുതിയത്. കപടസദാചാരബോധത്തെ പൊള്ളിച്ചും ചുട്ടെരിച്ചും ജീവിതത്തിന്റെ കാപട്യങ്ങൾക്കുമേൽ അത് തീമഴ പെയ്യിച്ചു. ഒരാൾക്ക് അയാളുടെ ഉള്ളിലെ നഗ്നതയെ കാണിച്ചുകൊടുത്തതാണ് കാക്കനാടന്റെ എഴുത്തിലെ ആത്മീയമായ തന്റേടം. ആ മനുഷ്യന്റെ വ്യക്തിജീവിതത്തിലെ സംശുദ്ധിയും സുതാര്യതയും സ്നേഹവായ്പും നമ്മുടെ ഓർമ്മകളിൽ നിന്നും ഒരിക്കലും അണഞ്ഞുപോവില്ലെന്നാശ്വസിക്കാം.

മലയാളത്തിലെ ആധുനികതയെ വായിച്ചെടുക്കാൻ ഏറ്റവും നല്ല മാധ്യമം കാക്കനാടനാണ്. മലയാളിയുടെ സൗന്ദര്യശീലങ്ങളിൽ, സദാചാരബോധത്തിൽ ഭാഷാസങ്കേതങ്ങളിൽ ശരിക്കുമൊരു പ്രകൃതിസ്ഫോടനം തന്നെയായിരുന്നു, അറുപതുകളിലെ ആധുനികതയുടെ കാലം. മലയാളി തന്റെ ഏകാന്തതയെ, അവിശ്വാസങ്ങളെ, അവ്യക്തതകളെ, അസ്തിത്വവ്യഥകളെ, രാഷ്ട്രീയവ്യാമോഹങ്ങളെ, ലൈംഗികതയെ ഏറ്റവും തീവ്രമായ വൈകാരികാഘാതത്തോടെ ഏറ്റുവാങ്ങിയ കാലം.

മനുഷ്യാസ്തിത്വത്തിന്റെ സവിശേഷസ്വഭാവങ്ങൾക്ക് പുതിയ നിർവ്വചനങ്ങൾ തീർക്കുകയായിരുന്നു ആ കാലം. പ്രത്യക്ഷയാഥാർത്ഥ്യങ്ങളുടെ പരിചിതരൂപങ്ങൾ ഒന്നൊന്നായി വലിച്ചുചീന്തുന്നതിലായിരുന്നു കാക്കനാടനടക്കമുള്ള ആധുനികർ ശ്രദ്ധിച്ചത്. വ്യക്തിയും സമൂഹവും തമ്മിലുള്ള മൗലികമായ വൈരുദ്ധ്യത്തിനിടയിൽ പലപ്പോഴും ദൈവം ആക്രമിക്കപ്പെട്ടു. രാഷ്ട്രീയ പ്രത്യശാസ്ത്രങ്ങൾ വിചാരണ ചെയ്യപ്പെട്ടു. ചരിത്രം സംഹരിക്കപ്പെട്ടു. യാഥാസ്ഥിതിക സദാചാരബോധം അട്ടിമറിക്കപ്പെട്ടു. അക്രമാസക്തവും ഹിംസാത്മകവുമായ ഭാവുകത്വത്തിന്റെ വലിയൊരു വിപ്ലവമാണ് അറുപതുകളിൽ സംഭവിച്ചത്. അധികാര

രൂപങ്ങളോടുള്ള സമ്പൂർണ്ണവിയോജനം എഴുത്തിന്റെ ഇന്ധനമായി സ്വീകരിക്കപ്പെട്ട, കത്തുന്ന തലയിണയിൽ തലവച്ചുറങ്ങിയ മറ്റൊരു കാലം മലയാളത്തിലുണ്ടായിട്ടില്ല.

സമകാലീനതയുടെ കളങ്കങ്ങൾ ഏറ്റുവാങ്ങിക്കൊണ്ടുതന്നെ കാക്കനാടന്റെ രചനകൾ അക്കാലത്ത് ഒട്ടേറെ അതിർത്തിലംഘനങ്ങൾ നടത്തി. അരാജകസ്വപ്നദർശകനായ അന്വേഷകൻ എന്നതിന്റെ പര്യായപദമായിരുന്നു അറുപതുകളിലെ കാക്കനാടൻ. ജ്ഞാതവും അജ്ഞാതവുമായ താഴ്വരകളിലേയ്ക്ക് അപകടകരമായി അന്വേഷിച്ചുപോയ ഒരാൾ. ഒറ്റപ്പെട്ട മനഷ്യന്റെ അന്തർദ്ദാഹങ്ങളേയും ആദ്ധ്യാത്മികതൃഷ്ണകളേയും അനന്തകാലങ്ങളിലേയ്ക്ക് ബന്ധിപ്പിച്ചു നിർത്താനുള്ള വലിയൊരു അന്വേഷണശക്തി കാക്കനാടനിൽ പ്രബലമായിരുന്നു. അനന്തമായ പ്രപഞ്ചസംവാദങ്ങളുടെ വിസ്മയിപ്പിക്കുന്ന വൈവിദ്ധ്യങ്ങളവിടെ കാണാം. മനുഷ്യൻ മാത്രമല്ലാത്ത ഒരു പ്രപഞ്ചത്തിന്റെ സമഗ്രാനുഭൂതിയിലേയ്ക്ക് മനുഷ്യനെ കൊണ്ടുപോകുന്നു എന്നതാണ് കാക്കനാടന്റെ കലയുടെ മഹത്വം.

കാക്കനാടന്റെ ആഖ്യാനസ്വരങ്ങൾ അമ്പരപ്പിക്കുംവിധം ചലനാത്മകമാണ്. കുടുംബം, മതം, രാഷ്ട്രീയം, കല എന്നിവ വ്യക്തികൾക്ക് തെറ്റായ ഉത്തരങ്ങൾ മാത്രം നൽകിപ്പോന്ന ഒരു കാലത്ത് ശരിയായ ചോദ്യങ്ങൾകൊണ്ട് അവയെ നേരിടുകയായിരുന്നു ആധുനികരെന്നു പറയാം.

പീഡിതമായ മനുഷ്യഭാഗധേയത്വത്തെ അഭിമുഖീകരിക്കുന്നവരാണ് കാക്കനാടൻ സൃഷ്ടിച്ച കഥാപാത്രങ്ങളെല്ലാം. സ്വയം വിൽക്കുന്നവരോ, വിലപേശുന്നവരോ, സ്നേഹത്തിൽ നഷ്ട്പ്പെടുന്നവരോ ഇല്ലായ്മകളെ അന്വേഷിക്കുന്നവരോ ജീവിതത്തെ എറിഞ്ഞുടച്ചവരോ, ഉന്മാദികളോ കുറ്റവാളികളോ മദ്യപരോ വീടുവിട്ടിറങ്ങിയവരോ വ്യാമിശ്രമായ ചിന്താക്കുഴപ്പത്തിൽപ്പെട്ടുപോയ തൊഴിൽരഹിതരോ കൂട്ടിക്കൊടുപ്പുകാരോ വേശ്യകളോ പരാജിതരായ ചെറുപ്പക്കാരോ ആയ വലിയ ഒരു വംശം കാക്കനാടന്റെ കഥകളിൽ പെരുകിപ്പെരുകിവന്നു.

മലയാളിയുടെ സൂക്ഷ്മമായ ആത്മബോധത്തെ രൂപപ്പെടുത്തുന്നതിൽ കാക്കനാടന്റെ കഥകൾ സൂക്ഷ്മമായ ഒരു ഇന്ദ്രിയംപോലെ പ്രവർത്തിച്ചു. ലൈംഗികത, ദൈവികത, രാഷ്ട്രീയം, എന്നീ മൂന്ന് അനുഭവധാരകൾ ആ കഥകളിൽ സംയോജിക്കപ്പെട്ടു. 1963-ലെഴുതിയ കുമിളകൾ എന്ന കഥയിൽ തുടങ്ങി മനുഷ്യന്റെ ആസക്തി, അസൂയ, പക, കാമം, ഹിംസ, ക്രൗര്യം തുടങ്ങിയ ആദിമവാസനകൾക്ക് തീക്ഷ്ണനിറം പകരുന്നവയാണ് കാക്കനാടന്റെ സാഹിത്യലോകം. മലയാളിയുടെ അന്ധമായ ശുഭാപ്തിവിശ്വാസങ്ങളെ കുമിളകളായി പൊട്ടിച്ചുതകർക്കുന്നതിലായിരുന്നു കാക്കനാടന് താല്പര്യം. ഭദ്രമായ ചിന്താശില്പങ്ങളെല്ലാം

ഈ കഥകളിൽ ഉടഞ്ഞുവീഴുന്നു. ഉടഞ്ഞ വിഗ്രഹക്കഷ്ണങ്ങളിൽ നിന്നും കൊളാഷുകൾ നിർമ്മിക്കുവാനുള്ള കൗതുകങ്ങൾ അദ്ദേഹം എന്നും നിലനിർത്തിപ്പോന്നു.

ഒരു കത്തോലിക്കനും കമ്മ്യൂണിസ്റ്റും ഒരാളിൽ തുടരാമോ എന്ന പ്രശ്നം, വിശ്വാസിയും അവിശ്വാസിയും ഒരാളിൽതന്നെ നിലനിൽക്കുമോ എന്ന പ്രശ്നം കാക്കനാടന്റെ പൈതൃകപ്രശ്നം തന്നെയായിരുന്നു. ബാബേൽപോലുള്ള കഥകളിൽ ക്രൈസ്തവപുരാവൃത്തങ്ങളേയും പ്രതീകങ്ങളേയും സമകാലിക രാഷ്ട്രീയത്തകർച്ചകളെ നിർവ്വചിക്കുവാൻ അദ്ദേഹം സമർത്ഥമായി ഉപയോഗിച്ചിട്ടുണ്ട്.

ക്രൈസ്തവമായ ആത്മബലിയുടെ ഉദ്വേഗങ്ങൾ കാക്കനാടനിൽ ശക്തമാണ്. രൂക്ഷമായ ഇത്തരമൊരു ബലിബോധം മാർക്സിസത്തെ അപഗ്രഥിക്കുന്ന കഥകളിലും അദ്ദേഹത്തെ വേട്ടയാടുന്നുണ്ട്. കുറ്റമില്ലാത്ത രക്തം ഈ കഥകളുടെ ബലിവേദികളിൽ നിറഞ്ഞൊഴുകുന്നു.

'അവിടെ എത്തിച്ചേരണമെന്ന് അയാൾ മുൻകൂട്ടി തീരുമാനിച്ചിരുന്നില്ല. അവിടെയാണ് എത്തിപ്പെടാൻ പോകുന്നതെന്ന് കാലേക്കൂട്ടി അറിഞ്ഞിരുന്നില്ല. വഴി അങ്ങോട്ട് നയിച്ചു. അയാൾ അവിടെ എത്തി-' കള്ളന്മാരുടെ ഗ്രാമം എന്ന കഥയിൽ കാക്കനാടൻ തന്റെ അന്വേഷണരീതിയെ ഇപ്രകാരം വിവരിച്ചിട്ടുണ്ട്. മനുഷ്യനെ ചൂഴ്ന്നുനിൽക്കുന്ന അജ്ഞാത രഹസ്യങ്ങൾ തേടിയുള്ള യാത്രകളും അപരിചിത സൗന്ദര്യമേഖലകളും കാക്കനാടന്റെ കഥകളിലെ രഹസ്യസങ്കേതങ്ങളായിരുന്നു, സ്വകാര്യനിഗൂഢതകളായിരുന്നു.

മറ്റുള്ളവരിലൂടെ തന്നെയും തന്നിലൂടെ മറ്റുള്ളവരേയും അന്വേഷിച്ചു നീങ്ങുന്ന ഒരു തീർത്ഥാടനമാണ് അജ്ഞതയുടെ താഴ്വര എന്ന നോവൽ. ശ്മശാനത്തിൽ മനു കാണുന്ന, സ്വന്തം ശവക്കുഴി തോണ്ടുന്ന അജ്ഞാതൻ മരണത്തിലേയ്ക്ക് അടിവച്ചു നീങ്ങുന്ന എല്ലാ മനുഷ്യരുമാണ്. വിധിയുടെ ബലിമൃഗങ്ങളായ മനുഷ്യർ.

കാക്കനാടന്റെ ആദ്യനോവലായ സാക്ഷിയിൽ മരണമാണ് നായകൻ. മരണത്തിനുമുമ്പിൽ ആവരണങ്ങളത്രയും അഴിഞ്ഞുപോകുന്ന ജീവിതത്തിന്റെ നിസ്സഹായതയാണ് സാക്ഷിയിൽ വെളിപ്പെടുന്നത്. സി.ജെ. തോമസിന്റെ ക്രൈം നാടകത്തിൽ മാത്രമേ ഇത്തരമൊരു മരണാഭിമുഖം മലയാളത്തിൽ കാണാൻ കഴിഞ്ഞിട്ടുള്ളൂ.

വെളിപാട് പുസ്തകത്തിന്റെ പ്രഹേളികാസൗന്ദര്യമുള്ള സ്വരഘടനയിലേയ്ക്ക് വർത്തമാനകാലത്തിന്റെ വിശ്വാസരാഹിത്യത്തെയും ധർമ്മഭ്രംശങ്ങളെയും സർവ്വനാശാവബോധത്തെയും കൂട്ടിഘടിപ്പിക്കുന്ന അസാധാരണമായ മുഴക്കങ്ങളുള്ള നോവലാണ് ഏഴാംമുദ്ര. ദൈവത്തെക്കുറിച്ചുള്ള വലിയ ഭയങ്ങളും മരണം അർത്ഥശൂന്യമാക്കിയ ജീവിതത്തിന്റെ നൈഷ്ഫല്യത്തെക്കുറിച്ചുള്ള ആഴമേറിയ ഉൽക്കണ്ഠകളും

നിറഞ്ഞ ഈ നോവൽ മലയാളത്തിലെ ആദ്യത്തെ മതാത്മകരചന എന്ന് വിശേഷിപ്പിക്കാം. സമൂഹത്തിനു വെളിയിലേക്ക് തെറിച്ചുവീഴുന്ന ഒറ്റപ്പെട്ടവരുടെ ഉദ്വിഗ്നതകളിലാണ് കാക്കനാടന്റെ കാഥികവ്യക്തിത്വം രൂക്ഷസാന്നിദ്ധ്യമാകുന്നത്. നഗരബാധിത ജീവിതത്തിന്റെ സങ്കീർണ്ണാഘാതങ്ങൾ കലാപത്തിന്റെയും നിഷേധത്തിന്റെയും വഴി സ്വീകരിക്കുന്നു.

കലാപകാരികളായ ഏകാകികളുടെ ഒരു വലിയ നിര തന്നെ കാക്കനാടന്റെ രചനകളിൽ അണിനിരക്കുന്നുണ്ട്. സാക്ഷിയിലെ നാരായണൻകുട്ടി, ഉഷ്ണമേഖലയിലെ ശിവൻ, വസൂരിയിലെ ശിവൻകുട്ടി, അജ്ഞതയുടെ താഴ്‌വരയിലെ മനു തുടങ്ങിയവരിലൂടെ മലയാളി ശരിക്കും ഏകാന്തതയുടെ കാഠിന്യവും അന്യഥാബോധവും നിരർത്ഥകതയും അനുഭവിക്കുവാൻ പരിശീലിക്കുകയായിരുന്നു.

ഉഴുതുമറിച്ച മണ്ണിന്റെ രൂക്ഷഗന്ധികളായ സ്ത്രീകളാണ് കാക്കനാടിന്റെ കഥാലോകത്തിലെ ഏറ്റവും മുന്തിയ ഇന്ദ്രിയാനുഭവം. 1966 ലെഴുതിയ ഫിലോമിന എന്ന കഥയിലാണ് ഇത്തരമൊരു സ്ത്രീസങ്കല്പത്തിന്റെ പിടയ്ക്കുന്ന കാഴ്ചകളാദ്യം കാണുന്നത്. പിന്നീട് ഉഷ്ണമേഖലയിലെ തെരേസയിലും ഒറോതയിലും ഫിലോമിന പുനർജ്ജനിക്കുന്നുണ്ട്. സ്ത്രൈണാനുഭവത്തിന്റെ സമ്മിശ്ര സാദ്ധ്യതകളിലേയ്ക്ക് കാക്കനാടന്റെ ഭാവന തീക്കാറ്റുപോലെ പാഞ്ഞുപോയി. ലൈംഗികതയുടെ ആദിമദീപ്തി പ്രകാശിപ്പിച്ച പ്രപഞ്ചത്തെ ചലിപ്പിക്കുന്നത് കാമമാണെന്ന് വിളിച്ചറിയിച്ച കഥകളേറെയുണ്ട് ഇക്കൂട്ടത്തിൽ. താന്ത്രികതയുടെ നിഗൂഢമായ മതാത്മകസൗന്ദര്യത്തിലേയ്ക്കും ആനന്ദലഹരികളിലേയ്ക്കും വായനക്കാരെ വശീകരിച്ചടുപ്പിക്കുന്നു. നീലഗ്രഹണം, ശ്രീചക്രം തുടങ്ങിയ രചനകളിൽ ലൈംഗികതയുടെ അതിരൂക്ഷമായ ആഭിചാരങ്ങളാണ് ആഘോഷിക്കപ്പെടുന്നത്. ലൈംഗികതയെ അഭിമുഖീകരിക്കുന്നിടത്തെല്ലാം മലയാളി എപ്പോഴും നിർലജ്ജം ഒരു മൃഗമോ യന്ത്രമോ ആയി മാറിപ്പോകുന്നതുകാണാം. ഇവിടെയാണ് കാക്കനാടൻ ലൈംഗികതയെ ഞെട്ടിച്ചുണർത്തിയത്. ജീവിതത്തിന്റെ വന്യത ലൈംഗികാനുഭവത്തിൽ കണ്ടെത്തിയത്. ലൈംഗികത ശരീരത്തെ അതിലംഘിക്കുന്ന ഒരു ആത്മീയപ്രശ്നമായി രൂപാന്തരപ്പെടുത്തിയത്.

കാക്കനാടനിൽ ആധുനികതയുടെ മുറിവേറ്റ ഒരു മൃഗത്തിന്റെ മുരൾച്ചയുണ്ട്. ഇന്ദ്രിയക്ഷോഭങ്ങൾ നിറഞ്ഞ ആ ഭാഷയിലൂടെയാണ് മലയാളി അവന്റെ വിശകലനാതീതമായ യാഥാർത്ഥ്യങ്ങളിലേയ്ക്ക് അതിർത്തിലംഘനങ്ങൾ നടത്തിയതെന്ന് ഞാൻ വിചാരിക്കുന്നു. ■

മുല്ലനേഴി

നാട്ടുമുല്ലയുടെ വാസന

മരണമായിരിക്കണം നാം ജീവിതത്തിൽ അവസാനമായി പാടുന്ന ഏറ്റവും മനോഹരഗാനം. ഹംസഗീതം അരയന്നത്തിന്റെ മരണഗാനമാണ്. അരയന്നം അതിന്റെ ഏറ്റവും ശാന്തവും സൗന്ദര്യവുമുള്ള ശബ്ദം മരണത്തിനായി കരുതിവയ്ക്കുന്നു എന്നാണല്ലോ സങ്കല്പം.

വെള്ളിയാഴ്ച ആകാശവാണിയിലൊരു പ്രഭാഷണമുണ്ടായിരുന്നു. യാദൃച്ഛികം. മരണത്തെക്കുറിച്ചുള്ള ആ പ്രഭാഷണം ഞാൻ ഇങ്ങനെ വായിച്ചുതുടങ്ങി. അതിന്റെ റെക്കോർഡിംഗ് കഴിഞ്ഞ് തിരിച്ചുവരുമ്പോൾ വൈകി. സാഹിത്യ അക്കാദമിയുടെ ഗെയ്റ്റിനുമുമ്പിലെത്തിയപ്പോൾ മുല്ലനേഴി നിൽക്കുന്നു. വൈകീട്ട് ഏഴുമണിയായിട്ടുണ്ട്. മഴ ചാറുന്നു. അയ്യപ്പന് ശ്രദ്ധാഞ്ജലിയർപ്പിക്കാൻ സാഹിത്യഅക്കാദമിയിൽ സ്നേഹിതരെല്ലാം ഒത്തുകൂടിയ പകലറുതിയിൽ മുല്ലനേഴി അയ്യപ്പനെക്കുറിച്ചുള്ള ഓർമ്മകളെല്ലാം കുടഞ്ഞിട്ട് വിചാരങ്ങളെ കഴുകിവെടുപ്പാക്കി പടിയിറങ്ങിവരുന്നതാണ് കണ്ടത്. നാളെ കണ്ണൂരിൽ ശാസ്ത്രസാഹിത്യസമ്മേളനം. നേരത്തെ വീട്ടിലെത്തണം. മഴ ശക്തമാകുന്നു. മുല്ലനേഴി എന്റെ തോളത്തമർത്തി. ഞാൻ മുല്ലനേഴിയ്ക്ക് ഒരു ഓട്ടോറിക്ഷ വിളിച്ചുകൊടുത്തു. നഗരത്തിൽ നിന്ന് യാത്രാമൊഴി പറഞ്ഞു. മുല്ലനേഴിമാഷുടെ കൈകളുടെ വിയർപ്പിൽ നനഞ്ഞ അവസാന തലോടലാകുമെന്ന് ആരു നിനച്ചു? പിറ്റേന്ന് പുലർന്നപ്പോൾ കേട്ട വാർത്ത മുല്ലനേഴിയെ മരണം എടുത്തുകൊണ്ടുപോയതാണ്.

അയ്യപ്പൻ ആത്മമിത്രങ്ങളായ കാക്കനാടനെയും മുല്ലനേഴിയേയും അനുസ്മരണദിനത്തിൽ തന്നെ കൊണ്ടുപോയല്ലോ. അന്നത്തെ അയ്യപ്പൻസ്മൃതിയിൽ ആദ്യാവസാനം മുല്ലനേഴിയുണ്ടായിരുന്നു. പതിവിലേറെ ഉത്സാഹവും തമാശയും നിറച്ച്. ഇനി അയ്യപ്പനോടൊപ്പം കാക്കനാടനെയും മുല്ലനേഴിയേയും സ്മരിക്കാൻ ഒറ്റദിവസം മതിയാകും. മലയാളിക്കൊരു ഒളിവുജീവിതത്തിന്റെ സർഗ്ഗാത്മകത പകർന്ന അയ്യപ്പനെക്കുറിച്ചാണ് മുല്ലനേഴി അന്ന് പറഞ്ഞത്. സ്വന്തം കവിത വായിച്ചും അതോടൊപ്പം അയ്യപ്പന്റെ എന്റെ ശവപ്പെട്ടി ചുമക്കുന്നവരോട് എന്ന കവിതയും

ചൊല്ലി. മുല്ലനേഴി അന്ന് വൈകീട്ട് ഇറങ്ങിപ്പോന്നത് കേരളത്തിന്റെ സാഹിത്യ കൂട്ടായ്മയുടെ വലിയൊരു ആലിംഗനത്തെ വിടർത്തിമാറ്റിയിട്ടാണ്. അഴീക്കോടും പുനത്തിലും ചുള്ളിക്കാടും വിജയലക്ഷ്മിയും അങ്ങനെ വലിയൊരു സ്നേഹാശ്ലേഷത്തിൽ നിന്നും മതിവരാത്ത സന്തോഷത്തിൽ നിന്നും മുല്ലനേഴി പടിയിറങ്ങിപ്പോയി. അവസാനത്തെ വിയർപ്പിൽ നനഞ്ഞ തലോടൽ എനിക്കായി തന്ന്.

അധികം ആഴ്ചകളായിട്ടില്ല എസ്.പി. രമേഷിന്റെ അനുസ്മരണത്തിൽ വച്ചാണ് മുല്ലനേഴി പറഞ്ഞത് ഉറങ്ങിക്കിടക്കെ മരണം വിളിച്ചുകൊണ്ടുപോയ എസ്.പി. രമേഷിന്റെ അന്ത്യത്തെക്കുറിച്ച്. 'മരിക്കുകയാണെങ്കിൽ ഇങ്ങനെ മരിക്കണമെന്നാണ് എന്റെ ആഗ്രഹം.' ഈശ്വരാ, ചില ആഗ്രഹങ്ങളും ഇഷ്ടങ്ങളും ചിലർക്ക് മരണകാരണമാകുന്നുവല്ലോ.

മറ്റെല്ലാ ലഹരികളും മതിയാക്കി കവിതയുടെ മാത്രം ലഹരിയിലേയ്ക്ക് തിരിച്ചുവരികയായിരുന്നു മുല്ലനേഴി. കഴിഞ്ഞ രണ്ടുവർഷത്തിനിടയിൽ ആറു പുസ്തകങ്ങൾ പുറത്തുവന്നു. മരണത്തലേന്നാണ് മാതൃഭൂമി പ്രസിദ്ധീകരിച്ച 'ചങ്ങാതിക്കുയിൽ' പുറത്തുവന്നത്. മുല്ലനേഴിയ്ക്കത് കാണാനൊത്തില്ല.

എന്താണിങ്ങനെ മരണത്തിനിത്രയും തിടുക്കം? ഒരാൾക്കുള്ളിലെ ഏറ്റവും നല്ലതിനെ പുറത്തുകൊണ്ടുവരുവാൻ തീവ്രമായി ശ്രമിച്ചുതുടങ്ങുകയായിരുന്നു. മരണത്തിന് അല്പം കൂടി ക്ഷമിച്ചുകൂടെ? സത്യത്തിൽ മുല്ലനേഴി മാഷേക്കാൾ ആ തിരിച്ചുവരവ് ഞങ്ങളാണ് കൊതിച്ചത്. തൃശ്ശൂരിലൊരു രസകരമായ മുല്ലനേഴി സ്കൂളുണ്ട്. രാവുണ്ണിയും, അശോകൻ ചരുവിലും, എൻ. രാജനും എല്ലാവർക്കും മുല്ലനേഴിയുടെ വാത്സല്യരുചിയുള്ള സ്നേഹക്കൂട്ട്. മദ്യപാനം ഒഴുക്കിക്കളഞ്ഞ കാലങ്ങളെ മുല്ലനേഴി തിരിച്ചുപിടിക്കുമെന്നും അങ്ങനെ ഞങ്ങൾക്ക് നഷ്ടപ്പെട്ട യൗവ്വനം തിരിച്ചുകിട്ടുമെന്നും കൊതിച്ചു.

മുല്ലനേഴിയുമൊത്ത് രണ്ടാഴ്ച മുമ്പ് പുന്നയൂർക്കുളത്തേക്കൊരു യാത്രയുണ്ടായിരുന്നു. നാലപ്പാടൻ അനുസ്മരണം. അവിടെവെച്ച് നാറാണത്തുപ്രാന്തൻ അതുവരെയും ഇല്ലാത്ത വികാരവായ്പോടെ മുല്ലനേഴി ചൊല്ലി.

എൻ മരണദിനമൊരു-
ഒരു നാളേക്കുകൂടി
നിൻവരമരുളാലേ നീ
നീക്കിക്കോ കാളീ

എന്ന നാറാണത്തുപ്രാന്തന്റെ പ്രാർത്ഥന രണ്ടോ മൂന്നോ തവണ ആവർത്തിച്ച് നീട്ടിച്ചൊല്ലിയതെന്തിനായിരിക്കുമെന്ന് ഞാനിപ്പോൾ വിഷാദിക്കുന്നു.

ആയുസ്സൊരു നാളേയ്ക്കു
കൂട്ടാനശക്തേ,

ആയുസ്സൊരഹസ്സു
കുറച്ചേച്ചു പോടി

എന്നും ആ കവിതയിൽ മുല്ലനേഴി വല്ലാത്ത ഗദ്ഗദത്തോടെ പാടി.

1973 ൽ എഴുതിയ കവിതയാണത്. ആ കാലത്ത് അതു കേട്ട എൻ. എൻ. കക്കാട് പറഞ്ഞത് മുല്ലനേഴി അഭിമാനത്തോടെ ഓർത്തു. കഴിഞ്ഞ പത്തുവർഷത്തിലെ താൻ വായിച്ച ഏറ്റവും നല്ല കവിതയെന്നാണ് കക്കാട് പറഞ്ഞത്. നാറാണത്തുപ്രാന്തന്റെ മിത്തുപൊട്ടിച്ച് മലയാളത്തിൽ കുറെ കവിതകൾ വന്നിട്ടുണ്ട്. പക്ഷെ മുല്ലനേഴിയാണ് ആ മിത്തിന് രാഷ്ട്രീയത്തിന്റെയും സമകാലികതയുടെയും കാവ്യമാനം നൽകിയത്.

ആ പുന്നയൂർക്കുളംയാത്ര മറക്കാനാവുന്നില്ല. കാറിൽ ഇരുന്ന് മുല്ല നേഴി പറഞ്ഞതത്രയും കവിതയെ കുറിച്ചുമാത്രം. ഒരു തിരിച്ചുവരവിനാ യുള്ള ആഗ്രഹവും കവിതയിലേയ്ക്കുള്ള ദാഹവും അതിലുണ്ടായിരുന്നു. പുസ്തകത്തിൽ സമാഹരിക്കാത്ത എന്റെ കുറച്ചു കവിതകൾ ഞാൻ മുല്ലനേഴി മാഷെ കാണിച്ചു. ആ കവിതകളോടുള്ള ഇഷ്ടം കലവറയി ല്ലാതെ മാഷ് കാറിലിരുന്ന് വാചാലനായി. പ്രസംഗത്തിലും എന്റെ കവി തകളുടെ മറ്റുള്ളവർ ശ്രദ്ധിക്കാത്ത നന്മകൾ പറഞ്ഞു. സത്യത്തിൽ മല യാളത്തിൽ ഇത് പതിവില്ലാത്ത കാര്യം. ഒരു കവി മറ്റൊരു കവിയുടെ കവിതകൾ ചൊല്ലുമോ, അതിന്റെ നന്മകൾ പറയുമോ.

മുല്ലനേഴിയ്ക്കത് കഴിയും. തൃശ്ശൂരിന്റെ മുറ്റത്ത് ആ സൗഹൃദമുല്ല ച്ചെടിക്ക് അസാധാരണമായ സൗരഭ്യമുണ്ട്. ആചാര്യഭാവമില്ല. പരപുച്ഛ മില്ല. അഹങ്കാരമില്ല. നമ്പൂതിരിശൈലിയില്ല. എപ്പോഴും ഒരു കുട്ടിത്തം. സമയമോ സന്ദർഭമോ വ്യക്തിയോ ഒന്നും പ്രശ്നമല്ല, കലഹിക്കാൻ, സ്നേഹിക്കാൻ. കലഹവും സ്നേഹവും ഒരേ കുടത്തിൽ നിറച്ച് ആടി പ്പാടും. അതെ, സ്നേഹത്തിന്റെയും കലഹത്തിന്റെയും ഒരു പ്രത്യേക തരം വാർപ്പ്. ആരുമായും ശത്രുതയില്ല. സ്നേഹത്തെ അളവില്ലാത്ത വിധം ആഘോഷിച്ചു. ഒരാളെക്കുറിച്ചും ദൂഷ്യം പറയില്ല. അവസരങ്ങളെ ചവിട്ടുപടിയാക്കില്ല.

രാവുണ്ണി പറയാറുണ്ട്, അയാളുടെ ഗുരുവും വഴികാട്ടിയുമാണ് മുല്ലൻ മാഷെന്ന്. രാവുണ്ണിക്ക് അയാളുടെ ജീവിതത്തിന്റെ അഭയവും സാന്ത്വ നവും സ്വാതന്ത്ര്യവുമായിരുന്നു മുല്ലൻമാഷ്. രാവുണ്ണിക്ക് ആ പേര് ചാർത്തിക്കൊടുത്തതുപോലും മുല്ലനേഴിയായിരുന്നല്ലോ. സി.ആർ. അരിമ്പൂർ എന്നപേരിൽ കവിതയിൽ ലജ്ജാലുവായി നടന്ന അയാളെ തിരുവനന്തപുരത്ത് കലാകൗമുദി ഓഫീസിൽ കൊണ്ടുപോയി എസ്. ജയചന്ദ്രൻനായരുടെ മുന്നിലിരുത്തി 'ഇവനിനിപേർ രാവുണ്ണി' എന്ന് പേരു മാറ്റി ചൊല്ലിക്കൊടുത്തത് മുല്ലനേഴിയാണ്. 'അംബികയുടെ വർത്തമാന ങ്ങളു'മായി മലയാളകവിതയിലേയ്ക്ക് രാവുണ്ണിപ്രവേശിച്ചത് മുല്ലനേഴി യുടെ അനുഗ്രഹത്താൽ. രാവുണ്ണിയിൽ മാത്രമല്ല ആ സ്നേഹം നിറഞ്ഞത്.

അശോകൻ ചരുവിലിനും, എൻ. രാജനും എനിക്കും അങ്ങനെ എത്രയോ പേർക്ക് ആ വാത്സല്യ അനുഗ്രഹങ്ങൾ ലഭിച്ചിരിക്കുന്നു. ഞങ്ങളെല്ലാവരും അക്കാലത്ത് മുല്ലനേഴി സ്കൂളിൽ ഇരുന്നാണ് പഠിച്ചത്. ആകാശവാണിക്കു മുമ്പിലുള്ള മാഷുപഠിപ്പിച്ചിരുന്ന രാമവർമ്മപുരം സ്കൂളിലേയ്ക്ക് സൈക്കിൾ ചവിട്ടി ചെല്ലാറുള്ള പതിവുകാലങ്ങൾ ഒട്ടും മറന്നിട്ടില്ല. അവിടെ തന്റെ വിദ്യാർത്ഥികളുടെ തോളിൽ തട്ടി കവിതചൊല്ലി കളി തമാശകൾ ചൊരിഞ്ഞ ഒരു മുല്ലനേഴി മാഷെ മറക്കാനാവുന്നില്ല. അടിയന്തിരാവസ്ഥക്കാലത്ത് സമരം നടത്തിയതിന്റെ പേരിൽ സസ്പെൻഷനിലായ ശ്രീപ്രതാപൻ എന്ന വിദ്യാർത്ഥിക്കുവേണ്ടി മാഷാണ് പിന്നെ സമരം നയിച്ചത്. കോരിത്തരിപ്പിക്കുന്ന ഓർമ്മകളെത്രയെങ്കിലുമുണ്ട്.

ഏറെ പഴകി ഉറക്കുത്തി, ജീർണ്ണിച്ച പാഴ്മരമാകുവാനല്ല, മനുഷ്യർക്ക് പാരിലെ ജീവിതം.

കാതലിൽ കാതലായ് കാട്ടുതീജ്വാലയിൽ കത്തിപ്പടരുന്ന

കൊള്ളിയായ് ചാമ്പലായ് പിന്നെ വളമായ് മാറുവാനല്ലയോ

എന്ന 'ഏതു വഴി' എന്ന കവിത അടിയന്തിരാവസ്ഥയുടെ തുറുങ്കുകാലത്താണ് മാഷ് ദേശാഭിമാനയിലെഴുതിയത്.

അടിയന്തിരാവസ്ഥ പിൻവലിച്ച വർഷം ഞാൻ കേരളവർമ്മ കോളേജിൽ പഠിക്കുന്നു. മാഗസിൻ എഡിറ്റർ. കാമ്പസ് ചൊൽക്കാഴ്ചകളും ചിത്രപ്രദർശനങ്ങളും കൊണ്ട് സജീവം. മുല്ലനേഴിയും വന്നു കവിത ചൊല്ലുവാൻ. എന്റെ റാലി സൈക്കിളിന്റെ പിൻസീറ്റിലിരുന്ന് രാമവർമ്മപുരത്തുനിന്നും മുല്ലനേഴി രാജകീയമായാണ് കോളേജിലെത്തുന്നത്. മരച്ചുവട്ടിൽ ഇടയ്ക്കയുടെ അകമ്പടിയോടെ നാറാണത്തുപ്രാന്തനടക്കമുള്ള കവിതകൾ ചൊല്ലി. നാടൻശീലിന്റെ ഊർജ്ജസ്വലമായ താളം. ആ ചൊൽക്കാഴ്ചയുടെ പഴയ ഫോട്ടോ ഞാനൊന്നു നോക്കി. മുൻനിരയിലിരിക്കുന്നുണ്ട് വിദ്യാർത്ഥികളായ രാവുണ്ണി, സി.ആർ. രാജഗോപാലൻ, പി.എൻ. ഗണേഷ്, ഗ്രാമപ്രകാശ് സോമൻ, മരിച്ചുപോയ പ്രിയ കവി എ. സുരേഷ്. ഇരുപത്തിയഞ്ചുവയസ്സുമാത്രമുള്ള മുല്ലനേഴിക്കു ചുറ്റുമിരുന്ന് ഞങ്ങൾ കവിതയാസ്വദിച്ചു.

പുന്നയൂർക്കുളത്തുനിന്നു തിരിച്ചുവരുമ്പോൾ ഞങ്ങൾ ആരോഗ്യത്തെക്കുറിച്ചാണ് കൂടുതൽ സംസാരിച്ചത്. ഞാൻ പറഞ്ഞു, എല്ലാ ദിവസവും എട്ട് നെല്ലിക്ക തിന്നണം. അല്ലെങ്കിൽ ജ്യൂസാക്കി കുടിക്കണം. മടങ്ങുമ്പോൾ ഔഷധി ക്യാന്റീനിൽ കയറി നെല്ലിക്ക ജ്യൂസ് കഴിച്ചു. അവിടെനിന്നും നാലുമണിപ്പലഹാരങ്ങൾ പൊതിഞ്ഞ് വാങ്ങി വീട്ടിൽ മക്കൾക്ക്. ആയുർവേദം പഠിക്കുന്ന എന്റെ മകളുടെ തലയിൽതൊട്ട് അനുഗ്രഹം. ഡോക്ടറാവാൻ പഠിക്കയല്ലേ അതിന്റെ പാതിവഴിയിലല്ലേ, അതുകൊണ്ട് നിന്നെ ഞാൻ ഡോ. എന്നുവിളിക്കാം. ചിരികൊണ്ട് കുത്തിമറിയുകയായിരുന്നു മുല്ലനേഴി. ഡോക്ടറെന്ന് വിളിക്കാൻ പിന്നെ വരാം.

കൗമാരം വിരിഞ്ഞിറങ്ങിവന്ന ഞങ്ങൾക്ക് മുല്ലനേഴിയുടെ രാമവർമ്മപുരം സ്കൂളും അവിണിശ്ശേരിയിലെ പഴയ ഇല്ലവും ഏറ്റവും പ്രധാന സങ്കേതമായിരുന്നു. നമ്പൂതിരി ഇല്ലത്തെക്കുറിച്ചുള്ള ധാരണകൾ മുഴുവൻ തെറ്റിപ്പോകുംവിധം അത്ര ചെറിയൊരു പഴകിയ രണ്ടുനിലവീടായിരുന്നു അത്. പറമ്പിലൊരു കുളമുണ്ട്. കവിതചൊല്ലലിനൊപ്പം കുളത്തിൽ കുളിച്ചും കുളി കഴിഞ്ഞുള്ള മാമ്പഴപ്പുളിശ്ശേരി കൂട്ടിയുള്ള ഊണും ചേർന്ന എത്ര ദിവസങ്ങൾ.

കവിയരങ്ങിൽ മാഷോടൊപ്പമുള്ള യാത്ര രസകരമാണ്. യാത്രയിലുടനീളമുണ്ടാകും തമാശകൾ. വഴക്കുകൾ. പിണക്കങ്ങൾ. ശാന്തിയെല്ലാം ബാല്യത്തിൽ ചെയ്തിട്ടുണ്ടെങ്കിലും മുല്ലനേഴിക്കുപ്രിയം തെരുവാണ്, ബസ്സ്റ്റാന്റാണ്. അവിടെ ചുമട്ടുതൊഴിലാളികൾക്കൊപ്പം, ഓട്ടോറിക്ഷാ ഡ്രൈവർമാരോടൊപ്പം അവരിലൊരാളായി വിയർപ്പിന്റെ സൗഹൃദം. വലിപ്പച്ചെറുപ്പമില്ല. സമഭാവനയുടെ നന്മകൾ. ആർക്കുമുമ്പിലും കൂസാതെ ചങ്കൂറ്റത്തോടെ. ആവശ്യക്കാർക്കെല്ലാം കടംകൊടുത്തും ജാമ്യം നിന്നും ഇല്ലായ്മകളെ ധൂർത്തടിച്ചും ഒരുതരം ശാന്തിക്രിയതന്നെ മുല്ലൻമാഷുടെ ജീവിതം എന്ന് എൻ. രാജൻ പറയും. കൊടുത്തുതീർക്കുന്നതിലെ പുണ്യകർമ്മമായിരുന്നു ആ ജീവിതം. തലസ്ഥാനത്തുള്ളവരുടെ തല സ്ഥാനത്തല്ല എന്ന കവിതയിൽ നിന്ന് മുല്ലൻ കവിയരങ്ങിനെ കൊഴുപ്പിക്കുന്നത്. തെരുവുകളെ കവിതപഠിപ്പിക്കാൻ മുല്ലന് പ്രത്യേക വശമുണ്ട്.

കുത്തഴിഞ്ഞ് നിലത്തിഴയുന്ന ഉടുമുണ്ട് വാരിപ്പിടിച്ചുള്ള മുല്ലൻമാഷുടെ തെരുവരങ്ങുകൾ പ്രശസ്തമാണ്. മിക്കപ്പോഴും അത് മുദ്രാവാക്യം വിളിച്ച് കൈ ചുരുട്ടി ഒരു ക്ഷോഭശില്പമാകും. സമ്മേളനത്തിൽ പങ്കെടുക്കുമ്പോൾ വേദിയേയും സദസ്സിനേയും അമ്പരപ്പിച്ചു വിറപ്പിക്കും. സമ്മേളനത്തിലെ അനൗചിത്യങ്ങളോട് ഉച്ചത്തിൽ ശബ്ദമുണ്ടാക്കി പരിഹസിക്കും. മുല്ലനേഴിയുടെ ഹിംസാവതാരങ്ങളിൽ വിരണ്ടുപോകാത്തവർ ചുരുക്കം. മദ്യപിച്ചിരിക്കുമ്പോഴും നെഞ്ച് വിരിച്ചുനിൽക്കും.

പക്ഷേ അതെല്ലാം അന്തക്കാലം. ഇന്നത്തെ മുല്ലനേഴി ഒരു മുയൽക്കുഞ്ഞിനേക്കാൾ ശാന്തനും നിർമ്മലനും. ജീവിതം വരയ്ക്കാൻ മാത്രമല്ല, മായ്ക്കാനും കൂടിയുള്ളതാണല്ലോ. മദ്യപാനജീവിതത്തെ മായ്ച്ചുകളഞ്ഞ മുല്ലൻ ഒരു മുല്ലച്ചെടിപോലെ സുരഭിലമായ സൗമ്യസാന്നിധ്യം.

എം.എ.യ്ക്ക് പഠിക്കുന്ന കാലത്ത് ഞാനിടയ്ക്കിടെ മുല്ലനേഴിയുടെ ഇല്ലത്ത് പോകുമായിരുന്നു. ധാരാളം പുസ്തകങ്ങളുള്ള അലമാരിയിൽ നിന്നും ക്ഷേമേന്ദ്രന്റെ ഔചിത്യവിചാരമെന്ന പുസ്തകം മാഷെനിക്ക് തന്നു. പരീക്ഷ കഴിഞ്ഞ് തിരിച്ചുകൊടുക്കാമെന്ന് പറഞ്ഞ് ഇതുവരെയും തിരിച്ചുകൊടുത്തിട്ടില്ല. പലപ്പോഴും, ഈയിടെ കണ്ടപ്പോഴും മുല്ലനേഴി ആ പുസ്തകത്തെക്കുറിച്ച് ഓർമ്മിപ്പിച്ചു. ഞാൻ വെറുതെ ചിരിച്ചുതള്ളി. മാഷിന് ഇനി ആ പുസ്തകം എന്തിനാണ്. മാഷുടെ ജീവിതത്തിലേയ്ക്ക് ഔചിത്യമെല്ലാം തിരിച്ചുവന്നുവല്ലോ. മാഷ് സ്നേഹത്താൽ കൂർപ്പിച്ച

ഒരു നോട്ടം തന്നു. പിന്നെ തോളത്തമർത്തി. അതൊരു വീട്ടാകടം. ഔചിത്യവിചാരം ജീവിതത്തിൽ പാലിക്കേണ്ട ഏക ധർമ്മം.

മുല്ലനേഴിയെ കുറിച്ചോർക്കുമ്പോൾ ഒരിക്കലും വിട്ടുപോകാൻ പാടില്ലാത്തത് അതിശയകരമായ ആ ഗുരുശിഷ്യബന്ധമാണ്. മുല്ലനേഴിയെ കവിതയിലേക്ക് ഉപനയിച്ചത് വൈലോപ്പിള്ളി മാഷായിരുന്നുല്ലോ. ക്ലാസുമുറിക്കുമപ്പുറം ശിഷ്യന്റെ വിശപ്പും വറുതിയും നിറഞ്ഞ ജീവിതത്തിലേയ്ക്കും വൈലോപ്പിള്ളിമാഷ് സൈക്കിൾ ചവിട്ടിയെത്തിയിരുന്നു. അരിയും പലവ്യഞ്ജനവും സഞ്ചിയിൽ നിറച്ച് വീട്ടിലെത്തുന്ന വൈലോപ്പിള്ളി മാഷെ അനുസ്മരിക്കാൻ മുല്ലനേഴി ഒരു സന്ദർഭവും പാഴാക്കാറില്ല.

മണ്ണിലാണ് മുല്ലൻ ഉറച്ച് ചവിട്ടിനിന്നതെങ്കിലും പാടിയ പാട്ടുകളിലും കവിതകളിലും പലതരം ആകാശങ്ങൾ വിരിഞ്ഞുനിന്നു. ആകാശഭാവനകൾക്കൊണ്ട് നെയ്ത മണ്ണിന്റെ പാട്ടുകളാണതെല്ലാം. വൈലോപ്പിള്ളിയുടെ പ്രിയശിഷ്യനായിരുന്നുവെങ്കിലും വൈലോപ്പിള്ളിക്കവിതകളുടെ സങ്കീർണ്ണാനുഭവങ്ങൾ കാണില്ല. അനുഭവങ്ങളുടെ മറുകരകളിലേയ്ക്ക് മുല്ലനേഴിയുടെ കവിതകൾ വലിയ ദൂരം യാത്രചെയ്തില്ല. ഭാഷയുടെയും ശില്പത്തിന്റെയും നവീന അഭിരുചികളെ സ്പർശിക്കുവാനും ഏറെ ഉദ്യമിച്ചില്ല. എപ്പോഴും മർത്യവീര്യകീർത്തനങ്ങളുടെ നേർവാങ്മയങ്ങളാണവ.

> നഷ്ടസ്വർഗ്ഗത്തിന്റെ പാട്ടുമാറ്റി,
> വാനമേൽപ്പുരക്കീഴിലീ
> ചെമ്മണ്ണിൽ പൂക്കുന്ന മർത്ത്യവീര്യത്തിന്റെ
> പാട്ടുപാടീടവേ....

1980 ൽ സംക്രമണം പ്രസിദ്ധീകരിച്ച ആധുനികോത്തര കവിത എന്ന പുസ്തകത്തിൽ മുല്ലനേഴിയുടെ ഈ കവിതയുണ്ട് - ചെവിയോർത്തിരിക്കുന്നു ഞാൻ. മുല്ലനേഴി തന്റെ കാവ്യജീവിതത്തിലുടനീളം പാടാൻ ശ്രമിച്ചത് അതാണ്. മനുഷ്യനെക്കുറിച്ചുള്ള കേവലമായ ശുഭകാമനകൾ നിറഞ്ഞ കവിതകളിൽ ചില ആഴങ്ങളും മാനങ്ങളും ചുരുങ്ങിപ്പോയിട്ടുണ്ടാകാം. പക്ഷേ മുല്ലനേഴി മനുഷ്യജീവിതവാഴ്‌വിൽ തന്നെയാണ് തന്റെ കവിതയുടെ നന്മയത്രയും സാക്ഷാൽക്കരിക്കാൻ വെമ്പിയത്.

> മർത്യർ, മൃത്യുവന്നെത്തുന്നതിൻമുമ്പ
> സ്വർഗ്ഗമെന്തന്നറിയുവാൻ വെമ്പുവോർ
> കത്തിനിൽക്കുന്ന വർത്തമാനത്തിന്റെ
> കത്തിയിലാത്മഹത്യ ചെയ്യുന്നവർ
> കന്മതിലുകളുള്ളിൽ പണിയുവോർ
> വെണ്മകൊണ്ട് പുറം വെള്ളപൂശുവോർ.

എന്ന രീതിയിൽ അറിയാത്ത കുഞ്ഞ് പിരിയേണ്ട പാത എന്ന കവിതയിൽ ദുഃസ്വപ്നസങ്കുലമായ ചില ധർമ്മസങ്കടങ്ങളും മനുഷ്യാവസ്ഥയ്ക്കു മേൽ ചൊരിയുന്നുണ്ട്.

സഹയാത്രികരായ കവികളിൽ പലരും കൈയൊഴിഞ്ഞ ഇടതു പ്രത്യയശാസ്ത്രങ്ങളുടെ അങ്കികളെ മുല്ലനേഴി ഒരു ശാഠ്യംപോലെ എടുത്തണിഞ്ഞിരുന്നു. രണ്ടാമതൊരു വായനയിൽ ആ കവിതകളുടെ നേർക്കാഴ്ചകൾക്ക് വാചാലതയും നിരപ്പായ പാതകളും പഴമയുടെ വാസനകളും അരുചി സൃഷ്ടിച്ചിട്ടുണ്ടെന്ന് വിമർശനമുണ്ടാകാം. പക്ഷേ വേദനയെ വെളിച്ചമാക്കുവാനുള്ള ആഹ്വാനത്തിന്റെ ഉച്ചത്തിലുള്ള ശബ്ദരേഖകളാണവ. ആ കവിതകളെ മറ്റൊരർത്ഥത്തിൽ നാം ഇഷ്ടപ്പെട്ടുപോകും.

ഒരു വറ്റിനായേ കഞ്ഞി ഞാൻ കുടിക്കുന്നു.
ഒരു മുത്തിനായേറെ നൊന്തുഞാൻ
തപം ചെയ്വൂ.

എന്നൊരു കവിതയിൽ അനുഭവത്തിന്റെ രണ്ടുതരം ആകാംക്ഷകളുണ്ട്.

ജീവിതം തന്നെ തോൽപ്പിക്കുമ്പോൾ ആ ജീവിതത്തെ തോല്പിക്കുവാനുള്ള ആത്മീയ ഇച്ഛകൾ കാവ്യവൃത്തിയിൽ മുല്ലനേഴിയെ സത്യസന്ധനാക്കിയിട്ടുണ്ട്.

ചത്തുജീവിക്കുന്നു കാലമേ
നിന്നെ ഞാൻ കേറ്റിനിർത്തുന്നു
പ്രതിക്കൂട്ടിൽ ഒന്നാംപ്രതിയായി
ഞാനും വരുന്നുണ്ട് രണ്ടാമനായി
വേണ്ടത്
വേണ്ടനേരത്ത് ചെയ്യാത്ത കുറ്റം
സ്വയമേറ്റുപറഞ്ഞതിന് ശിക്ഷ
വാങ്ങാൻ സഖേ...

കവിതയിൽ കാലത്തെ മാത്രമല്ല തന്നെത്തന്നെയും ഒരു ആത്മവിചാരണക്കായി നിവർത്തി നിർത്തുകയാണ്.

എല്ലായ്പോഴും ഉള്ളിന്റെയുള്ള് ചുവപ്പാണ് മുല്ലനേഴി. ഇടതുപക്ഷപ്രസ്ഥാനങ്ങളിലും പ്രത്യയശാസ്ത്രങ്ങളിലും നിരുപാധികമായ വിശ്വാസം മുല്ലനേഴി കൈവെടിഞ്ഞില്ല. എന്നാൽ അവയിലെ അപചയങ്ങളും ജീർണ്ണതകളും കാണാതിരുന്നിട്ടുമില്ല. സ്വകാര്യമുറിവുകളായി അവയെക്കുറിച്ചെല്ലാം ക്ഷോഭിച്ചിട്ടുമുണ്ട്, സങ്കടപ്പെട്ടിട്ടുമുണ്ട്. ചങ്ങാതിക്കൂട്ടത്തിൽ നിരാശപ്പെട്ടിട്ടുമുണ്ട്.

കൂട്ടമായി ജീവിക്കുന്നതിനേക്കാൾ വലുതല്ല ഒന്നും എന്ന് മുല്ലനേഴി മാഷ് പറയും. ചങ്ങാത്തമാണ് ജീവിതരസം. സ്നേഹിക്കാനും കൂട്ടുകൂടാനുമുള്ള എല്ലാ അവസരങ്ങളും മുല്ലനേഴിയ്ക്ക് ഉത്സവമാണ്.

മരിക്കുന്നതിന് രണ്ടുനാൾ മുമ്പ് ഒരു സുഹൃത്തിനെഴുതിക്കൊടുത്ത അവസാന വരികൾക്ക് നന്മപ്പൂവ് എന്നാണ് പേരിട്ടത്.

അല്പനേരം നിൽക്കുവാനേ
കെല്പു നമുക്കുള്ളൂവെന്നാൽ
അമ്മ തന്നൊരു ജീവിതം
നന്മകൊണ്ട് പുലർത്തണം നാം.

അമ്മയും നന്മയും ഒന്നാണെന്ന വാക്കുചൊല്ലിക്കേൾപ്പിക്കാത്ത വേദികളില്ല. അവസാനം കുറിച്ച കവിതയിലും അതുതന്നെ. അമ്മയിൽ നിന്ന് ചൊല്ലിപ്പഠിച്ച കവിതയുടെ ഈണവും വൈലോപ്പിള്ളി മാഷുടെ ഗുരുകൃപയുമാണ് തനിക്കൊരു കാവ്യജീവിതം തന്നതെന്ന് മുല്ലനേഴി ഏറ്റുപറയുമായിരുന്നു. എന്നും ഒന്നാം ക്ലാസിൽ പഠിക്കുന്ന കുട്ടി മുല്ലനേഴിയുടെ മികച്ച രാഷ്ട്രീയകവിതകളിലൊന്നാണ്. നവസാക്ഷരരുടെ നാവിൽ എന്നും മുഴങ്ങുന്ന ഒരു പാട്ടുണ്ട്, അക്ഷരം തൊട്ടുതുടങ്ങാം/നമുക്ക് ഒരേ ആകാശം വീണുകിട്ടാൻ.

പാരമ്പര്യമുദ്രകളിൽ രാഷ്ട്രീയത്തിന്റെയും സമകാലികതയുടെയും പുതുരക്തം വീഴ്ത്തുന്നുണ്ട് ആ കവിതകൾ. പ്രത്യയശാസ്ത്ര പ്രതിബദ്ധതയുണ്ടെങ്കിലും ശാഠ്യമില്ല. യാന്ത്രികതയില്ല. പകരം ഉള്ളത് ഉദാരമായ മാനവികതയുടെ നീലാകാശം.

വി.ടി.യുടെ എൺപതാം പിറന്നാളിന് അടുക്കളയിൽ നിന്ന് അരങ്ങത്തേക്ക് എന്ന നാടകത്തിന്റെ അവതരണം തൃശ്ശൂരിലുണ്ടായി. റിഹേഴ്സൽ ക്യാമ്പിന്റെ ചുമതലക്കാരൻ മുല്ലനേഴിയായിരുന്നു. ആ നാടകത്തിൽ രണ്ടുവേഷങ്ങളിൽ മുല്ലനേഴി അഭിനയിച്ചു. മാറു മറയ്ക്കാത്ത പുലയസ്ത്രീയുടെയും ഇല്ലത്തെ വിപ്ലവകാരിയുടെയും അപ്ഫന്റെയും വേഷത്തിൽ ഗംഭീരമായി പകർന്നാടി.

ഗ്രാമീണതയുടെ നാട്ടുനന്മകൾ ഒരു ഇളംകാറ്റായി മുല്ലനേഴിക്കൊപ്പമുണ്ട്. അലങ്കാരക്കെട്ടുകളോ ചമയസാമഗ്രികളോ കുറഞ്ഞ മുല്ലനേഴിയുടെ കവിതകളിൽ ഒരു അല്പവസ്ത്രധാരിയായ ഗ്രാമീണന്റെ പ്രസാദവും വിഷാദവും പ്രതീക്ഷകളുമാണ്. മുല്ലനേഴിയുടെ മരണത്തലേന്ന് വെള്ളിയാഴ്ചയിലെ റേഡിയോപ്രഭാഷണം മരണത്തെക്കുറിച്ച് ഇങ്ങനെ പറഞ്ഞാണ് ഞാൻ അവസാനിപ്പിച്ചത്. മരിച്ചവരുടെ ചിതയൊരുക്കുന്ന വെളിമ്പറമ്പുകളെ നാം ആത്മവിദ്യാലയമെന്നാണ് വിളിക്കുന്നത്. ആത്മാവിനെപ്പോലും പഠിപ്പിക്കുന്ന ഒരു മഹാവിദ്യാലയമാണ് മരണം. ജീവിതത്തെ അറിയാനും മനസ്സിലാക്കാനും മരണത്തിന്റെ താക്കോലിട്ട് തുറക്കേണ്ടിവരും. മരണത്തിന്റെ ഓർമ്മ ഒരു സ്നാനകർമ്മമാണ്. തീർന്നുപോയൊരു ജീവിതം കഴുകിവെടുപ്പാക്കപ്പെടുകയാണ്. അനശ്വരതയിലേയ്ക്കു തുറക്കുന്ന കവാടം. മരണം ഒരു കൈനിവർത്തലാണ്.

മുല്ലനേഴിയെ ഓർക്കുമ്പോൾ ശൂന്യമാകലിന്റെ ഒരു നൈർമ്മല്യം നാം അനുഭവിക്കും. നാട്ടുമുല്ലയുടെ വാസനപോലെ.

■

ശരത്ചന്ദ്രൻ

പോരാട്ടങ്ങളുടെ ഓർമ്മച്ചിത്രങ്ങൾ

ഇവിടല്ലോ നമ്മളെത്ര പൊൻകിനാവിൻ വിത്തുനട്ടൂ
അതിനല്ലോ നമ്മളെത്ര ചോരകൊണ്ടു നീർ നനച്ചു
ഒരുപാടു ജീവിതങ്ങൾ ഈ തടത്തിൽ വളമിട്ടു
ഒരുമിച്ചു ചേർന്ന നമ്മൾ ഈ നിലത്തിനു കാവൽ നിന്നു

കാടിന്റെ പച്ചപ്പിലേയ്ക്ക് സൂര്യൻ മിന്നിത്തിളങ്ങി നിൽക്കുന്ന അതിമനോഹരമായ ഒരു ഷോട്ടിലാണ് ശരത്ചന്ദ്രനെക്കുറിച്ചുള്ള സിനിമ തുടങ്ങുന്നതും അവസാനിക്കുന്നതും. ശരത്താണ് ഈ വരികൾ പാടുന്നത്. അയാളുടെ ഘനഗംഭീരമായ ശബ്ദം സൂര്യകിരണങ്ങൾക്കൊപ്പം കാടിന്റെ പച്ചപ്പടർപ്പുകളിലേയ്ക്ക് വ്യാപിച്ചുകൊണ്ടിരുന്നു.

സൗഹൃദങ്ങൾക്ക് നടുവിൽ ശരത് എപ്പോഴും പാടുന്ന പാട്ടാണത്. മരിക്കുന്നതിന് മണിക്കൂറുകൾക്കു മുമ്പും അയാളതു പാടി. സുഹൃത്ത് അനിവറിന്റെ വിവാഹസൽക്കാരം കഴിഞ്ഞ് ചെന്നൈ ഗുരുവായൂർ ട്രെയിനിൽ കയറിയതാണ്. തിങ്ങിനിറഞ്ഞ ആ ട്രെയിനിൽ പരസ്പരം വീഴാതിരിക്കാൻ സഹായിക്കവേയായിരുന്നു ആ മരണം. എന്നും കൂട്ടുകൊതിച്ച ശരത്തിനെ തീവണ്ടിയിൽ അപരിചിതനായ സഹയാത്രികൻ സെബാസ്റ്റ്യൻ തനിച്ചാക്കിയില്ല. 2010 ഏപ്രിലിന്റെ മുറിവായിലേയ്ക്ക് അവർ രണ്ടുപേരും ഇറങ്ങിപ്പോയി.

അയാളില്ലാത്ത ലോകത്ത് നമ്മൾ എന്തുചെയ്യും? എന്നാണ് ആനന്ദ് പട്വർധൻ വിലപിച്ചത്. ശരത്തിന്റെ വേർപാട് വേദനയല്ല ശൂന്യതയാണ് തന്നതെന്ന് ശരത്തിന്റെ എല്ലാ സിനിമകൾക്കൊപ്പവും പ്രവർത്തിച്ച പി. ബാബുരാജ് പറഞ്ഞു. സൗഹൃദത്തിന്റെ ആ ശരത്കാലത്തെക്കുറിച്ച് ഇരമ്പിമറിയുന്ന ഓർമ്മകൾകൊണ്ട് ഒരു കടൽ തന്നെ ഈ സിനിമ സൃഷ്ടിച്ചു. ആ കടലിന്റെ പ്രക്ഷുബ്ധതകൾ, ശാന്തതകൾ, തിരയേറ്റങ്ങൾ, എല്ലാ പുഴകളേയും സ്വീകരിക്കുമെന്ന മഹാവിസ്തൃതി, ചക്രവാളത്തെ നോക്കിയുള്ള വലിയ സ്വപ്നങ്ങൾ, എല്ലാമുണ്ടായിരുന്നു ആ സിനിമയിൽ. കരുണയുടെ കടലെന്നാണ് കെ.പി. ശശി പറഞ്ഞത്. കരുണ

കൊണ്ടാണയാൾ സിനിമ ചെയ്തത്. മനുഷ്യനോടും മണ്ണിനോടും ഇത്രയധികം കരുണയും സ്നേഹവും മറ്റൊരാളിലും കണ്ടിട്ടില്ലെന്ന് ശശി പറഞ്ഞു. സഹായമാവശ്യമുള്ളവരിലേയ്ക്ക് അയാൾ ഓടിയെത്തും. അതിനു കഴിഞ്ഞില്ലെങ്കിൽ ഏതു പാതിരാത്രിയിലും അയാളുടെ ശബ്ദം നിലവിളിച്ചെത്തും. ഇപ്പോൾ ശരീരമില്ലാതെ, ശബ്ദമില്ലാതെ, അയാൾ ഓരോ സമരമുഖത്തെയും മനുഷ്യമുഖത്തെയും ആത്മാവുകൊണ്ട് മുത്തമിടുന്നുണ്ടെന്നാണ് കൂട്ടുകാരെല്ലാവരും പറയുന്നത്. അത്രയ്ക്കധികം അയാൾ ജീവിതങ്ങളെ പ്രചോദിപ്പിക്കുന്നു. ഉത്തേജിപ്പിക്കുന്നു. അയാളുടെ അഭിനിവേശങ്ങൾ, ഊർജ്ജം, സമർപ്പണം, ഉത്സാഹം, കരുണ, സ്നേഹം അപാരമായിരുന്നു.

ശരത്തിനെക്കുറിച്ച് നൂറ്റിയഞ്ച് മിനിറ്റ് ദൈർഘ്യമുള്ള റാസിയുടെ ജീവചരിത്രസിനിമ കാണാനിടയായി. അടിയന്തരാവസ്ഥയെ തുടർന്നുള്ള കേരളത്തിന്റെ 35 വർഷത്തെ സമാന്തരപോരാട്ടങ്ങളുടെ കഥകൂടിയാണ് റാസി പകർത്തിവെച്ചിരിക്കുന്നത്. സിനിമയിൽ ഭൂതാവിഷ്ടനായിപ്പോയ ഒരാളുടെ കലയും സമരവും തമ്മിലുള്ള രോഷാകുലമായ പ്രണയബന്ധത്തിന്റെ ഊർജ്ജമാണ് ഈ ചിത്രം പകർന്നത്. ശരത്തിനോടൊപ്പം കൈകോർത്ത് എത്രയോ മനുഷ്യരെ ഈ സിനിമയിൽ നാം കണ്ടുമുട്ടുന്നു. ജയിച്ചതും തോറ്റതുമായ എത്ര സമരപ്പന്തലുകൾ. മീഡിയ ആക്ടിവിസത്തിന് കേരളം കാഴ്ചവെച്ച ഏറ്റവും ഉജ്ജ്വലമായ മുഹൂർത്തങ്ങൾ. ശരത്തിന്റെ വ്യക്തിജീവിതത്തിലേയ്ക്കും പരസ്യജീവിതത്തിലേയ്ക്കും റാസിയുടെ ക്യാമറ രണ്ടാമതൊന്നുകൂടി യാത്രചെയ്യുകയാണ്.

2010ൽ മരണം നടന്ന് അധികം കഴിയുംമുമ്പേ ശരത്തിന്റെ സുഹൃത്തുക്കൾ ചേർന്ന് ഒരു അനുസ്മരണഗ്രന്ഥം പ്രസിദ്ധീകരിക്കുകയുണ്ടായി. മുസ്തഫ ദേശമംഗലം എഡിറ്റ് ചെയ്ത പോരാട്ടങ്ങളുടെ മൂന്നാം കണ്ണ് എന്ന് ശീർഷകത്തിൽ തന്നെയുള്ള ആ പുസ്തകം ശരത്തിന്റെ ജീവിതത്തിലേയ്ക്കും സ്വപ്നങ്ങളിലേയ്ക്കുമുള്ള തീവ്രലഹരി പകർന്ന യാത്ര തന്നെയായിരുന്നു. അമ്പതിലധികം സുഹൃത്തുക്കൾ ശരത്തിനെ ഓർക്കുന്നുണ്ട്. കേരളത്തിലുള്ളവർ മാത്രമല്ല ഇന്ത്യയിലും ഇന്ത്യയ്ക്കു വെളിയിലുമുള്ള ചലച്ചിത്രസൗഹൃദങ്ങളുടെ വലിയൊരു സംഗമം ആ പുസ്തകത്തിലുണ്ട്. സ്മരണികകളുടെ ചരിത്രത്തിൽ അത് വേറിട്ടു നിൽക്കുന്നു. ശരത്തിന്റെ ഹൃദയമിടിപ്പുകൾ അത്രയേറെ വൈവിധ്യങ്ങളോടെ അക്ഷരങ്ങളിലും ചിത്രങ്ങളിലും പകർത്തിവെയ്ക്കുവാൻ ആ പുസ്തകത്തിനു കഴിഞ്ഞിട്ടുണ്ട്.

റാസിയുടെ സിനിമ ആ പുസ്തകത്തിന്റെ തുടർച്ചയാണ്. ശരത്തിന്റെ 53 വർഷത്തെ ജീവിതകഥയിലെ അപൂർവ്വചാരുതകളുള്ള ഫ്രെയിമുകളും കലാപത്തിന്റെ ഫ്രെയിമുകളും ചേർത്തൊരുക്കിയ ഈ ചിത്രത്തിൽ ആനന്ദപട്‌വർധനും മേധാപട്കറും അരുന്ധതിറായിയും കെ.പി. ശശിയും

പി. ബാബുരാജും അടൂർഗോപാലകൃഷ്ണനും പി. രവിവർമ്മയും ടി.കെ. രാജീവ്കുമാറും ഗാർഗിസെന്നും മേഘനാഥനും സ്റ്റാലിനും അൻവറും ഷാജിയും ഷണ്മുഖദാസും വെങ്കിടേശ്വരനും കൃഷ്ണകുമാറും അയ്യപ്പനും മയിലമ്മയും ജാനുവും മാത്രമല്ല, ശരത്തിനോടൊപ്പം യാത്രചെയ്ത നൂറു കണക്കിനു മുഖങ്ങളിലൂടെ പൂർത്തിയാകുന്ന ചിത്രമാണിത്. ശരത്തിന്റെ അച്ഛന്റെയും അമ്മയുടെയും സഹോദരിമാരുടേയും ബന്ധുക്കളുടെയും ഈറനണിഞ്ഞ ഓർമ്മകളുണ്ട്.

ഇന്ത്യയിൽ ഇക്കാലയളവിൽ ചിത്രീകരിച്ച ഇരുപത്തിയഞ്ചിലധികം പ്രധാനപ്പെട്ട ഡോക്യുമെന്ററികളുടെ ദൃശ്യഖണ്ഡങ്ങളും ലോകതിരശ്ശീലയിൽ പതിഞ്ഞ ക്ലാസിക് ചലച്ചിത്രങ്ങളുടെ ദൃശ്യങ്ങളും സംഗീതവും ഈ ഓർമ്മകൾക്ക് അകമ്പടിയായുണ്ട്. അച്ഛനിൽ നിന്നാരംഭിച്ച് അയ്യപ്പനിൽ അവസാനിക്കുന്ന ഈ ചിത്രം ശരത്തിന്റെ അകവും പുറവും വെളിപ്പെടുത്തുന്നു. സ്റ്റിൽഫോട്ടോകളെ ഇത്രയും ചാരുതയാർന്ന ചലനങ്ങളാക്കുവാൻ അധികമാർക്കും കഴിഞ്ഞിട്ടുണ്ടാവില്ല.

കുസൃതികളും കിനാവുകളും നിറഞ്ഞ ശരത്തിന്റെ കുട്ടിക്കാലം, അടിയന്തരാവസ്ഥ നെടുകേ കീറിയ വിദ്യാർത്ഥിജീവിതം, ലിറ്റിൽമാസികകൾക്കൊപ്പമുള്ള സംക്രമണകാലം, ജോൺ എബ്രഹാമിനോടുള്ള ആരാധനയുടെ കാലം, അടിയന്തരാവസ്ഥയ്ക്കു ശേഷമുള്ള നവ സാമൂഹ്യപ്രസ്ഥാനങ്ങളുടെ ഉണർന്നെഴുന്നേൽക്കലിന്റെ കാലം, വീഡിയോക്യാമറയുമായുള്ള പ്രണയകാലം, സിനിമയും സമരവും ഒന്നാകുന്ന മീഡിയ ആക്ടിവിസത്തിന്റെ പല ചുവടുകൾ വെക്കുന്ന കാലം, പത്തുവർഷത്തെ വിദേശജീവിതം, മണ്ണിനും പ്രകൃതിക്കുമൊപ്പം നിന്നുള്ള പീഡിതരായ മനുഷ്യർക്കൊപ്പമുള്ള തിരിച്ചുവരവിന്റെയും തിരിച്ചറിവിന്റെയും കാലം. ഡിജിറ്റൽ സാങ്കേതികവിദ്യ പകർന്ന ജനകീയ സാധ്യതകൾക്കൊപ്പം ഊരുചുറ്റുന്ന നോട്ടങ്ങളുടെ കാലം. സഞ്ചരിക്കുന്ന ചലച്ചിത്രമേളയായി മീഡിയ ടെററിസ്റ്റിനെപ്പോലെ പാഞ്ഞുനീങ്ങുന്ന തീവ്രവാദകാലം. ഫിലിം സൊസൈറ്റികളെയും സമരപ്പന്തലുകളെയും ഊർജ്ജസ്വലമാക്കുന്ന വിതയുടെയും കൊയ്ത്തിന്റെയും കാലം. സ്വകാര്യതകളെയും സൗഹൃദയങ്ങളെയും വ്യക്തിബന്ധങ്ങളെയും തളിർപ്പിച്ചുകൊണ്ടിരുന്ന ആന്തരികതയുടെ പച്ചപ്പിന്റെ കാലം. തോൽക്കാനും സ്വയംവ്യവസ്ഥയ്ക്കു വിൽക്കാനും വിസമ്മതിച്ചുകൊണ്ടിരുന്ന ഇച്ഛാശക്തിയുടെ കാലം. പോരാട്ടത്തിന്റെ പഴയകാലങ്ങളിൽ ഇപ്പോഴെന്തു സംഭവിക്കുന്നു എന്നറിയാനുള്ള തിരിച്ചുനടത്തത്തിന്റെയും പുതുക്കലിന്റെയും കാലം. പുതിയ ചുവടുകൾക്ക് ചിറകുകൾ മുളപ്പിക്കുന്ന സ്വപ്നകാലം.... ഇങ്ങനെയൊക്കെയുള്ള നിരവധികാലങ്ങളുടെ കാറ്റുകൾക്കൊപ്പം ശരത് എന്ന സിനിമാസഞ്ചാരിയുടെ ജീവിതയാത്രകളെ സത്യസന്ധമായി പിന്തുടരുവാൻ റാസിയ്ക്ക് കഴിഞ്ഞിരിക്കുന്നു.

മഴവിൽമേളയുടെ രണ്ടാംദിവസം രാത്രിയാണ് പോരാട്ടങ്ങളുടെ മൂന്നാം കണ്ണ് നിറഞ്ഞ സദസ്സിൽ തുറന്ന അന്തരീക്ഷത്തിൽ പ്രദർശിപ്പിച്ചത്. എല്ലാ അർത്ഥത്തിലും ബഹുസ്വരതയുടെ മേളയായിരുന്നു അത്. രാജ്യങ്ങൾക്കും ഭാഷകൾക്കും സംസ്കാരങ്ങൾക്കും ലിംഗഭേദങ്ങൾക്കുമപ്പുറം ഒരേ ജീവതാളത്തിൽ തുടിക്കുന്ന മനുഷ്യരുടെ വലിയൊരു കൂട്ടുചേരലും ആഘോഷവുമായ വിബ്ജിയോർ മഴവിൽമേളയുടെ ഏഴാംവിരിയലിലും ശരത് തന്നെയായിരുന്നു സൂര്യൻ. അഞ്ചാം വിബ്ജിയോറിന്റെ ആർട്ടിസ്റ്റിക് ഡയറക്ടറായിരുന്ന ശരത് അന്ന് പ്രദർശിപ്പിച്ചിരുന്ന ചിത്രങ്ങളുടെ ഹാർഡ് ഡിസ്കുമായാണ് ആ മരണത്തീവണ്ടിയിൽ കയറിപ്പോയത്.

ശരത്തിന്റെ നോട്ടം എന്ന സഞ്ചരിക്കുന്ന ചലച്ചിത്രമേളയും ചേതന മീഡിയ ഇൻസ്റ്റിറ്റ്യൂട്ടും ചേർന്നാണ് വിബ്ജിയോറിന് വിത്തിട്ടത്. പിന്നീട് ശരത്തായിരുന്നു, അയാളുടെ ആത്മസഹോദരന്മാരായ കെ.പി.ശശിയും പി. ബാബുരാജും സന്തോഷ്കുമാറും ബെന്നി അച്ചനും ഒക്കെച്ചേർന്നാണ് വിബ്ജിയോർ ലോകത്തിലെതന്നെ മീഡിയ ആക്ടിവിസ്റ്റുകളുടെ ഏറ്റവും മികച്ച ഉത്സവമാക്കി മാറ്റിയത്. തൃശ്ശൂരിൽ വിബ്ജിയോറിന്റെ മഴവില്ലുകൾ വിരിയുമ്പോൾ മേഘത്തിനുമുകളിലിരുന്ന് യാത്രചെയ്യുംപോലെ തോന്നും. രാജ്യാതിർത്തികളും ഭാഷാതിർത്തികളും മാഞ്ഞുപോകും. സിനിമക്കാർക്കൊപ്പം പാട്ടുകാരും നർത്തകരും ചിത്രകാരന്മാരും വിദ്യാർത്ഥികളും വീട്ടമ്മമാരും.... ഭൂമിയിൽ പോരാട്ടത്തിനായി മുല ചുരത്തുന്ന പല തരം മനുഷ്യരുടെ ഹൃദയമിടിപ്പുകൾക്ക് ഒരേ താളമാകും. സൗഹൃദത്തിന്റെ തീവ്രലഹരിയിൽ പല നാടുകൾ ഒന്നിച്ചിളകിമറിയും. സമകാലികതയുടെ എല്ലാ പ്രശ്നങ്ങളും ചർച്ചചെയ്യും. കൈകോർക്കും. ആക്ടിവിസ്റ്റുകളുടെ ഇത്തരം സർഗ്ഗാത്മകമായ പാരസ്പര്യം വർണ്ണശബളമാകുന്ന മറ്റൊരു ദൃശ്യം കേരളത്തിൽ ഞാൻ വേറെ കണ്ടിട്ടില്ല.

ആനന്ദ്പട്വർധനാണ് വിബ്ജിയോറിൻെറ ഏഴാം മഴവിൽമേള ഉദ്ഘാടനം ചെയ്തത്. മേളയുടെ ഉദ്ഘാടനച്ചിത്രം അദ്ദേഹത്തിന്റെ ഏറ്റവും പുതിയ ചിത്രത്തിന്റെ ഇന്ത്യയിലെത്തന്നെ ആദ്യപ്രദർശനം, 14 വർഷത്തെ അദ്ദേഹത്തിന്റെ അന്വേഷണങ്ങളാണ് ജയ് ഭീം കോമ്രേഡ് എന്ന മൂന്നരമണിക്കൂർ ചിത്രം. വിലാസ് ഘോർ എന്ന കവിയും ഗായകനുമായ ദലിത് ആക്ടിവിസ്റ്റ് തൂങ്ങിമരിക്കുന്നു. 14 വർഷം മുമ്പ് മുംബെയിലെ അംബേദ്ക്കറുടെ പ്രതിമയ്ക്ക് ചെരിപ്പ് മാല അണിയിച്ച് അവഹേളിച്ച സവർണ്ണ ഹിന്ദുക്കൾക്കെതിരായ പ്രതിഷേധമായിരുന്നു ആ ആത്മഹത്യ. 10 ദലിത് ആക്ടിവിസ്റ്റുകൾ കലാപത്തിൽ കൊല്ലപ്പെട്ടു. മഹാരാഷ്ട്രയിലെ ദലിത് സമൂഹമനുഭവിക്കുന്ന അപമാനങ്ങളുടെയും ഉയിർത്തെഴുന്നേൽപ്പുകളുടെയും യാഥാർത്ഥ്യത്തിലേയ്ക്ക് സൂക്ഷ്മവും വിശദവുമായ അന്വേഷണങ്ങളിൽ നിന്നാണ് 14 വർഷം കൊണ്ട് ആനന്ദ്

പട്‌വർധൻ ഈ ദീർഘചിത്രമുണ്ടാക്കിയത്. അദ്ദേഹത്തിന്റെ മറ്റെല്ലാ സിനിമകളിലുമെന്നതുപോലെ ഈ ചിത്രത്തിലും രാഷ്ട്രീയവിത്തുകൾ ഏറെ വിതച്ചിട്ടുണ്ട്. കൃത്യമായ നിലപാടുകളും ചായ്‌വുകളുമില്ലാത്ത ഡോക്യുമെന്ററി സിനിമകൾക്കൊണ്ടെന്തു പ്രയോജനം? നടന്ന ചില സംഭവങ്ങളെ ഡോക്യുമെന്റ് ചെയ്യുകയല്ല, അതിനുള്ളിലെ രാഷ്ട്രീയത്തെ പുറത്തെടുക്കുകയാണ് പട്‌വർധൻ. ഹിന്ദുത്വത്തിന് നേരെ മാത്രമല്ല, ഇന്ത്യയിലെ മുഴുവൻ ജാതിവ്യവസ്ഥയുടെ ചരിത്രത്തിലേയ്ക്കും പരിണാമങ്ങളിലേയ്ക്കുമുള്ള ഒരു തുറന്നെഴുത്താണ് ഈ സിനിമ. സ്വത്വ രാഷ്ട്രീയത്തിലേയ്ക്ക് വളരുകയാണ് ഈ സിനിമ.

ഇതൊക്കെത്തന്നെയാണ് ശരത്ചന്ദ്രന്റെ സിനിമാന്വേഷണങ്ങളുടെയും കാതൽ. ഒരു ഫിലിം മേക്കറിനപ്പുറം, ഒരു മീഡിയ ആക്ടിവിസ്റ്റിന്റെ സാദ്ധ്യതകളെയാണ് ശരത് പുറത്തുകൊണ്ടുവന്നത്. അടിയന്തരാവസ്ഥ പ്രഖ്യാപിച്ചില്ലായിരുന്നുവെങ്കിൽ ശരത് ഉൾപ്പെടെയുള്ള എത്രയോ പേരുടെ ജീവിതം മറ്റൊരു വഴിക്ക് തിരിയുമായിരുന്നുവെന്ന് കെ.പി. ശശി ഓർക്കുന്നുണ്ട്. അടിയന്തരാവസ്ഥക്കാലത്ത് അതിനെതിരെയുള്ള സ്വാതന്ത്ര്യത്തിന്റെ പോരാട്ടത്തിൽ എത്രയോ ആയിരങ്ങൾ ഉണർന്നെഴുന്നേറ്റതാണ്. എന്നാൽ പിന്നീട് ജനകീയസമരങ്ങളുടെ പുതിയ പ്രശ്നങ്ങൾക്കൊപ്പം നിൽക്കാൻ അവരിലെത്രപേർ ഉണ്ടായിരുന്നു? അമ്പരപ്പിക്കുംവിധം എത്രയോ കുറച്ചുപേർ മാത്രം. പരിസ്ഥിതിയുടെയും സ്വത്വ രാഷ്ട്രീയത്തിന്റെയും സമരമുഖങ്ങളിൽ അവരെ ആരെയും പിന്നീട് അധികം കണ്ടില്ല. എവിടെയാണവർ മുങ്ങിപ്പോയത്? അടിയന്തരാവസ്ഥയിൽ ഉണർന്നവർ പിന്നീട് ഉറങ്ങിപ്പോയതിന്റെ കാരണങ്ങളന്വേഷിക്കണം. ശശിയുടെ മുഴങ്ങുന്ന ചോദ്യമാണത്. എന്നാൽ ശരത് അടിയന്താരവസ്ഥക്കാലം പകർന്ന ഊർജ്ജത്തെ പുതിയ തലമുറകളിലേയ്ക്കും പുതിയ സമരങ്ങളിലേയ്ക്കും പ്രസരിപ്പിക്കുവാൻ തന്റേടം കാട്ടി. എക്കാലത്തും യുവത്വത്തിന്റെയും സ്വയംപുതുക്കലിന്റെയും ഊർജ്ജം അതിശയകരമായ വിധത്തിൽ നിലനിർത്തി. ശക്തമായൊരു ദൗത്യബോധമുള്ള മനുഷ്യനായിരുന്നു ശരത് എന്നാണ് അദ്ദേഹത്തെക്കുറിച്ചുള്ള ജീവചരിത്രസിനിമ പറയാൻ ശ്രമിക്കുന്നത്.

സൈലന്റ്‌വാലി പ്രക്ഷോഭമാണ് കേരളത്തിലെ മറ്റനേകം ചെറുപ്പക്കാർക്കുമെന്നതുപോലെ ശരത്തിനേയും പരിസ്ഥിതി രാഷ്ട്രീയത്തിലേയ്ക്ക് വിളിച്ചുണർത്തിയത്. അതിനുമുമ്പേ ലിറ്റിൽ മാഗസിൻ പകർന്ന നവോന്മേഷത്തിന്റെ തോഴനായിരുന്നു ശരത്. കെ.എൻ. ഷാജിയും പ്രിയദാസും ഉണ്ണികൃഷ്ണനും ചേർന്നുണ്ടാക്കിയ സംക്രമണം മാസികയുടെ സൗഹൃദകാലത്താണ് ഞാൻ ശരത്തിനെ പരിചയപ്പെട്ടത്. അന്ന് രസന മാസികയുടെ കൊച്ചുമുറിയിലും ശരത് വരുമായിരുന്നു. അക്കാലം ഞങ്ങളുടെ വിദ്യാർത്ഥികാലത്തിന്റെ സാഹിത്യലഹരിയായിരുന്നു.

1986ൽ നവസാമൂഹ്യപ്രസ്ഥാനങ്ങൾക്കെല്ലാം ഉയിർക്കൊടുത്ത പി. നാരായണമേനോന്റെ അരിയന്നൂർ ഗ്രാമത്തിലെ പ്രതിരോധപ്രവർത്ത കരുടെ കൂടിച്ചേരലിൽവെച്ച് ശരത് പറഞ്ഞു, വീഡിയോ ക്യാമറയെ ജന കീയപ്രതിരോധത്തിന്റെ ആയുധമാക്കണം. വീഡിയോ ആക്ടിവിസത്തെ ക്കുറിച്ചുള്ള ശരത്തിന്റെ സ്വപ്നങ്ങൾ അന്നാണ് പ്രഖ്യാപിക്കപ്പെടുന്നത്. കന്യാകുമാരിയിൽ നിന്ന് ഗോവയിലേയ്ക്കുള്ള പശ്ചിമഘട്ടരക്ഷായാത്ര യ്ക്കൊപ്പം വിഎച്ച്എസ് ക്യാമറയുമായി ശരത് നൂറുദിവസവും 35 പേരുള്ള യാത്രാസംഘത്തോടൊപ്പമുണ്ടായിരുന്നു. മോഹൻകുമാറും സിവിക്കും ടോമിമാത്യുവും എം. ഗംഗാധരനും പാഠഭേദവും പശ്ചിമ ഘട്ടരക്ഷായാത്രയുടെ പ്രധാനശില്പികളായി മുൻനിരയിലുണ്ടായിരുന്നു. കേരളത്തിൽ പ്രകൃതിസംരക്ഷണം തീവ്രമായ ഒരു സാമൂഹ്യസംവാദ മാക്കി മാറ്റുന്നതിൽ ആ യാത്ര ഏറെ സഹായകമായി. പശ്ചിമഘട്ടരക്ഷാ യാത്രയുടെ ഡോക്യുമെന്റേഷനാണ് ശരത്തിന്റെ മീഡിയ ആക്ടിവിസ ത്തിന് തുടക്കം കുറിച്ചത്. അന്നൊക്കെ സുഹൃത്തുക്കളെല്ലാം പറയുമാ യിരുന്നു, വീഡിയോ ക്യാമറ കണ്ടുപിടിച്ചത് ശരത്താണെന്ന്. അത്രയ ധികം വീഡിയോ ക്യാമറ അയാളുടെ ശരീരാവയവം പോലെ രണ്ടാം ഹൃദയം പോലെ പ്രവർത്തിച്ചുകൊണ്ടിരുന്നു.

കെ.പി. ശശിയാണ് കേരളത്തിൽ പാരിസ്ഥിതികരാഷ്ട്രീയത്തിന്റെ പച്ചയും ചുവപ്പും എന്ന സംവാദത്തിന് തിരികൊളുത്തിയത്. ഇന്ത്യൻ റെയർ എർത്തിന്റെ പാരിസ്ഥിതിക കയ്യേറ്റങ്ങളെ നിശിതമായി വിമർശി ക്കുന്ന ശശിയുടെ ഭീതിയുടെ നിഴലിൽ എന്ന ഡോക്യുമെന്ററിയുടെ ചിത്രീകരണവും പ്രദർശനവും ശരത്തിന്റെ മീഡിയ ആക്ടിവിസത്തിന് ജീവൻ പകർന്നു. കേരളത്തിന്റെ മിക്കവാറും നഗരഗ്രാമങ്ങളിൽ കാമ്പ സുകളിൽ തൊഴിൽശാലകളിൽ വീട്ടുമുറ്റങ്ങളിൽ ശശി - ബാബുരാജ് - സതീഷ് - ശരത് - സന്തോഷ് കൂട്ടുകെട്ടിന്റെ നേതൃത്വത്തിൽ നടന്ന വീഡിയോറാലികൾ എൺപതുകളിലെ ഏറ്റവും ഊർജ്ജസ്വലമായ ഓർമ്മയാണെനിക്ക് തരുന്നത്. അതിൽ എന്റെ ദുർബലമായ വിയർക്കുന്ന കാലടികളും കുറച്ച് പതിഞ്ഞിട്ടുണ്ട്.

ജോൺഎബ്രഹാമിന്റെ സിനിമകൾക്കൊപ്പം അയാളുടെ വ്യവസ്ഥ യോട് അനുരഞ്ജനപ്പെടാത്ത ഇച്ഛാശക്തിയും ജനകീയ ഊർജ്ജവും ശരത്തിനെ വശീകരിച്ച കാലം കൂടിയാണത്. എന്നാൽ ഇന്നോർക്കു മ്പോൾ ജോൺ സ്വന്തം സിനിമകൾക്കു മേൽ പുലർത്തിയ സ്വേച്ഛാധി പത്യം ശരത്തിന്റെ കലാവ്യക്തിത്വത്തിനൊട്ടും ഇണങ്ങുന്നതായിരുന്നില്ല എന്നു കാണാം. ജനകീയപ്രക്ഷോഭങ്ങളിലൊന്നും വേണ്ടത്ര ഇട പെടാതെ തന്റെ സിനിമകളുടെ ഹിറ്റ്ലറാണ് താനെന്ന അഹന്തയുടെയും അവകാശവാദത്തിന്റെയും മേനിപറച്ചിലുകൾ ശരത്തിന് ചേരുന്നതായി രുന്നില്ലെന്നും ശശി ഉൾപ്പെടെയുള്ളവർക്ക് വിമർശനമുണ്ട്. ജോണിനെ

അതിലംഘിക്കുന്ന ജനകീയ ഊർജ്ജം ശരത് സംഭരിച്ചു കഴിഞ്ഞിട്ടും ജോണിലേയ്ക്ക് തിരിച്ചുചെല്ലുവാനൊരു സിനിമ എന്തിന് എന്നാണ് അവർ ചോദിച്ചുകൊണ്ടിരുന്നത്. എന്നിട്ടും ജോണിനെക്കുറിച്ചൊരു മികച്ച സിനിമ 2010 ൽ ശരത് പൂർത്തിയാക്കി.

തന്നെ നിർമ്മിച്ചതിൽ വലിയ പങ്ക് വഹിച്ച എഴുപതുകളോടുള്ള ഒരു കടം തീർക്കൽ പോലെയായി അത്. ശരത്തിന്റെ വഴികളിൽ ജോണിന്റേതുപോലുള്ള അഹങ്കാരത്തിന്റെ മുരൾച്ചകളൊന്നുമില്ലായിരുന്നു. ഒരു സൂഫിയെപ്പോലെ സ്നേഹം കൊടുത്തും വാങ്ങിയും ഉദാരത നിറഞ്ഞ ഭിക്ഷാടനമായിരുന്നു ശരത്തിന്റെ എളിമയാർന്ന ജീവിതം. കലാപരമാക്കുന്നതിലെ ഉൽക്കണ്ഠകളേക്കാൾ തന്റെ സിനിമകൾ ജനപക്ഷത്തോട് അലിഞ്ഞുനിൽക്കണമെന്നയാൾ ഉടനീളം ഇച്ഛിച്ചു.

അമ്മമാരിൽ നിന്നും മക്കളെ തട്ടിത്തെറിപ്പിച്ചുകൊണ്ടുപോയ എഴുപതുകളിൽ നിന്നും അമ്മമാരിലേയ്ക്കും കുടുംബങ്ങളിലേയ്ക്കും അന്തമറ്റ സ്നേഹബന്ധങ്ങളിലേയ്ക്കും തിരിച്ചുവരുന്ന ഒരു കാലത്തിന്റെ പ്രതിനിധിയായിരുന്നു ശരത്. ശരത്തിനെക്കുറിച്ചുള്ള ഈ സിനിമയിൽ അച്ഛനും അമ്മയും സഹോദരങ്ങളും സുഹൃത്തുക്കളും ഇത്രമേൽ ആർദ്രസ്മരണകൾ പങ്കുവെയ്ക്കുന്നത് അതുകൊണ്ടാകണം. സ്വകാര്യത തന്നെയാണ് തന്റെ രാഷ്ട്രീയം എന്ന നിലപാടിന്റെ ഏറ്റവും വിശ്വസ്തതയുള്ള പേരാണ് എന്റെ തലമുറയിൽ ശരത്തിന്റേത്.

പശ്ചിമഘട്ടരക്ഷായാത്രയിൽ തുടങ്ങി ചാലിയാർ, സൈലന്റ് വാലി, പാത്രക്കടവ്, പൂയംകുട്ടി, മുത്തങ്ങ, പ്ലാച്ചിമട, ചെങ്ങറ, കാതിക്കുടം വരെയുള്ള കേരളത്തിൽ കാൽനൂറ്റാണ്ടിനിടയിലുണ്ടായ പ്രകൃതിയെ ചൊല്ലിയുള്ള മലയാളിയുടെ സമരമുഖങ്ങളിലെല്ലാം ശരത്തിന്റെ ക്യാമറയുടെ സ്നേഹാശ്ലേഷങ്ങളുണ്ടായിട്ടുണ്ട്. മന്ദീഭവിച്ചുപോകുമായിരുന്ന എത്രയോ സമരങ്ങളെ സനാഥമാക്കുവാനും ആത്മവിശ്വാസം കൊടുത്ത് ഊർജ്ജസ്വലമാക്കുവാനും ശരത്തിനു കഴിഞ്ഞിരിക്കുന്നു.

ശരത്തിന്റെ ക്യാമറയ്ക്കേറെ പ്രത്യേകതകളുണ്ടായിരുന്നു. മൂർച്ചയും തീർച്ചയുമുള്ള ശരങ്ങൾ പോലെ ശരത് ക്യാമറയിൽ ഇടപെട്ടു. അതിൽ നിറയെ കരുണയും സ്നേഹവുമായിരുന്നു. മനുഷ്യരെ പുച്ഛിക്കുന്നതോ പ്രത്യയശാസ്ത്രങ്ങൾകൊണ്ട് ശഠിക്കുന്നതോ വ്യവസ്ഥിതിയുടെ മുമ്പിൽ ഓച്ഛാനിക്കുന്നതോ കമ്പോളത്തിൽ വില്പനയ്ക്കു വെയ്ക്കുന്നതോ ആയതൊന്നും ആ ക്യാമറയ്ക്കുള്ളിലില്ലായിരുന്നു. ചിലപ്പോൾ ഒരു ഫിലിം ടെററിസ്റ്റിനെപോലെ സിനിമകൾ പ്രദർശിപ്പിക്കാനയാൾ വിട്ടുവീഴ്ചകളില്ലാതെ വെമ്പൽകൊള്ളുമായിരുന്നു. ദാവീദും ഗോലിയാത്തും തമ്മിലുള്ള യുദ്ധംപോലെ ക്യാമറയിലയാൾ പൊരുതിക്കൊണ്ടിരുന്നു. ഇടയബാലന്റെ കവണയേറിൽ ചിലപ്പോൾ പല ഗോലിയാത്തുകളും മറിഞ്ഞുവീണിട്ടുണ്ട്. പ്ലാച്ചിമടയിൽ അതാണ് സംഭവിച്ചത്.

പ്രതിരോധസമരങ്ങളെല്ലാം തോൽവിയുടെ ചരിത്രം മാത്രമല്ല പറയുന്നത്. ജനകീയ ഇച്ഛകളുടെ വിജയങ്ങളും ചിലപ്പോഴെല്ലാം സംഭവിക്കുന്നുണ്ട്. അങ്ങനെ ഒരിക്കൽ വിജയിച്ച ഒരു സമരത്തിന് പിന്നീടെന്തു സംഭവിച്ചു എന്നറിയാനുള്ള തിരിച്ചുനടത്തങ്ങളും ശരത്തിന്റെ ക്യാമറ ചെയ്തിട്ടുണ്ട്. പത്തുവർഷം കഴിഞ്ഞുള്ള ചാലിയാറിനെതേടി നടത്തിയ യാത്ര പിറകോട്ടൊഴുകിയ നദി (The River which Flowed Back) എന്ന സിനിമ പാതിവഴിയിൽ നിൽക്കുന്നു. കാതിക്കുടത്തെ നിറ്റജലാറ്റിൻ കമ്പനിയുണ്ടാക്കുന്ന മലിനീകരണത്തെക്കുറിച്ചുള്ള ഡോക്യുമെന്ററിയും പൂർത്തിയാക്കുന്നതിനിടയിലാണയാൾ മരണത്തിലേയ്ക്കുപോയത്. പിന്നേയും സ്വപ്നങ്ങളേറെയുണ്ടായിരുന്നു. പ്രേംനസീർ ഉണ്ടാകുന്നതെങ്ങനെ എന്ന ഡോക്യുമെന്ററിയും ബാബുഭരദ്വാജിന്റെ ഒരു കഥയെ ആസ്പദമാക്കിയുള്ള ഒരു ഫീച്ചർ ഫിലിമും ശരത്തിന്റെ മനസ്സ് താലോലിച്ചുകൊണ്ടിരുന്ന സ്വപ്നങ്ങളായിരുന്നു.

മീഡിയ ആക്ടിവിസത്തിന് മലയാളത്തിൽ ശരത്ചന്ദ്രൻ നല്ലൊരു പാഠപുസ്തകമാണ്. അയാൾ എവിടെ തൊട്ടാലും അതിൽ ചില മാറ്റങ്ങളുണ്ടാകും. ഡിജിറ്റൽ സാങ്കേതികവിദ്യ ഇത്രമാത്രം റാഡിക്കൽ ആയി ജനകീയമായി പ്രയോഗിച്ച ഒരാളെ കണ്ടെത്താൻ പ്രയാസം. നടക്കുന്നിടത്തെല്ലാം ശരത് ഡോക്യുമെന്റ് ചെയ്തുകൊണ്ടിരുന്നു. അതിൽ ചില അണ്ടർഗ്രൗണ്ട് രീതികളുമയാൾ ഉപയോഗിച്ചു. സിനിമയുടെ ഗറില്ലാ സമരങ്ങൾക്കിടയിലും ജനകീയപ്രക്ഷോഭങ്ങളുടെ ആൾക്കൂട്ടത്തിനിടയിലും ഗാഢവും അഗാധവുമായ സ്നേഹബന്ധങ്ങളെ ഉള്ളുരുകി നിലനിർത്തിയ ശരത്തിനെ പോലെയൊരാൾ നമ്മുടെ കൂട്ടത്തിൽ അധികമുണ്ടാവില്ല.

ഇങ്ങനെ ജീവിച്ചുകടന്നുപോയ ഒരാളെ ഓർക്കുന്നതിൽപോലും പോരാട്ടത്തിന്റെ ഊർജ്ജമുണ്ട്. മൂല്യമുണ്ട്. പ്രതീക്ഷയുണ്ട്. റാസിയുടെ സിനിമ, മുസ്തഫ ദേശമംഗലത്തിന്റെ പുസ്തകം വിബ്ജിയോർ മേള ഇതെല്ലാം ചേർന്നു പണിതുണ്ടാക്കിയ ശരത്തിന്റെ ഓർമ്മകൾക്ക് കലാപത്തിന്റെ ഫ്രെയിമുകൾക്ക് മരണമില്ല.

■

ജോസ് ചിറമ്മൽ

ഇതാ രംഗവേദിയുടെ രക്തം

നാഷണൽ ഹൈവേയുടെ പാതയോരത്ത് പേരാമംഗലം പോലീസ് സ്റ്റേഷനുമുമ്പിൽ മഴയിൽ നനഞ്ഞുകുതിർന്ന് ഒരു പകലും രാത്രിയും അജ്ഞാതവും അനാഥവുമായ ആ ശരീരം മണ്ണിൽ മുഖമടിച്ചു കിടന്നു. പിറ്റേന്ന് പോലീസുകാരാണ് അമല ആശുപത്രിയുടെ മോർച്ചറിയിൽ കൊണ്ടുവെച്ചത്. ഹൃദയാഘാതത്തോടൊപ്പം അമിതമദ്യപാനം കൊണ്ടുണ്ടായ മരണമായിരുന്നു. മറ്റ് ദുരൂഹതകളൊന്നുമില്ല. ജോസ് ചിറമ്മലിന്റേതായിരുന്നു ആ ശരീരമെന്ന് തിരിച്ചറിയാൻ വൈകി. അജ്ഞാതമൃതദേഹമെന്ന് പരസ്യപ്പെടുത്തിയ പത്രറിപ്പോർട്ട് കണ്ട് മകനും കൂട്ടുകാരും വന്ന് ജോസിന്റെ ശരീരം കണിമംഗലത്തെ റെയിൽപാളത്തിനരികിലെ വീട്ടിലേയ്ക്ക് കൊണ്ടുപോയി.

ആറുവർഷം മുമ്പാണ് ആ മരണമുണ്ടായത്. സത്യത്തിൽ അതിനും പത്തുവർഷം മുമ്പേ ജോസ് ചിറമ്മലിന്റെ സർഗ്ഗാത്മകമരണം സംഭവിച്ചു കഴിഞ്ഞിരുന്നു. വിഷാദിയും നിരാശനുമായ ജോസിനെ നാടകത്തിലെ കളികൂട്ടുകാരെല്ലാം ഏതാണ്ട് ഒഴിവാക്കുകയോ തിരസ്ക്കരിക്കുകയോ ചെയ്തു. കടുത്ത അവഗണനയും പരിഹാസവും ഒറ്റപ്പെടലും ജോസ് അനുഭവിച്ചു. ഉള്ളിലെ നാടകമൊന്നും പുറത്തുകൊണ്ടുവരുവാൻ കഴിയാതെ അയാൾ ആത്മസംഘർഷങ്ങളോടെ പരവശനായി ചുറ്റിക്കറങ്ങി നടന്നു.

ആ മരണത്തിൽ നിന്നും കൈ കഴുകുവാൻ നമുക്കു കഴിയുമോ? കപടമായ ആദർശാത്മകത പറഞ്ഞ് ജോസിനെ നാം അപമാനിച്ചു. ഫോർഡ് ഫൗണ്ടേഷന്റെ പണം വാങ്ങി നാടകത്തെ വഞ്ചിച്ചു എന്ന പറഞ്ഞാണ് മിക്കവാറും നമ്മൾ അയാളെ ഒഴിവാക്കിക്കൊണ്ടിരുന്നത്. എല്ലാവർക്കുമറിയാവുന്നതുപോലെ ജോസിനോളം നാടകത്തിൽ വിശ്വസ്തനായിരുന്ന ഒരാളുമില്ലായിരുന്നു. നാടകലഹരി അയാളുടെ ഉടലും ഉയിരുമായിരുന്നു. നാടകത്തിന്റെ വര തലയിൽ കോറിയിട്ട ആജന്മം നാടകപുരുഷനായിരുന്നുവല്ലൊ അയാൾ. നാടകത്തിന്റെ യക്ഷസ്പർശം കുട്ടിക്കാലം മുതലേ അനുഭവിച്ചുകൊണ്ടിരുന്ന ജോസിനെ, എത്ര കുതറിയാലും നാടകവേദിക്ക് കൈവിടാനാവില്ലായിരുന്നു. അയാൾക്കകത്തും

പുറത്തും നാടകം അത്രമേൽ ഇരമ്പിമറിഞ്ഞു, പ്രക്ഷുബ്ധസമുദ്രം പോലെ. രംഗവേദിയായിരുന്നു അയാളുടെ രക്തം.

ജോസിന്റെ അരങ്ങനുഭവങ്ങൾ ആർക്കെങ്കിലും മായ്ച്ചുകളയാനാകുമോ? ജോസ് തൊട്ടുണർത്തിയ തീവ്രമായ നാടകസൗഹൃദം എന്തുകൊണ്ടാണ് ജോസിനെ ഉപേക്ഷിച്ചത്?

ജോസിനെ ഓർക്കുക എന്നാൽ സ്വയം അമ്പേൽക്കാൻ തയ്യാറാവുക എന്നാണർത്ഥം. ആ ഓർമ്മകളിൽ നിറയെ ഓർക്കുന്നവരുടെ കുറ്റബോധവും പശ്ചാത്താപവും ഉണ്ടാകും. കുറ്റപങ്കിലമായ അവഗണനയുടെ വേദനകൾ നിറയും. ആ ഓർമ്മകൾക്ക് ഒരു താക്കീതിന്റെ സ്വരമുണ്ട്. സ്വപ്നങ്ങളുടെയും സ്വപ്നച്ഛേദങ്ങളുടെയും തീക്ഷ്ണമായ ഒരു കാലഘട്ടം മുഴുവൻ ആ ഓർമ്മകളിൽ ചിതാവെളിച്ചമാകും. തോൽക്കാൻ വിസമ്മതിച്ച രംഗവേദിയുടെ യൗവ്വനമായിരുന്നു ജോസ്. പ്രതിഭയുടെ തീനാമ്പുകൊണ്ടാണയാൾ ഏറ്റവും സജീവമായ ഒരു കാലഘട്ടത്തെ അടയാളപ്പെടുത്തിയത്. ആളിക്കത്തിച്ചത്.

ഓർമ്മയിലൊരു സ്നാനകർമ്മമുണ്ട്. ഓർമ്മകളിലൂടെ നമുക്ക് നമ്മുടെ മാലിന്യങ്ങൾ കഴുകിവെടുപ്പാക്കാൻ കഴിയണം. ഓർമ്മകളുടെ ഭാരം ഇറക്കിവെച്ച് പുതിയ ചുവടുകളിലേക്ക് വളരാൻ കഴിയണം. ജോസിന്റെ ഓർമ്മ മലയാളനാടകവേദിക്ക് ഒരു താക്കീതും വീണ്ടെടുപ്പുമാണ്.

മൂന്നാം നാടകവേദിയുടെ മലയാളത്തിലെ മരണമായിരന്നു ജോസിന്റെ മരണത്തിലൂടെ സംഭവിച്ചത്. ഉള്ളടക്കത്തിൽ ആധുനികവും രൂപത്തിൽ നാടനുമായ ഒരു തിയ്യറ്ററിനുവേണ്ടിയുള്ള അർത്ഥവത്തായ അന്വേഷണങ്ങളാണവിടെ പൊലിഞ്ഞത്. എൺപതുകളിലെ ജനകീയ സാംസ്കാരികവേദിയുടെ ഊർജ്ജവിസ്ഫോടനങ്ങളിൽ നിന്നാണ് ജോസിന്റെ നാടകാവിഷ്കാരങ്ങളെല്ലാം സംഭവിക്കുന്നത്. കേരളത്തിൽ പലയിടത്തും ജോസ് നാടകഗ്രാമങ്ങളുണ്ടാക്കി. കവികളും ചലച്ചിത്രകാരന്മാരും ചിത്രകാരന്മാരും ശില്പികളും ചേർന്ന് ഗംഭീരമായ കലാസാഹോദര്യത്തിലാണ് ജോസ് നാടപണിപ്പുരകൾ പണിതുയർത്തിയത്. തൊഴിലാളികളെയും തൊഴിൽരഹിതരെയും വീട്ടമ്മമാരെയും അതിനായി അതിശയകരമായവിധത്തിൽ ഒരുക്കിയെടുത്തു. വലുതും ചെറുതുമായ നൂറുകണത്തിന് നാടകവാതരണങ്ങൾ. സൂര്യവേട്ടയും മുദ്രാരാക്ഷസവും അങ്ങനെ ഉണ്ടായതാണ്.

ബാദൽസർക്കാറിന്റെ ഭോമയാണ് ജോസിന്റെ ഏറ്റവും മികച്ച നാടകാവതരണം. കേരളത്തിനകത്തും പുറത്തും ഭോമയ്ക്ക് ആയിരക്കണക്കിന് അവതരണങ്ങളുണ്ടായി. 1986ൽ കൽക്കത്തയിൽ വെച്ച് ജോസ് ബാദൽ സർക്കാരിന്റെ ഭോമാനാടകം നേരിട്ടുകണ്ടിരുന്നു. ആ നാടകത്തിന്റെ വെറുമൊരു പറിച്ചുനടലായിരുന്നില്ല ജോസിന്റെ ഭോമ. നാലഞ്ച്

സംഘങ്ങളിലൂടെ ആ നാടകത്തിന് എത്രയോ പുനർജന്മങ്ങളുണ്ടായി. എല്ലാം ഒന്നിനൊന്ന് വ്യത്യസ്തം. ബാദൽസർക്കാറിന്റെ സംഘം ജോസിന്റെ ഭോമ കണ്ട് അന്തംവിട്ടു നിന്നു. തങ്ങളെ അതിശയിപ്പിച്ച നാടകം എന്നാണവർ പറഞ്ഞത്. മൂന്നാം നാടകവേദിയുടെ മലയാളത്തിലുണ്ടായ ഏറ്റവും മികച്ച അവതരണങ്ങൾ. ശാസ്ത്രസാഹിത്യ പരിഷത്തിന്റെ വിരസവും ഉപരിപ്ലവവുമായ കലാജാഥകൾക്ക് ആഴമുള്ള ചൈതന്യം പകർന്നത് ജോസിന്റെ ഇടപെടൽകൊണ്ടാണ്. യുവകലാസാഹിതിയുടെ നാടകജാഥ ഭോമയുടെ അവതരണങ്ങളിലൂടെയാണ് കേരളത്തിന്റെ തെരുവുകളെ അർത്ഥവത്താക്കിയത്.

അമേച്വർ നാടകങ്ങളിൽ പ്രൊഫഷണലിസം കൊണ്ടുവരുവാനുള്ള ജോസിന്റെ സ്വപ്നങ്ങൾക്ക് എൺപതുകളിലെ ജനകീയ സാംസ്കാരികവേദിയുടെ ഊർജമാണ് ശക്തി പകർന്നത്. എന്നാൽ എൺപതുകൾക്കവസാനമാകുമ്പോഴേയ്ക്കും സാംസ്കാരികവേദി അണഞ്ഞുപോയി. അതിന്റെ തിരോധാനമറിഞ്ഞായിരിക്കണം ജോസ് നാടകത്തിന്റെ പ്രൊഫഷണലിസത്തിനായി ഫോഡ് ഫൗണ്ടേഷന്റെ ഫണ്ട് ഉപയോഗിക്കാൻ തീരുമാനിച്ചത്. പക്ഷേ, നാടക്കരാരും അത് അംഗീകരിച്ചുകൊടുത്തില്ല. ജോസ് ഒറ്റപ്പെട്ടു. ആ ഫണ്ട് സ്വീകരിച്ച നാടകയോഗം രഘുവും മാനവേന്ദ്രനാഥും പിന്നെ നാടകങ്ങളൊന്നും മികച്ച രീതിയിൽ ചെയ്തില്ല.

ജോസിന്റെ നാടകസ്വപ്നങ്ങൾ ഭ്രൂണഹത്യചെയ്യപ്പെട്ടത് തൊണ്ണൂറുകളുടെ ആദ്യത്തിലാണ്. ജോസിന്റെ നാടകത്തോടുള്ള വിശ്വസ്തത അത്രമേൽ അറിഞ്ഞവരായിരുന്നിട്ടും എന്താണ് ജോസ് ശരിക്കും അന്വേഷിച്ചുകൊണ്ടിരുന്നത് എന്ന് മനസ്സിലാക്കാൻ ശ്രമിച്ചില്ല. ഉൽപ്പൽദത്തും ബാദൽസർക്കാരും ബംഗാൾ നാടകവേദിയിൽ ചെയ്തതിനു തുല്യം മലയാളത്തിൽ ശക്തമായൊരു ഇടം കണ്ടെത്തുകയായിരുന്നു ജോസിന്റെ സ്വപ്നം. അത് ഫോഡ് ഫൗണ്ടേഷനെക്കുറിച്ചുള്ള അനാവശ്യവിവാദം കൊണ്ട് തകർന്നുപോവുകയും ചെയ്തു.

ജോസിന്റെ നാടകത്തോടുള്ള വിശ്വസ്തത സ്കൂൾ ഓഫ് ഡ്രാമയുടെ ഔപചാരിക നാടകവിദ്യാഭ്യാസം പകർന്നുകൊടുത്തതൊന്നുമായിരുന്നില്ല. കണിമംഗലത്ത് ഏഴാം ക്ലാസിൽ പഠിക്കുമ്പോൾ ജോസ് നാടകവുമായി പ്രണയബന്ധത്തിലായിക്കഴിഞ്ഞിരുന്നു. സ്കൂൾ നാടകത്തിൽ പെൺവേഷം കെട്ടി അധ്യാപകരെ അമ്പരപ്പിച്ചു. പിന്നീട് മാദ്രീഗോത്രം, സത്യംവദ:, ധർമ്മംചര: തുടങ്ങിയ നാടകങ്ങളെഴുതി അതരിപ്പിച്ചു. തൃശ്ശൂർപൂരം എക്സിബിഷൻ വേദിയിൽ ജോസ് പായമ്മലിനോടൊപ്പം ദിവസവും നാടകാവതരണത്തിൽ പങ്കെടുത്തു. കിഴക്കുനിന്നും വന്ന രാജാക്കന്മാർ എന്ന ജോസ് എഴുതി അവതരിപ്പിച്ച നാടകവും ശ്രദ്ധേയമായി. നാടകത്തെ കുരിശിന്റെ വഴിയിലൂടെ നടത്തിക്കൊണ്ടാണ് ജോസിന്റെ തുടക്കങ്ങൾ തന്നെ.

യേശുവിന്റെ പിറവി കാണാൻ സമ്മാനങ്ങളുമായി പുറപ്പെട്ട കിഴക്കുനിന്നുള്ള രാജാക്കന്മാരിൽ ഒരാൾ അവിടെയെത്താൻ ഒരുപാട് കാലമെടുത്തു. യാത്രയ്ക്കിടയിൽ പല നാടുകളിലേയും ദുരന്തമനുഭവിക്കുന്നവരോടൊപ്പം പക്ഷം ചേർന്നും ഇടപെട്ടും ഒരു രാജാവ് മാത്രം ജെറുസലേമിലെത്താൻ മുപ്പത്തിമൂന്ന് വർഷങ്ങളെടുത്തു. ഉണ്ണിയേശു അപ്പോഴേയ്ക്കും കാൽവരിയിൽ കുരിശേറാൻ തുടങ്ങിയിരുന്നു. ഇതാണ് ജോസിന്റെ ആദ്യകാല നാടകം. സമകാലികതയുടെ കളങ്കങ്ങളിൽ ഇടപെട്ടുകൊണ്ടല്ലാതെ ഒരാൾക്കയാളുടെ ജീവിതദൗത്യം പൂർത്തിയാക്കാനാവില്ല എന്നാണ് ജോസ് ആ നാടകത്തിലൂടെ പറഞ്ഞത്.

ജോസിന് നാടകം എന്നാൽ കുരിശിലേയ്ക്കുള്ള പീഡാസഹനങ്ങൾ ആയിരുന്നു. നാടകം അയാൾക്ക് ഒരേസമയം വിശ്വാസത്തിന്റെയും വിശ്വാസലംഘനങ്ങളുടെയും പ്രവൃത്തിയായിരുന്നു. ജോസിന്റെ നാടകജീവിതത്തിന്റെ തുടക്കവും തുടർച്ചയും ഒടുക്കവും കുരിശിന്റെ വഴികളായത് യാദൃശ്ചികമല്ല.

സ്കൂൾ ഓഫ് ഡ്രാമയിൽ എത്തും മുമ്പേ നാടകങ്ങളിലൂടെയുള്ള ആ കുരിശുയാത്ര ജോസ് തുടങ്ങിക്കഴിഞ്ഞിരുന്നു. കേരളവർമ്മ കോളേജിലെ ബിരുദപഠനത്തിനുശേഷമാണ് അരണാട്ടുകരയിലെ നാടകവിദ്യാലയത്തിൽ ഒന്നാം ബാച്ചുകാരനായി ചെന്നുചേരുന്നത്. ശങ്കരപ്പിള്ളയും രാമാനുജവും സൃഷ്ടിച്ചെടുത്ത സർഗ്ഗാത്മകമായ അന്തരീക്ഷം നാടകവേദിക്ക് പുതിയൊരു വ്യാകരണം രചിക്കുവാൻ വെമ്പുകയായിരുന്നു. പി. ബാലചന്ദ്രനും ശ്യാമപ്രസാദും ശിവകരനും ഗീതയും ജയസൂര്യവും വിന്ധ്യനും മുരളിയും സഹപാഠികളായി. സ്കൂൾ ഓഫ് ഡ്രാമയുടെ 40 വർഷത്തെ ചരിത്രയാത്രയിൽ മിന്നിത്തിളങ്ങുന്ന എത്രയോ നക്ഷത്രങ്ങളെ കണ്ടെത്താമെങ്കിലും ജോസ് തന്നെയായിരുന്നു മലയാളനാടകവേദിക്ക് സ്കൂൾ ഓഫ് ഡ്രാമ നൽകിയ ഏറ്റവും മികച്ച വ്യക്തിത്വം.

സംവിധാനമാണ് തന്റെ മൗലികമായ കയ്യൊപ്പെന്ന് ജോസ് തിരിച്ചറിയുന്നത് ആ പഠനകാലത്താണ്. സ്വീഡീഷ് സംവിധായകയായ മായാ തങ്ബർഗ് തന്റെ മാസ്റ്റർ പീസായ ആന്റിഗണി ചെയ്യുമ്പോൾ സംവിധാനസഹായിയായി ജോസിനെയാണ് തിരഞ്ഞെടുത്തത്. മറ്റെല്ലാവരിൽ നിന്നും വിട്ടുള്ള സംവിധാനമർമ്മം ജോസിലാണ് മായ കണ്ടെത്തുന്നത്. ആ തിരഞ്ഞെടുപ്പ് ജോസിന് നൽകിയ ആത്മവിശ്വാസം കുറച്ചൊന്നുമായിരുന്നില്ല.

എങ്ങനെ ഒരു നാടകകൃതിയുടെ ഉള്ളിലേയ്ക്ക് അതിനോട് വിയോജിച്ചും കലഹിച്ചും പ്രവേശിക്കാമെന്ന് ജോസ് വിസ്മയകരമായി തെളിയിച്ചു. നാടകകൃതിക്കുള്ളിൽ വിയോജിപ്പിന്റെ ഇന്ധനം നിറച്ചു. ജോസ് ഒരു നാടകകൃതിയെ തൊടുമ്പോൾ അതിലൊരു രംഗവിസ്മയമുണ്ടാകുന്നു. അത് ആസകലം രൂപാന്തരപ്പെടുന്നു. നാടകകൃതിയെ മാറ്റി

പ്പണിയുവാനുള്ള സംവിധായകന്റെ മാന്ത്രികവിദ്യ എന്താണെന്നായിരുന്നു ജോസ് തെളിയിച്ചുകൊണ്ടിരുന്നത്.

ഇബ്സന്റെ ഗോസ്റ്റ് ചെയ്തപ്പോൾ ഇബ്സനെത്തന്നെ മലർത്തിയടിച്ചുകൊണ്ട് ജോസിന്റെ ഭൂതം തെരുവിലിറങ്ങി നടന്നു. സ്വകാര്യതയുടെ നിഗൂഢതകൾ ഭേദിച്ച് ഭൂതത്തിന് ഒരു സാമൂഹ്യമാനം ലഭിച്ചു. ജോൺ എബ്രഹാം രചിച്ച ചെന്നായ്ക്കൾ അഥവാ പട്ടിണി മരണം എന്ന നാടകത്തിൽ രണ്ട് കഥാപാത്രങ്ങൾ മാത്രമാണുള്ളത്. ജോസ് അതിലേയ്ക്ക് ഏഴുപേരുള്ള ഒരു കോറസിനെ പ്രവേശിപ്പിച്ചു. ആ നാടകത്തിന് ജോസിന്റെ രംഗഭാഷ്യം നൽകിയ രാഷ്ട്രീയമായ കരുത്തും ഉൾക്കാഴ്ചയും അസാധാരണമായിരുന്നു. സ്കൂൾ ഓഫ് ഡ്രാമയിൽ വെച്ച് ജോസ് ചെയ്ത എണ്ണമറ്റ ലഘുനാടകങ്ങളിലും നാടകകൃതികളെ പിളർത്തി വിച്ഛേദിച്ച് അതിലംഘനങ്ങളുടെ ചങ്കൂറ്റം രംഗപ്രസാധനത്തിൽ നടത്തി.

സ്കൂൾ ഓഫ് ഡ്രാമയിൽ നിന്നും പുറത്തിറങ്ങിയതിനുശേഷം ജോസിന്റെ രംഗവേദിയിലെ വിസ്ഫോടനങ്ങൾ മലയാളനാടകവേദിക്ക് എക്കാലത്തേയും മികച്ച സംവിധായകനെ സമ്മാനിച്ചു. സൂര്യവേട്ടയും മുദ്രാരാക്ഷസവും ചെയ്യുമ്പോൾ ജോസിന്റെ റിഹേഴ്സൽ ക്യാമ്പുകൾ ആവേശവും ആനന്ദവും അനുഭവിപ്പിച്ച കാലം അവിസ്മരണീയമാണ്. ജോസിനോടൊപ്പം അരങ്ങൊരുക്കങ്ങൾ നടത്തിയ ഓരോ നടനേയും ജോസ് മറ്റൊരാളായി മാറ്റിക്കൊണ്ടിരുന്നു. അവർക്കുള്ളിലെ ഏറ്റവും നല്ലതായ നാടകോർജ്ജത്തെ തൊട്ടുണർത്തുവാൻ, പുറത്തെടുക്കുവാൻ, മാറ്റിപ്പണിയുവാൻ ജോസിന് സാധിച്ചിട്ടുണ്ട്. നാടകസൗഹൃദത്തിനുള്ളിലെ സ്നേഹത്തിന്റേയും കൂട്ടായ്മയുടെയും ആനന്ദമായിരുന്നു ജോസിന്റെ ഊർജം. ഇന്നത്തെ അമേചർ നാടകവേദിയിലെ ഒരു പ്രമുഖനായ നടനും സംവിധായകനും ജോസിന്റെ മാന്ത്രികസ്പർശത്താൽ രൂപാന്തരപ്പെട്ടവരാണ്.

ജോസിന്റെ മികച്ച നാടകങ്ങൾക്കെല്ലാം ഒരു ബംഗാൾ ഊർജമുണ്ട്. ഉൽപൽദത്തും ബാദൽസർക്കാരും അയാളുടെ മൂന്നാം നാടകവേദിയുടെ അന്വേഷണങ്ങൾക്ക് ദിശാബോധം നൽകി. സ്കൂൾ ഓഫ് ഡ്രാമ ജോസിനെ പഠിപ്പിച്ചത് നാടകത്തിന്റെ വ്യാകരണം മാത്രമായിരുന്നു. ആ വ്യാകരണം നാടകത്തിന്റെ പുതിയ ഭാഷ പ്രയോഗിക്കേണ്ടി വന്നപ്പോൾ ജോസ് മറക്കുകയോ തിരുത്തുകയോ നിരസിക്കുകയോ ചെയ്തുകൊണ്ടിരുന്നു. സ്കൂൾ ഓഫ് ഡ്രാമ ജോസിന് നൽകിയത് വിച്ഛേദത്തിന്റേയും പ്രതിഷേധത്തിന്റേയും ഊർജമായിരുന്നു എന്നുപറയാം. ജോസിനുള്ളിലെ വഴക്കാളിയും കലഹപ്രിയനും പൂർണ്ണസൗന്ദര്യത്തിൽ വെളിപ്പെടുന്നതും സ്കൂൾ ഓഫ് ഡ്രാമയിൽനിന്നും സ്വതന്ത്രനായപ്പോഴാണ്. കൾട്ടിലൂടെയും റൂട്ടിലൂടെയും ജോസ് തന്റെ സർഗ്ഗാത്മക സ്വാതന്ത്ര്യത്തെ ഓരോ നിമിഷവും ആഘോഷിച്ചുകൊണ്ട് ഉന്മത്തനായി പകർന്നാടി.

1978ൽ ശങ്കരപ്പിള്ളയുടെ നേതൃത്വത്തിൽ കൊച്ചിയിൽ സംഘടിപ്പിക്കപ്പെട്ട ദേശീയ നാടകോത്സവം ഇന്ത്യയിലെ ഏറ്റവും മികച്ച നാടകങ്ങളുടെ അരങ്ങേറ്റമായിരന്നു. ഇന്ത്യൻ നാടകങ്ങളുടെ ഈ വസന്തോത്സവം ജോസിന്റെ നാടകജീവിതത്തെ ആഴത്തിൽ പ്രചോദിപ്പിച്ചു. മലയാള നാടകവേദിയുടെ തുറവിയെ അത് അടയാളപ്പെടുത്തി. നിരവധി നാടക്കാർക്ക് അതൊരു പുനർജന്മമായി. പിന്നീടങ്ങോട്ട് നാടകപണിപ്പുരകളുടെയും നാടകമാസങ്ങളുടെയും കാലമായിരുന്നു. വേലൂരിലെ ബോധിയും കാട്ടൂരിലെ അനാമികയും കേരളവർമ്മ കോളേജിലെ കളിയരങ്ങും വെറ്റിനറികോളേജിലെ സർഗ്ഗയും ജോസിന്റെ നേതൃത്വത്തിൽ നാടകപരിശീലനക്കളരികളുടെ വലിയ മുന്നേറ്റങ്ങൾക്ക് നേതൃത്വം കൊടുത്തു.

അഞ്ച് മാസത്തെ നാടകക്യാമ്പ് കഴിഞ്ഞപ്പോൾ കാട്ടൂരിൽ നിന്നും 14 നാടകങ്ങളാണ് പുറത്തുവന്നത്. ഒരു ഗ്രാമം മുഴുവൻ രാപ്പകലുകളിൽ നാടകലഹരിയിൽ ആണ്ടുമുങ്ങി. പ്രശസ്തരായ എത്രയോ കലാകാരന്മാർ മായ തങ്ബർഗ് അടക്കുള്ള നാടകപ്രതിഭകൾ ആ കൊച്ചു ഗ്രാമത്തിൽ ഒത്തുകൂടി. ഗ്രാമീണർ അവർക്കൊക്കെ വെച്ചുവിളമ്പി. സംരക്ഷിച്ചു. കേരളത്തിൽ ഒരു കാലത്തും ഇത്രയും ജനകീയ പങ്കാളിത്തമുള്ള കലാപ്രവർത്തനം നടന്നിട്ടുണ്ടാവില്ല. നാടകം അക്ഷരാർത്ഥത്തിൽ നാടിന്റെ അകമായി മാറുകയായിരുന്നു. റൂട്ട് എന്ന നാടകസാഹോദര്യം മലയാളനാടകവേദിയെ ആഴത്തിൽ ഉഴുതുമറിച്ചു.

കേരളവർമ്മകോളേജിലെ കളിയരങ്ങ് കേരളത്തിന്റെ ക്യാമ്പസുകളിൽ പുതിയൊരു നാടകകാലത്തിന്റെ മുന്നോടിയായി. അലന്റെ, ചിലി, വെയിറ്റിങ് ഫോർ ഗോദോ, പാവക്കൂത്ത്, ചെന്നായ്ക്കൾ, മൃച്ഛഘടികം, ഭഗവദ്ജ്ജുകം, ടാഗോറിന്റെ ലഘുനാടകങ്ങൾ തുടങ്ങി ചെറുതും വലുതുമായ നാടകങ്ങളുടെ ഉത്സവവേദിയായി കാമ്പസുകൾ പരിവർത്തിക്കപ്പെടുകയായിരുന്നു.

യുവനാടകവേദിയെ ഇത്രയേറെ ഉത്തേജിപ്പിച്ച വൈവിധ്യസമൃദ്ധമാക്കിയ സർഗ്ഗാത്മകതയുടെ പ്രസരിപ്പ് നിറച്ച മറ്റൊരു നാടകക്കാരനെ മലയാളം ജനിപ്പിച്ചിട്ടുണ്ടോ എന്നു സംശയം. പി.എം. താജിന്റെ രാവുണ്ണി പോലുള്ള നാടകങ്ങൾക്ക് ജോസിന്റെ വിസ്മയകരമായ രംഗഭാഷ്യങ്ങളുണ്ടായിട്ടുണ്ട്.

വയനാട്ടിലെ മുത്തങ്ങയിലും വടകരയിലും അരിയന്നൂരും തിരുവനന്തപുരത്ത് വലിയ തുറയിലെ മത്സ്യത്തൊഴിലാളികൾക്കിടയിലും ജോസ് നാടകപ്പണിപ്പുരകളിലൂടെ നിരവധി നാടകങ്ങളവതരിപ്പിച്ചു. യൂജിൻ ഒനീലിന്റെ 'ഈൽ' പ്രൊസീനിയം തിയ്യറ്ററിനുള്ളിൽ ജോസ് വലിയ അദ്ഭുതം സൃഷ്ടിച്ച നാടകമായിരുന്നു.

ഭോമ കഴിഞ്ഞാൽ ജോസിന്റെ മികച്ച രചനകൾ സൂര്യവേട്ടയും മുദ്രാരാക്ഷസവുമാണ്. അമേച്ചർനാടകവേദിക്ക് എത്തിച്ചേരാനാവുന്നതിന്റെ പ്രൊഫഷണൽ പൂർണ്ണത അവയ്ക്കുണ്ടായിരുന്നു.

തൊണ്ണൂറുകളിൽ എത്തിയപ്പോൾ ജോസിന്റെ നാടകാന്വേഷണങ്ങൾക്ക് ഊർജം കുറഞ്ഞു. കലയുടെയും രാഷ്ട്രീയത്തിന്റെയും കാലാവസ്ഥകൾ മാറിമറിഞ്ഞു. ആഗോളവൽക്കരണത്തിന്റെ അധിനിവേശം ഒരർത്ഥത്തിൽ പരോക്ഷമായി നമ്മുടെ കലാവേദികളെ അപഹരിച്ചുകൊണ്ടുപോയി. കൂട്ടായ്മകൾ തകർന്നു. ഗ്രാമീണ നാടകവേദിയ്ക്ക് നിലനില്പില്ലാതായി. നഗരനാടകങ്ങളുടെ ഒരു നിഴൽ മാത്രമായി അവ ചുരുങ്ങിപ്പോയി. ഗ്രാമനാടകങ്ങളാകട്ടെ ഫ്യൂഡൽ മൂല്യങ്ങളോട് ഒത്തുതീർപ്പുണ്ടാക്കിക്കഴിഞ്ഞു. മൂന്നാം നാടകവേദിക്കുവേണ്ടിയുള്ള സാമ്പത്തികമോ സാംസ്കാരികമോ ആയ ഊർജം മലയാളി നഷ്ടപ്പെടുത്തിക്കഴിഞ്ഞിരുന്നു.

ഫോർഡ് ഫൗണ്ടേഷനെ ജോസ് തേടിപ്പോയത് അങ്ങനെയാണ്. നാടകക്കാരനെന്ന നിലയിൽ ജോസ് സ്വയം വിൽക്കുവാനോ വില പേശാനോ തയ്യാറായിരുന്നില്ല. എന്നാൽ ജോസ് നിർമ്മിച്ചെടുത്ത നാടക സാഹോദര്യം അയാളെ വിശ്വസിക്കുകയോ സംരക്ഷിക്കുകയോ ചെയ്തില്ല. കടുത്ത ദാരിദ്ര്യവും ഗാർഹികാസ്വാസ്ഥ്യങ്ങളും അയാളെ അത്രമേൽ അശരണനും നിരാശനുമാക്കി.

എൺപതുകളിലെ മുറിവേറ്റ സ്വപ്നങ്ങളുടെ മുരൾച്ചകളുമായി ജോസ് ഒരു വ്യാഴവട്ടക്കാലം അലഞ്ഞുനടന്നു. ചില സ്വപ്നപദ്ധതികൾ അയാളപ്പോഴും ഹൃദയത്തിൽ അണച്ചുപിടിച്ചിരുന്നു എന്നെനിക്കറിയാം. അതിലൊന്ന് വാൻഗോഗിനെക്കുറിച്ചുള്ള ഒരു വലിയ നാടകമായിരുന്നു. ജോസ് ഒരുങ്ങിവരുന്നുണ്ടായിരുന്നു. ആത്മസുഹൃത്തുക്കളോടെല്ലാം തന്റെ മടങ്ങിവരവിനെക്കുറിച്ച് പറയുമായിരുന്നു. പക്ഷേ പാതിവഴിയിൽ അയാൾ നമുക്കിടയിൽ നിന്നും ആരോടും സമ്മതം വാങ്ങാതെ ഇറങ്ങിപ്പോയി. നാടകവേദിയുടെ നിത്യതാരുണ്യംപോലെ അയാൾ ഓർമ്മയായിപ്പോയി.

കണിമംഗലത്തെ പള്ളി സെമിത്തേരിയിൽ തോരാതെ പെയ്യുന്ന മഴയിൽ നിന്നുകൊണ്ട് ഞങ്ങൾ സുഹൃത്തുക്കൾ ജോസിനെക്കുറിച്ച് സംസാരിക്കുകയായിരുന്നു. അപ്പോഴാണ് ജോസിന്റെ അയൽവാസികൂടിയായ ശില്പി രാജൻ പറഞ്ഞത്, നമ്മുടെ ജോസിന് എത്രയാ ആയുസ്സ്. അവനെപ്പറ്റി പറയുമ്പോൾ അവൻ വരുന്നത് കണ്ടില്ലേ.

കോരിച്ചൊരിയുന്ന മഴയിലപ്പോൾ ജോസിന്റെ മൃതശരീരം സെമിത്തേരിയുടെ ഗേറ്റ് തുറന്ന് വരുന്നുണ്ടായിരുന്നു. ■

ആത്മീയം

അമ്മ അറിയാൻ

വള്ളിക്കാവ് കടപ്പുറത്ത് സന്ധ്യാകാലങ്ങളിൽ അസാധാരണമായ ഉന്മാദത്താൽ ആടിയും പാടിയും നടന്ന പതിനാല് വയസ്സുകാരിയായ ഒരു കറുത്ത സുന്ദരിക്കുട്ടിയെക്കുറിച്ച് കേട്ടറിഞ്ഞിട്ടുണ്ട്. വീട്ടുകാരും നാട്ടുകാരും അവളുടെ ഭ്രാന്തിൽ വിസ്മയിച്ചു. ചിലർ എതിർത്തു. പരിഹസിച്ചു. ചങ്ങലയ്ക്കിട്ടു. എന്നാൽ പിന്നീട് സുധാമണി എന്ന ആ മുക്കുവപെൺകുട്ടിയുടെ ആത്മീയാഭിരുചികളുടെ ചുവടുകൾക്കു മുമ്പിൽ ആ കടപ്പുറവും പിന്നീട് ലോകവും കൈകൂപ്പിനിന്നു.

അവൾക്കുള്ളിൽ ദയാവതിയായൊരു അമ്മ പിറവികൊണ്ടു. ഇറുക്കിപ്പിടിച്ച കണ്ണുകളിൽ കരുണയുടെ കണ്ണീർനിറച്ച് ആ അമ്മ പകർന്ന മധുരകരമായ ആശ്ലേഷങ്ങളിൽ അനേകായിരങ്ങൾ നിർവൃതിപൂണ്ട് നിന്നു. ആ കടപ്പുറത്ത് സാന്ത്വനത്തിന്റെ തിരയേറ്റങ്ങളുണ്ടായി. മാതൃദാഹത്തിന്റെ ശൂന്യത പേറുന്ന ഹൃദയങ്ങളിലേയ്ക്കെല്ലാം അവർ ആശ്വാസത്തിന്റെ ജലം ഒഴുക്കിവിട്ടു.

ആൾദൈവത്തിന്റെ വിശേഷണം ചാർത്തി ഇന്ന് കാണുന്ന അമൃതാനന്ദമയിയുടെ പരിവേഷങ്ങൾക്കെല്ലാമപ്പുറത്ത് ദിവ്യമായൊരു ഉന്മാദത്തിന്റെ സ്ത്രൈണപൂർണ്ണിമയുണ്ട്. ആൾദൈവത്തിന്റെ അരോചകമായ ആടയാലങ്കാരങ്ങൾ ഉരിഞ്ഞുമാറ്റിയാൽ വ്രണിതലോകത്തിലേക്ക് മാതൃത്വത്തെ ചുരത്തുന്ന ആത്മപ്രഭയുള്ള ഒരു സ്ത്രീയെ കാണാം. ചെറുതും വലുതുമായ മനുഷ്യവേദനകൾക്ക് ബാൻഡ് എയ്ഡ് കെട്ടി, വഴിപിഴച്ചവരുടെ തലതൊട്ടമ്മയായി ലോകം ഈ മലയാളിസ്ത്രീയെ അനുഭവിച്ചുകൊണ്ടിരിക്കുകയാണ്. അവരുടെ സ്നേഹാലിംഗനങ്ങളിൽ ആബാലവൃദ്ധം ജനങ്ങളുണ്ട്. രാജ്യതിർത്തികളെ മായ്ച്ച് അവരുടെ ആകാശങ്ങൾക്ക് വിസ്തൃതിയേറുകയാണ്.

മാതൃത്വത്തിന്റെ ആ മനോഹരസാധ്യതയെ ആഘോഷിക്കുന്നതിനിടയിൽ, പക്ഷേ, എവിടെയാണ് ആ യോഗിനി തോല്പിക്കപ്പെടുന്നത്? ഭക്തിവ്യവസായികളുടെ തടവറയിലേക്ക് അമ്മയെങ്ങനെയാണ് മെരുക്കപ്പെടുന്നത്? അധികാരവും സമ്പത്തും ചേർന്ന് ആ സാധുസ്ത്രീയെ മോഷ്ടിച്ചുകൊണ്ടുപോയിരിക്കുന്നു. ആൾദൈവത്തിന്റെ മേലങ്കിയണിയിച്ച്

അവർക്ക് ചുറ്റുമൊരു വ്യാജആത്മീയത സ്ഥാപനവൽക്കരിക്കപ്പെട്ടുകഴിഞ്ഞിരിക്കുന്നു. അമ്മയെ ഉള്ളിൽ നിർത്തി ഭയാനകമായൊരു സാമ്പത്തികാസൂത്രണവും വൻകച്ചവടവും തെഴുത്തുകൊണ്ടിരിക്കുന്നു.

സത്നാംസിങ്ങിന്റെ നിർദോഷരക്തവും അമ്മയോട് നിലവിളിക്കുന്നത് ഇതുതന്നെയാണ്. അമ്മയും കുഞ്ഞും തമ്മിലുള്ള ബന്ധമാണ് ഭൂമിയിലെ ഏറ്റവും പഴക്കമേറിയ പ്രണയബന്ധമെന്ന് വിചാരിക്കുന്നവരെല്ലാം അമൃതാനന്ദമയിയുടെ അനുരാഗവായ്പാർന്ന വാത്സല്യസ്പർശം അത്രമേൽ ദാഹിക്കുന്നുണ്ട്. ആ ദാഹജലം തേടിയാണ് ബുദ്ധൻ അലഞ്ഞുനടന്ന ബീഹാറിലെ ഒരു ഗ്രാമത്തിൽ നിന്നും ആ അവധൂതയുവാവ് വന്നുചേർന്നത്.

ബാല്യത്തിൽത്തന്നെ സത്നാംസിങ്ങിലൊരു ആത്മാന്വേഷി ഉന്മാദംകൊണ്ട് അലഞ്ഞുനടന്നിരുന്നു എന്നാണ് അയാളുടെ അച്ഛനും അനുജനും പറയുന്നത്. അതൊട്ടും അവിശ്വസിക്കേണ്ട കാര്യമല്ല. വീട്ടിലെ സൗകര്യങ്ങളിലൊതുങ്ങി നിന്നു ജീവിച്ചില്ല എന്നതിനപ്പുറം ആ ചെറുപ്പക്കാരനൊരു തെറ്റും ചെയ്തില്ല. അലച്ചിലിന്റെ മാർഗ്ഗം അയാൾക്ക് ശാന്തിമാർഗ്ഗമായി. ആത്മാവിൽ വെന്ത കാലടികളുമായി ശമിക്കാത്ത സന്ദേഹങ്ങളുമായി ഊരുചുറ്റുകയായിരുന്നു. കൗമാരത്തിൽ നിന്നും വിരിഞ്ഞിറങ്ങിയതേയുള്ളൂ. ജീവിച്ചുതുടങ്ങുന്നതേയുണ്ടായിരുന്നുള്ളൂ. അടക്കി വെയ്ക്കാനാവാത്ത കരച്ചിലുകളും പ്രാർത്ഥനകളുമായി ചുറ്റിക്കറങ്ങുന്നതിനിടയിൽ അയാൾ ആദിശങ്കരന്റെ നാടായ കേരളത്തിലുമെത്തി. ആത്മസ്വരൂപമെന്ത് എന്നറിയാനുള്ള അന്വേഷണമയാളെ വർക്കല ഗുരുകുലത്തിലെത്തിച്ചു. അവിടെ ഇരുപതുദിവസം പഠനമനനങ്ങളിൽ കഴിഞ്ഞു. സെമിനാറുകളിൽ പങ്കെടുത്തു. മുനി നാരായണ പ്രസാദിനും ജിജ്ഞാസുവായ ആ തത്ത്വശാസ്ത്രവിദ്യാർത്ഥിയെക്കുറിച്ച് നല്ലതല്ലാത്തതൊന്നും പറയാനുണ്ടായിരുന്നില്ല എന്നാണറിയുന്നത്.

പിന്നീടയാൾ അമൃതാനന്ദമയിയുടെ ആശ്രമത്തിലേയ്ക്കാണ് പോയത്. ഉന്മാദം കൊണ്ട് അയാൾ പരിസരബോധം മറന്ന് പെരുമാറിയിട്ടുണ്ടാകാം. മനോസുഖം കുറഞ്ഞ അയാളെ അമ്മയ്ക്കു മുമ്പിലിട്ട് ആശ്രമത്തിലെ അന്തേവാസികൾ തല്ലുകയും ചവിട്ടുകയും ചെയ്തു. ഹിംസ നിറച്ച അസഹിഷ്ണുതയാൽ അയാൾ ക്രൂരമായി മർദ്ദിക്കപ്പെട്ടു. മന്ത്രോച്ചാരണങ്ങൾ നിർത്തി എന്തുകൊണ്ടാണ് അമ്മ അതിക്രമത്തെ തടയാൻ ശ്രമിക്കാതിരുന്നത്? ശാന്തിയുടെ ഒരു വാക്കുപോലും ഉരിയാടാതിരുന്നത്? ഭക്തരുടെ ആൾക്കൂട്ട ബഹളങ്ങളിൽ എന്തുകൊണ്ടാണ് അമ്മ തലപൂഴ്ത്തിയിരുന്നത്?

“ആ മോനെ വെറുതെ വിട്ടേക്കൂ. അവനൊന്നും അറിഞ്ഞുകൂടാ. അവനോട് ക്ഷമിക്കൂ” എന്ന് അമ്മയുടെ പതിവു സാന്ത്വനസ്വരം എന്തുകൊണ്ടുണ്ടായില്ല എന്ന് സക്കറിയ ചോദിച്ചതെത്ര ശരിയാണ്. “ആ മോൻ

എന്റെ മടിയിൽ കിടന്ന് കുറച്ചുനേരം കരഞ്ഞോട്ടെ. അവനൊന്നുറങ്ങട്ടെ"– ഒരു താരാട്ടുപോലെ അമ്മയ്ക്കവന്റെ ഉന്മാദജലത്തെ വറ്റിക്കാമായിരുന്നു വല്ലോ?

സത്യത്തിൽ ഉന്മാദികൾക്കവകാശപ്പെട്ട അമ്മയാണ് അമൃതാനന്ദ മയി. കാരണം ഒരുനാൾ അവരും ഉന്മാദിനിയായിരുന്നുവല്ലോ. ആ ചെറു പ്പക്കാരനെപ്പോലെ കുതറിച്ചാടിയ ഉന്മാദങ്ങളിലൂടെ കടന്നുപോയവൾ തന്നെയായിരുന്നുവല്ലോ അവർ. എതിർപ്പുകൾക്കു മുമ്പിൽ പതറാതെ ആത്മീയാസ്വാസ്ഥ്യങ്ങളുടെ തീക്ഷ്ണതാപം ഉടൽനിറച്ചും അനുഭവി ച്ചിരുന്നവളല്ലെ. ഒരു നിമിഷം ആത്മാന്വേഷണത്തിന്റെ കനൽവഴി ഓർത്തിരുന്നുവെങ്കിൽ തന്റെ പേരിൽ തല്ലിച്ചതയ്ക്കപ്പെടുന്ന ആ സാധു യുവാവിനുവേണ്ടി ഒരു വാക്ക് ഉച്ചരിക്കുവാൻ പീഠത്തിൽ നിന്നവർ എഴു ന്നേൽക്കേണ്ടതായിരുന്നില്ലേ?

സത്നാംസിങ്ങിനെ അമ്മയുടെ വത്സലഭക്തന്മാർ പോലീസിലേല്പി ക്കുമ്പോൾ മാരകമായ മുറിവുകൾ അയാളുടെ ശരീരത്തിലുണ്ടായി രുന്നുവെന്ന് ഡോക്ടർമാർ റിപ്പോർട്ട് ചെയ്തിട്ടുണ്ട്. പോലീസ് ലോക്ക പ്പിലും പിന്നീട് മാനസികാരോഗ്യകേന്ദ്രത്തിലും പീഡനം തുടർന്നപ്പോഴും അയാൾ അലമുറയിട്ട് കരഞ്ഞത് "അമ്മേ" എന്ന ജീവികളിലെ ഏറ്റവും ദയാമധുരമായ സംബോധന മൊഴിഞ്ഞുകൊണ്ടായിരുന്നുവത്രേ. എത്ര നിസ്സഹായമായ അവസ്ഥയാകുമത്. ഭ്രാന്താശുപത്രിയിലെ തറയിൽ ഇഴ ഞ്ഞിഴഞ്ഞ് കുളിമുറിയിലെത്തി നായയെപ്പോലെ വെള്ളം നക്കിക്കുടി ച്ചാണയാൾ മരിച്ചതെന്നാണ് നടുക്കത്തോടെ ലോകമറിഞ്ഞത്. വള്ളി ക്കാവിലിരുന്ന് അമ്മയും അത് വായിച്ചറിയാതിരിക്കാൻ ന്യായമില്ല.

ആശുപത്രിയുടെയും തടവറയുടെയും കരിങ്കൽഭിത്തി ഭേദിച്ച് ആ ചെറുപ്പക്കാരന്റെ നിർദോഷരക്തം ദയാസിന്ധുവായ അമ്മയുടെ പാദ ങ്ങളിലേയ്ക്ക് ഒഴുകിയെത്തുവാൻ എത്ര ദിവസമെടുത്തിരിക്കും. പക്ഷേ നാമാരും കേട്ടില്ല, ആ വിലാപരക്തത്തിനൊരു മറുവാക്ക്.

അനുതപിക്കാത്തവളും ക്ഷമിക്കാത്തവളും അമ്മയാകുന്നതെങ്ങനെ എന്നു നാം ചോദിച്ചുപോകും. അമ്മയാകുക ഒട്ടും എളുപ്പമല്ല. നീതിയു ടെയും സ്വാതന്ത്ര്യത്തിന്റെയും സ്നേഹത്തിന്റെയും ശ്വാസപടലങ്ങളി ലൂടെ ഒഴുകിയെത്തേണ്ട അനുഭവമാണത്. വ്രണിതലോകത്തിന്റെ മുഴു വൻ അമ്മയായി വാഴ്ത്തപ്പെട്ടവളിൽ നിന്നും ഇത്രയും മാരകമായ നിശ്ശ ബ്ദത അവരെ സ്നേഹിക്കുന്നവർക്കുള്ളിൽ ദുസ്സഹമായ ശൂന്യതയാണ് നിറയ്ക്കുന്നത്. ചോദിക്കാതിരിക്കുന്നതെങ്ങനെ, ആരാണ് അമ്മയുടെ മുലപ്പാലിൽ ചിറ കെട്ടിയിട്ടുണ്ടാകുക? നാവ് കെട്ടിയിട്ടുണ്ടാകുക. ആൾ ക്കൂട്ട ഭക്തിയുടെ അലർച്ചകളിൽ ആ നിസ്സഹായന്റെ ഇടറിയ രോദനം അമ്മ കേട്ടിട്ടുണ്ടാവില്ലേ. അയാൾക്കുമേൽ പതിഞ്ഞ പ്രഹരങ്ങൾ സത്യ ത്തിൽ അമ്മയുടെ ചങ്കിലാണ് കൊണ്ടിരിക്കുക. തേടിവരുന്ന മക്കളെ

പുൽകാനാവാത്തവിധം അസ്വതന്ത്രമായ മാതൃത്വം മരവിച്ചുനിൽക്കുമ്പോൾ, ആത്മീയതയുടെ മേൽ പതിഞ്ഞ പാപക്കറ ആർക്ക് കഴുകിക്കളയാനാകും?

അമൃതാനന്ദമയിക്കുമേൽ ആർക്കാണവകാശം? അവരുടെ കരുണ തേടിവരുന്ന മനുഷ്യർക്കല്ലാതെ. തീർച്ചയായും ഇന്നവർ ആത്മീയ വ്യവസായത്തിന്റെ ഏറ്റവും വിലപിടിച്ച വിൽപ്പനച്ചരക്കാണ്. അവരെ പൊതിഞ്ഞു നിൽക്കുന്ന സാമ്പത്തിക സാമ്രാജ്യങ്ങളുണ്ട്. വൻകച്ചവടങ്ങളുണ്ട്. രാഷ്ട്രീയാധികാരങ്ങളുടെ അച്ചുതണ്ടുകളുണ്ട്. അവരൊക്കെ ഇരുത്തിയിടത്ത് ഇരിക്കുകയും അവർ പാടിച്ചതുപോലെ പാടിയും ആടിയും മെയ് മറച്ചിരിക്കുന്ന അമ്മ ആൾദൈവവടിവിൽ നിന്നും പുറത്തുവരണമെന്നാണ് യഥാർത്ഥ ആത്മീയത ആഗ്രഹിക്കുക. അത്തരമൊരു വിദൂരസാധ്യതയുടെ സ്വപ്നത്തിൽ കഴിയുന്ന എത്രയോ മനസ്സുകളെ വായിക്കാൻ എനിക്കു കഴിഞ്ഞിട്ടുണ്ട്.

ഭക്തിവ്യവസായികളുടെ തടവറയിൽ ആടുകയും പാടുകയും ചെയ്യുമ്പോഴും സദാ ഇറുകിയടയുന്ന നിഷ്ക്കളങ്കതയുടെ കുസൃതിക്കണ്ണുകളിലേക്ക് ആഴത്തിൽ നോക്കിയാലത് കാണാം. ഉണർത്തപ്പെട്ട ഗൃഹാതുരത്വം. അക്കയുടെയും അവ്വയാറിന്റെയും മീരയുടെയും റാബിയയുടെയും തെരേസയുടെയും ക്ലാരയുടെയും സ്ത്രൈണാത്മീയവംശപരമ്പരയിൽ ഈ മലയാളിപ്പെണ്ണിനെയും രഹസ്യമായി ചേർത്തുവയ്ക്കുന്നതിൽ അഭിമാനിക്കുന്നവർ ഏറെയുണ്ട്.

സത്യത്തിൽ ഭ്രാന്ത് സത്നാംസിങ്ങിനല്ല, ആശ്രമത്തിൽ തേറ്റയും കൊമ്പും മുളപ്പിച്ച് അലമുറയിട്ടാർക്കുന്ന തന്റെ തന്നെ അന്തേവാസികൾക്കാണെന്ന് അമ്മ സ്വയം അഭിമുഖീകരിക്കുന്ന വേളയിൽ തിരിച്ചറിയാതിരിക്കില്ല.

പുഴ എല്ലായിടത്തും ശുദ്ധമാണ്. തീർത്ഥകേന്ദ്രങ്ങളിലൊഴികെ. സായിബാബാശ്രമത്തിൽനിന്നും ഓഷോ ആശ്രമത്തിൽനിന്നും ബീമാപള്ളിയിൽ നിന്നും മുരിങ്ങൂരാശ്രമത്തിൽനിന്നും ചിലപ്പോഴെങ്കിലും അശുഭകരമായ മരണങ്ങളുടെ നിലവിളികൾ കേൾക്കാതിരുന്നിട്ടില്ല. വർഷങ്ങൾക്കു മുമ്പുള്ള ഒരോർമ്മയുണ്ട്. വായനയിലും ചിന്തയിലും ഞങ്ങളെയെല്ലാം വിസ്മയിപ്പിക്കുകയും അമ്പരപ്പിക്കുകയും ചെയ്ത സുഹൃത്ത് നാരായണൻകുട്ടി. കേരളവർമ്മ കോളേജിലെ പ്രസിദ്ധ ഇംഗ്ലീഷ് അധ്യാപകനും മാർക്സിസ്റ്റ് പണ്ഡിതനുമായ വി. അരവിന്ദാക്ഷൻമാഷിന്റെ അനുജൻ. സാമ്പ്രദായിക ജീവിതചര്യയേക്കാൾ സ്വന്തമായ അന്വേഷണങ്ങളും മൗലികമായ തർക്കങ്ങളുമായിരുന്നു നാരായണൻകുട്ടിയുടെ ആത്മസ്വരൂപം. അന്വേഷണങ്ങൾക്കായുള്ള അലച്ചിലുകൾക്കിടയിൽ അയാൾ അമൃതാനന്ദമയി ആശ്രമത്തിലും എത്തി. അവിടെവെച്ച് ക്രൂരമായി മർദ്ദിക്കപ്പെടുകയും മരണപ്പെടുകയും ചെയ്തു. ദുരൂഹമായ ആ

മരണത്തിന്റെ ചുരുളുകൾ ഇന്നും പോലീസിനോ മാധ്യമങ്ങൾക്കോ അഴിച്ചെടുക്കാനായിട്ടില്ല.

സ്പർശനശേഷി നഷ്ടപ്പെട്ട അഴുകിയ ചർമ്മമാണ് നമ്മുടെ സമൂഹത്തിന്റേതെങ്കിൽ തീർച്ചയായും മാതാഅമൃതാനന്ദമയി സ്പർശത്തിന്റെ മാതൃഭാഷയായി നിലനിൽക്കണമെന്നാണ് എന്റേയും പ്രാർത്ഥന. അവരുടെ സ്നേഹാശ്ലേഷങ്ങൾ അത്രമേൽ യുക്തിക്കതീതമായ ആനന്ദം പകരുന്ന ഔഷധശക്തിയായി തുടരുകതന്നെ വേണം.

എന്നാൽ പാവം സത്നാംസിങ്ങ്. ബുദ്ധന് ബോധോദയം നൽകിയ സ്വന്തം ജന്മഗ്രാമമായ ഗയയിലേയ്ക്കാണ് അയാളുടെ മൃതദേഹം പോയത്. പലവട്ടം ആ ശരീരം പോസ്റ്റ്മോർട്ടം ചെയ്തുകഴിഞ്ഞു. സത്യത്തിൽ അയാളുടെ ആത്മാവിനെയാണ് പോസ്റ്റ്മോർട്ടം ചെയ്യേണ്ടിയിരുന്നത്. അപ്പോൾ മാത്രമേ ചുരുളുകൾ നിവരുകയുള്ളൂ. പ്രകാശം പരക്കുകയുള്ളൂ. ■

എഴുത്ത്

വഴുക്കുന്ന വാക്കുകളിൽ അഴുകുന്ന മലയാളിജീവിതം

വീഴുന്നവനെ താങ്ങുന്നതും എഴുന്നേല്പിക്കുന്നതുമാകണം എഴുത്ത്. 'തോറ്റിടത്തേയ്ക്ക് മടങ്ങിച്ചെല്ലുക, ജയിച്ച ഇടംവിട്ട് പോരിക' എഴുത്തിനെക്കുറിച്ച് ആലോചിക്കുമ്പോഴെല്ലാം കസാൻദ്സാക്കിസിന്റെ ഈ വരികൾ എന്നെ ഉത്തേജിപ്പിക്കാറുണ്ട്. തോൽക്കുന്നവരുടെ ജീവിതമാണ്, ഉപേക്ഷിതരുടെ ലോകമാണ് എഴുത്തുകാരന് പറയാനുള്ളത്. പരാജയത്തിന്റെ സ്മാരകങ്ങളായ ഓരോ കവിതയുടെയും അകം വിങ്ങുന്ന വേദനകളിലേക്ക് നോക്കുമ്പോൾ ജീവിതത്തിന്റെ സഹനവും മരണവും ഉയിർപ്പുമാണ് ഞാൻ അനുഭവിക്കുന്നത്. ഓരോ കവിതയ്ക്കുള്ളിലും പുറന്തള്ളപ്പെട്ടവരുടെയും പരാജിതരുടെയും ചവിട്ടിത്താഴ്ത്തപ്പെട്ട ജീവിതങ്ങളാണ് ഉയിർക്കേണ്ടത്. നിലംപരിശായ പാഴ് ജീവിതങ്ങളിൽ നിന്നും കൊളുത്തപ്പെടുന്ന വെളിച്ചമാകണം എഴുത്തുകാരന്റെ വാക്കുകൾ.

പക്ഷേ, ഇന്ന് നമ്മുടെ എഴുത്തും വായനയും എന്താണ് പറയുന്നത്? ഇന്നെഴുതപ്പെടുന്ന സാഹിത്യം നമ്മുടെ ജീവിതത്തെ പ്രകാശിപ്പിക്കുന്നുണ്ടോ? അത് ആഴങ്ങളെ മൂടിവയ്ക്കുകയാണ്. ഉപരിതലത്തിലെ ഓളങ്ങളിൽ അഭിരമിക്കുകയാണ്. കമ്പോളസംസ്കൃതിയുടെ കുമിളകളായി അവ നിമിഷം തോറും പൊട്ടിത്തകരുന്നു. മാനുഷിക മൂല്യങ്ങളിലേയ്ക്കും സ്വാതന്ത്ര്യത്തിലേയ്ക്കും മനുഷ്യരാശിയെ വിളിച്ചുണർത്തേണ്ടതിനു പകരം നമ്മുടെ വാക്കുകൾ നിർലജ്ജം നമ്മുടെ ജീവിതത്തെ അന്യാധീനപ്പെടുത്തുകയാണ്. സ്വാതന്ത്ര്യത്തിന്റെയും അഭിമാനത്തിന്റെയും സ്വത്വമുദ്രകൾ പേറേണ്ട വാക്കുകളിൽ നിറയുന്നതത്രയും ഉള്ളുപൊള്ളയായ ജല്പനങ്ങളാണ്.

ഒരു ജനത എന്ന നിലയിൽ മലയാളിയുടെ അനുഭവലോകം ജീർണ്ണിച്ചുകൊണ്ടിരിക്കുന്നു എന്നറിയുവാൻ നമ്മുടെ എഴുത്തും വായനയും തന്നെ ധാരാളമാണ്. സമകാലീന ജീവിതത്തിൽ ഭാഷയാണ് ആദ്യം വാണിജ്യവൽക്കരിക്കപ്പെടുന്നതും വ്യഭിചരിക്കപ്പെടുന്നതും. മാർക്കറ്റിന്റെ അന്ധശക്തികൾക്ക് കീഴ്പ്പെടാൻ മാത്രം വാക്കുകളെ നമ്മുടെ സാഹിത്യം കെട്ടഴിച്ചു വിട്ടിരിക്കുന്നു. ഭാഷയെ ഹൃദയമിടിപ്പുപോലെ ഗാഢമായി

പരിചരിക്കേണ്ട എഴുത്തുകാരൻ സ്വന്തം ഭാഷകൊണ്ട് എന്താണിന്ന് ചെയ്യുന്നത്? അനുഭവത്തിന്റെ വൈകൃതങ്ങളിൽ നിന്നും വാക്കുകളെ പുനരുജ്ജീവിപ്പിക്കേണ്ട എഴുത്തുകാരൻ ഇന്ന് ഭാഷയെ ഏതെല്ലാം വിധമാണ് അപമാനിക്കുന്നത്. സ്വയം വിറ്റും വിലപേശിയും ഈ ഉപഭോഗ സംസ്കാരത്തിൽ എഴുത്തുകാരൻ അന്തസ്സുകെട്ടവനായി തീർന്നിരിക്കുന്നു.

എഴുത്തിന്റെ മൂല്യം ധീരതയാണ്. സമകാലികജീർണ്ണതകളോടുള്ള വിയോജിപ്പിൽ നിന്നും വിമർശനത്തിൽ നിന്നും ഊർജം നേടിക്കൊണ്ടു മാത്രമേ എഴുത്തിന്റെ ആത്മീയാന്തസ്സ് വീണ്ടെടുക്കാനാവൂ.

സ്വന്തം മുൻവിധികളുടെയും വിശ്വാസസംഹിതകളുടെയും തടവറയിൽ കിടന്നുകൊണ്ട് നടത്തുന്ന ജല്പനങ്ങൾക്കപ്പുറം എഴുത്തുകാരന്റെ പ്രതികരണങ്ങൾക്ക് വിശ്വാസ്യതയോ സ്വീകാര്യതയോ സമൂഹം കല്പിച്ചിട്ടില്ല. പ്രത്യേകിച്ചും അധികാരസ്ഥാപനങ്ങളോടുള്ള വിധേയത്വവും ഭയവും കൊണ്ട് എഴുത്തുകാരൻ തന്റെ കാൽച്ചങ്ങലകളെ ആഭരണമായി കൊണ്ടുനടക്കുകയാണ്.

എഴുത്തുകാർക്ക് സ്വന്തമായൊരു നിയോജകമണ്ഡലമില്ലാത്ത നാടാണിത്. സ്വന്തം ആശയങ്ങളോ സ്വപ്നങ്ങളോ അനുഭവങ്ങളോ പങ്കുവയ്ക്കാനുള്ള ദീർഘക്ഷമയും ഭാവനയും ജാഗ്രതയും മലയാളത്തിലെ എഴുത്തുകാരിൽ നിന്നും വഴുതിപ്പോയിരിക്കുന്നു. സ്ത്രീയുടെയും ദലിതന്റെയും പരിസ്ഥിതിയുടെയും ആകുലതകൾ, വർഗ്ഗീയതയുടെയും വിഘടനത്തിന്റേയും പ്രശ്നങ്ങൾ - മാധ്യമങ്ങൾ ആവശ്യപ്പെടുന്ന അളവിൽ പ്രതികരിക്കുന്നതിനപ്പുറം, എഴുത്തിലൂടെ മൗലികമായി ഒരു പ്രശ്നത്തേയും വികസിപ്പിക്കുവാൻ നമ്മുടെ എഴുത്തുകാർക്ക് തന്റേടമില്ല, ക്ഷമയില്ല, ത്യാഗമില്ല, ഉത്തരവാദിത്വമില്ല. വാക്കുകളിലെ അശ്രദ്ധയും ദൂർത്തും ഉദാസീനതയും നമ്മുടെ എഴുത്തിനെ ദുസ്സഹമായ ദുർഗന്ധമാക്കിയിരിക്കുന്നു.

എഴുത്തുകാരൻ കടലാസിൽ മാത്രം എഴുതേണ്ടവനല്ല. അനുഭവത്തിന്റെ തീക്കാറ്റിൽ നാടെങ്ങും ആളിപ്പടരേണ്ടവനാണ്. എഴുത്തിനകത്തെ ആക്ടിവിസം, ആരെങ്കിലും തയ്യാറാക്കിക്കൊണ്ടുവരുന്ന അഭ്യർത്ഥനയ്ക്കു താഴെ ഒപ്പിട്ടു കൊടുക്കുന്ന ഒന്നല്ല. നമ്മുടെ എഴുത്തുകാർ ആനുകാലികങ്ങൾ ചോദിക്കുമ്പോൾ മാത്രം ഉത്തരമെഴുതുകയും അവർ ചോദ്യം നിർത്തുമ്പോൾ മൗനികളാവുകയും ചെയ്യുന്നു. സ്വന്തമായ ചോദ്യങ്ങളോ അന്വേഷണങ്ങളോ ആനുകാലികങ്ങൾക്കപ്പുറം തേടുവാൻ എഴുത്തുകാർക്ക് ഉത്സാഹമില്ല. ഭാവനയുടെയും സ്വപ്നത്തിന്റെയും അന്ത്യമാണ് എഴുത്തിന്റെ ലോകത്തിൽ മലയാളം വെളിപ്പെടുത്തിക്കൊണ്ടിരിക്കുന്നത്.

സമകാലികതയിലെ പ്രത്യക്ഷമായതിനെക്കുറിച്ചുമാത്രം വേവലാതിപ്പെടുന്ന ഒരു പരന്ന മനസ്സാണ് ഇന്ന് എഴുത്തുകാരന്റേത്. സാമൂഹ്യാനു

ഭവങ്ങളുടെ മറുവശങ്ങൾ തിരയുവാനോ അപ്രത്യക്ഷമായ സത്യങ്ങളിലേക്ക് ആഴത്തിൽ ഇറങ്ങിച്ചെല്ലാനോ ജനപ്രിയതയ്ക്കപ്പുറം ജനകീയത കണ്ടെത്തുവാനോ ഉള്ള ആത്മശക്തി മലയാളത്തിലെ എഴുത്തിൽ നിന്നും പൂർണ്ണമായിത്തന്നെ നഷ്ടപ്പെട്ടിരിക്കുന്നു.

എഴുത്തിന്റെ അജണ്ട നിശ്ചയിക്കുന്നത് ഇന്ന് എഴുത്തുകാരല്ല, പത്രാധിപരോ നിരൂപകരോ മാധ്യമങ്ങളോ ആണ്. വിവാദങ്ങൾക്കപ്പുറം ആശയവിനിമയത്തിന്റെ ജനാധിപത്യസ്ഥലമെന്തെന്ന് അവർക്കറിയില്ല. ജനാധിപത്യത്തിന്റെ ആത്മാവാണ് സംവാദം. പക്ഷേ ഇന്ന് കേരളീയ ജീവിതത്തിൽ സംവാദത്തിന്റെ ആകാശം ചുരുങ്ങിച്ചുരുങ്ങി വരികയാണ്. വിയോജിപ്പുകൾക്കും വൈവിധ്യങ്ങൾക്കും ഇടമില്ലാത്തവിധം മലയാളിയുടെ ജീവിതത്തിൽനിന്നും സംവാദസംസ്കാരം അസ്തമിച്ചു എന്നു തന്നെ പറയാം. ആനുകാലികങ്ങൾ വീശിയെറിയുന്ന വലകളിൽ അലങ്കാര മത്സ്യങ്ങളെപ്പോലെ വേഷംകെട്ടി ആടാൻ മാത്രമാണ് ഇന്ന് എഴുത്തുകാരന് ഉത്സാഹം. ആനുകാലികങ്ങളിൽ ആഴ്ചതോറും മരിക്കുകയും അവിടെത്തന്നെ സംസ്ക്കരിക്കപ്പെടുകയും ചെയ്യുവാനുള്ള വിധിയാണ് മലയാളത്തിലെ മുഖ്യധാരാ എഴുത്തുകാരെങ്കിലും സ്വയം സ്വീകരിച്ചിരിക്കുന്നത്.

എവിടെയെല്ലാം മനുഷ്യൻ അജ്ഞതയ്ക്കും നിരാശയ്ക്കും കീഴ്പ്പെടുന്നുവോ, എവിടെയെല്ലാം ദാരിദ്ര്യം മൂലം സ്ത്രീകളുടെ ചാരിത്യം വിൽക്കപ്പെടുന്നുവോ, എവിടെയെല്ലാം അറിവുണ്ടാക്കാൻ പുസ്തകങ്ങളും തണുപ്പകറ്റാൻ അടുപ്പും കിട്ടാതെ പിഞ്ചുകുഞ്ഞുങ്ങൾ കഷ്ടപ്പെടുന്നുവോ അവിടങ്ങളിലേക്ക് വാക്കുകൾ പറന്നെത്തണമെന്ന് വിക്ടർ യൂഗോ പാവങ്ങളുടെ മുഖവുരയിൽ എഴുതിയിട്ടുണ്ട്. വാക്കുകളുടെ ഇത്തരം ചിറകുകൾ മലയാളസാഹിത്യം എന്നേ അരിഞ്ഞു കഴിഞ്ഞിരിക്കുന്നു.

എഴുത്തിന്റെ സഹജശക്തി അതിന്റെ അതിർത്തിലംഘനങ്ങളാണ്. അധികാരവിരുദ്ധതയാണ് അതിന്റെ അഗാധമായ മാനദണ്ഡം അധികാരസ്ഥാപനങ്ങളെ വെല്ലുവിളിച്ചും പ്രതിരോധിച്ചും മാത്രമേ എഴുത്തിന്റെ സ്വാതന്ത്ര്യം നിലനിർത്താൻ കഴിയൂ. സ്വത്വത്തെ പൊള്ളയാക്കുന്ന എന്തിനോടുമുള്ള പ്രതിരോധമാണ് എഴുത്തുകാരന്റെ വാക്കുകളിൽ ജ്വലിക്കേണ്ടത്. ജനതയെ പ്രതിരോധസജ്ജരാക്കാനുള്ള മഹാദൗത്യം മലയാളത്തിലെ എഴുത്തുകാർ വീണ്ടെടുക്കുന്നിടത്താണ് നമ്മുടെ സാഹിത്യം. സമകാലിക വർത്തമാനങ്ങൾക്കപ്പുറം ഓർമ്മകൾക്കൊണ്ടും സ്വപ്നങ്ങൾക്കൊണ്ടും സമഗ്രത കൈവരിക്കുന്നത്.

എഴുത്തിലെ യുവസത്തയിലാണ് എനിക്ക് പ്രതീക്ഷ. ഭൂതകാലഭാരങ്ങളിറക്കിവെച്ച് ആകാശത്തിന്റെ അതിരുകൾ മായ്ച്ച് പറന്നുപോകുന്ന എഴുത്തിന്റെ ഭാവിരൂപങ്ങളെ ഞാൻ സ്വപ്നം കാണുന്നു. ■

നൃത്തം

മോഷ്ടിക്കപ്പെട്ട അഗ്നിയാണവൾ

ഒരു നർത്തകിയുടെ ശരീരത്തിൽ ഇത്രയേറെ രാഷ്ട്രീയമോ? നൃത്തത്തിനുള്ളിൽ ഇത്രയും വീര്യമുള്ള ഉന്മാദജലമോ? ഒരേസമയം പൗരാണികവും നവീനവുമായ അഗ്നിയാൽ നിർമ്മിക്കപ്പെട്ട നൃത്തശരീരമാണിത്. സ്വർഗ്ഗത്തിന്റെ മോഷ്ടിക്കപ്പെട്ട അഗ്നിയാണിവളിൽ എരിഞ്ഞുകൊണ്ടിരുന്നത് എന്നു പറയാനെനിക്കു മടിയില്ല.

'Dance, Dance, otherwise we are lost' എന്നാണവൾ ചുവടുകൾക്കൊപ്പം എപ്പോഴും പാടി ക്കൊണ്ടിരുന്നത്. 2009 ജൂൺ 30ന് അർബുദ രോഗത്താൽ മരിച്ച പീനാബോഷിനെക്കുറിച്ചാണ് ഞാനെഴുതുന്നത്. ആധുനികലോകത്തിന്റെ ഏറ്റവും സാധ്യതകൾ നിറഞ്ഞ നൃത്തശരീരം പീനയുടേതായിരുന്നു. രോഗം അറിഞ്ഞ് അഞ്ച് ദിവസം മാത്രമാണ് അവൾ ജീവിച്ചത്. പീനയുടെ നൃത്തസംഘമായ Tranztheatreലെ ഇരുപത്തിനാല് നർത്തകരും ഒരുമിച്ച് പറയുന്നത് അവസാനത്തെ അഞ്ചു ദിവസങ്ങൾ പീന ഗംഭീരമായി നൃത്തശാലയിൽ അവർക്കൊപ്പം പകർന്നാടിയെന്നാണ്. നാല്പത് വർഷമായി നിരന്തരം സിഗരറ്റ് പുകച്ചു കൊണ്ടാണവൾ കോറിയോഗ്രാഫി ചെയ്തുകൊണ്ടിരുന്നത്. ആ പുകച്ചുരുളുകളിലൂടെ അവൾ മേഘശകലങ്ങളിൽ നൃത്തം ചെയ്യാൻപോയി.

അസാധാരണമായിരുന്നു പീനയുടെ സൗന്ദര്യം. പൊള്ളിപ്പടരുന്ന ഒരു തരം ഉടൽത്തീയായിരുന്നു പീന. യുദ്ധം കശാപ്പുചെയ്ത ലോകത്തോടാണവൾ നൃത്തം കൊണ്ട് അഭിവാദ്യം ചെയ്തത്.

കഴിഞ്ഞ ആഴ്ച പീനയെക്കുറിച്ചുള്ള ചില സിനിമകൾ കാണാനിടവന്നു. പീനയുടെ നൃത്തസംഘം അവതരിപ്പിച്ച കേഫ് മുള്ളർ എന്ന രംഗാവിഷ്കാരത്തിന്റെ ഡോക്യുമെന്ററിയും കണ്ടു. വിംവെൻഡേഴ്സ് 2011ൽ നിർമ്മിച്ച പീനയെന്ന ചലച്ചിത്രം പ്രസിദ്ധമാണ്. പീനയെക്കുറിച്ച് ഇംഗ്ലീഷിൽ എഴുതപ്പെട്ട ഏക ജീവചരിത്രം നാടകപ്രവർത്തകനായ സുഹൃത്ത് കേശവൻ എനിക്ക് മെയിൽ ചെയ്തുതന്നിരുന്നു. ഇത്രയും മതിയായിരുന്നു പീന എന്നിലൂടെ ഒരു കൊടുങ്കാറ്റായി വീശിയടിക്കുവാൻ.

മാസ്മരികമായ ആ നൃത്തസൗന്ദര്യത്തിൽ നിന്നും ഇന്നും ഞാൻ മോചിതനായിട്ടില്ല. ദൈവത്തിലേയ്ക്ക് എയ്ത ചിലങ്കയിട്ട അമ്പാണ് പീന എന്നെഴുതി ഒരു കവിത ഞാനിപ്പോൾ പൂർത്തിയാക്കിയതേയുള്ളൂ.

ആധുനിക നൃത്തരംഗം പീനയിലാണ് അതിന്റെ സർവ്വസിദ്ധികളും വെളിപ്പെടുത്തിയത്. ജർമ്മൻ എക്സ്പ്രഷനിലിസം എന്താണെന്ന് അറിയണമെങ്കിൽ പീനയുടെ നൃത്തം കണ്ടാൽ മതി എന്ന് ശക്തമായ അഭിപ്രായമുണ്ട്. പീനയുടെ കോറിയോഗ്രാഫിയിൽ ഗ്രോട്ടോവ്സ്ക്കിയും ബ്രൃഹ്തും ആർതാഡും അലിഞ്ഞുചേർന്നിരിക്കുന്നുവെന്നാണ് പറയുന്നത്. ഇസഡോറ ഡങ്കനും മാർത്താഗ്രഹാമും എന്തിന് ഇന്ത്യയിലെ ചിത്രലേഖയും പീനയുടെ ചുവടുകളിൽ ഇളകിമറിഞ്ഞിട്ടുണ്ട്. നൃത്തം കാണാനെത്തുന്നവരെ കസേരകളിൽ നിന്നിളക്കി പീന പ്രകോപിപ്പിക്കും, വെല്ലുവിളിക്കും, വശം കെടുത്തും, മറ്റൊരാളാക്കും.

രണ്ടാംലോകയുദ്ധം തകർത്തു തരിപ്പണമാക്കിയ ജർമ്മനിയിലെ സോളിങ്ങർ പ്രവിശ്യയിലാണ് പീന ജനിച്ചതും വളർന്നതും. യുദ്ധത്തിൽ തകർന്നുപോയ ഒരു കോഫിഷോപ്പ് അച്ഛൻ നടത്തിയിരുന്നു. പപ്പയുടെ കാപ്പിക്കടയാണ് പീനയുടെ ഓർമ്മയിലെ യുദ്ധാനുഭവം. ആ കാപ്പിക്കട പീനയുടെ നൃത്തവേദിയായി മാറി. യുദ്ധഭീകരതയുടെ ഓർമ്മകളിൽ ഹതാശയായ പീന കാപ്പിക്കടയുടെ ചുമരിനോട് ചേർന്നുനിൽക്കുന്നു. കേഫ് മുള്ളർ ആരംഭിക്കുന്നതങ്ങനെയാണ്. അവിടെ പീനയുടെ പല പ്രായങ്ങളിലെ ഇരുപത്തിനാല് ആണുങ്ങളും പെണ്ണുങ്ങളും ചേർന്ന്, യുദ്ധം അവശേഷിപ്പിച്ച ഹിംസയും പട്ടിണിയും ലൈംഗിക അരാജകത്വങ്ങളും പുനരവതരിപ്പിക്കുകയാണ്. മനുഷ്യബന്ധങ്ങളിലെ ക്രൗര്യവും നിസ്സഹായതയും ആസക്തികളും കാഴ്ചയുടെ അശാന്തികളാവുകയാണ്. വിനിമയം നഷ്ടപ്പെട്ട ആണും പെണ്ണും ആണ് പീനയുടെ പ്രമേയം.

ഇരുപത്തിനാല് വർഷങ്ങൾ, ഇരുപത്തിനാല് കലാകാരന്മാർക്കൊത്തുള്ള പീനയുടെ നൃത്ത പരീക്ഷണം മനുഷ്യശരീരത്തിന്റെ സാധ്യതകളെത്രയാണെന്ന് അന്വേഷിക്കുന്ന ആഴമേറിയ പഠനങ്ങളാണ്. മരണശേഷം പീനയെ ഓർക്കുന്നതിനെക്കുറിച്ചാണ് ഒരു ചിത്രം. എനിക്ക് യുദ്ധം വേണ്ട, അതുകൊണ്ടാണ് ഞാൻ നൃത്തം ചെയ്യുന്നതെന്ന് ഒരാൾ. ഞങ്ങൾക്ക് പ്രണയവും ഏകാന്തതയും രാഷ്ട്രീയവും തന്നത് നൃത്തമാണ്. അതിർത്തികളെ മായ്ച്ചത് നൃത്തമാണ്. തങ്ങളിൽ നിന്ന് ആണിനെയും പെണ്ണിനെയും ഉരിഞ്ഞുകളഞ്ഞത് പീനയുടെ നൃത്തചുംബനങ്ങളാണെന്ന് അവർ പറയും. എന്നെ ജർമ്മൻ നർത്തകിയെന്ന് പേരിട്ടു വിളിക്കരുത് എന്നാണ് ജർമ്മൻകാരിയായ പീന പറഞ്ഞത്. ഞാനൊരു പക്ഷിയായിരുന്നെങ്കിൽ നിങ്ങളെന്നെ ജർമ്മൻ പക്ഷിയെന്ന് വിളിക്കുമോ എന്നാണവർ ചോദിക്കുന്നത്.

പീനയുടെ നൃത്തം അത് കാണുന്നവരെ കുഞ്ഞുങ്ങളാക്കും. നഷ്ടപ്പെട്ട നിഷ്കളങ്കതയുടെ നഗ്നതകളിലേക്ക് കൂട്ടിക്കൊണ്ടുപോകും. ആണിനും പെണ്ണിനും അപ്പുറത്തുള്ള മനുഷ്യജീവിയായി പതുക്കെ നമ്മൾ രൂപാന്തരപ്പെടും.

■

www.ingramcontent.com/pod-product-compliance
Lightning Source LLC
LaVergne TN
LVHW090414051026
849518LV00006B/2343
* 9 7 8 8 1 8 4 2 3 2 1 1 0 *